வெட்டுக்கிளிப் பெண்
ஓர் அன்புப் பாடல்

வெட்டுக்கிளிப் பெண்
ஓர் அன்புப் பாடல்

கௌரி (பி.1989)

மொழிபெயர்ப்பாளர்

கௌரி 2009ஆம் ஆண்டிலிருந்து இதழியல், மொழிபெயர்ப்புப் பணிகளில் ஈடுபட்டுவருகிறார். 'அவர்கள் மூன்று பேர்' (2014) என்ற சீனச் சிறார் கதைகளின் தொகுப்பை ஆங்கிலத்திலிருந்து தமிழில் மொழிபெயர்த்திருக்கிறார். 'ஆன்மா என்னும் புத்தகம்'(2019) என்ற கட்டுரைத் தொகுப்பு புத்தகமாக வெளிவந்துள்ளது. தற்போது, ஜெர்மன் மொழி ஆசிரியராகப் பணியாற்றிவருகிறார்.

மெர்லிண்டா பாபிஸ்

வெட்டுக்கிளிப் பெண்
ஓர் அன்புப் பாடல்

தமிழில்
கௌரி

காலச்சுவடு பதிப்பகம்

அன்பார்ந்த வாசகருக்கு,

வணக்கம்.

காலச்சுவடு நூலை வாங்கியமைக்கு நன்றி.

நூலின் உள்ளடக்கம், உருவாக்கம், அட்டைப்படம் இன்ன பிற அம்சங்கள் பற்றிய உங்கள் கருத்துகளையும் ஆலோசனைகளையும் காலச்சுவடு வரவேற்கிறது. தகவல், எழுத்து, வாக்கியப் பிழைகள் தென்பட்டால் கட்டாயம் தெரிவித்து உதவுங்கள். நூல் தயாரிப்பில் கடும் குறைபாடு இருப்பின் மாற்றுப் பிரதி உங்களுக்குக் கிடைக்கக் காலச்சுவடு ஏற்பாடு செய்யும்.

மின்னஞ்சல்: **publisher@kalachuvadu.com**

காலச்சுவடு நாகர்கோவில் தலைமையகத்துக்கும் கடிதம் அனுப்பலாம்.

தங்கள்
எஸ்.ஆர். சுந்தரம் (கண்ணன்)
பதிப்பாளர் – நிர்வாக இயக்குநர்

The translation of this book was funded by the Australian Federal Arts Body, the Australia Council for the Arts.

LOCUST GIRL
a lovesong

© Merlinda Bobis 2015

First published in English Spinifex Press, Mission Beach, Australia.

வெட்டுக்கிளிப் பெண்: ஓர் அன்புப் பாடல் ❖ நாவல் ❖ ஆசிரியர்: மெர்லிண்டா பாபிஸ் ❖ தமிழில்: கௌரி ❖ முதல் பதிப்பு: ஏப்ரல் 2023 ❖ வெளியீடு: காலச்சுவடு பப்ளிகேஷன்ஸ் (பி) லிட்., 669, கே.பி. சாலை, நாகர்கோவில் 629001

காலச்சுவடு பதிப்பக வெளியீடு: 1183

veTTukkiLip PeN: Oor Anbu Paadal ❖ Novel ❖ Author: Merlinda Bobis ❖ Translated by Gowri ❖ Language: Tamil ❖ First Edition: April 2023 ❖ Size: Demy ❖ Paper: 18.6 kg maplitho ❖ Pages: 232

Published by Kalachuvadu Publications Pvt. Ltd., 669, K.P. Road, Nagercoil 629001, India ❖ Phone: 91-4652-278525 ❖ e-mail: publications@kalachuvadu.com ❖ Printed at Clicto Print, Jaleel Towers, 42 KB Dasan Road, Teynampet Chennai 600018

ISBN: 978-81-19034-10-9

04/2023/S.No.1183 kcp 4380, 18.6 (1) 1k

உயிர் வாழ்வதற்காக எல்லைக்கு நடந்து செல்பவர்களுக்கு
உயிர் வாழ்வதற்காக எல்லையைப் பாதுகாப்பவர்களுக்கு

நன்றி

ஸ்பினி:ஃபெக்ஸ் பதிப்பகத்தாருக்கு, இத்தனை ஆண்டுகளில் அவர்களின் நம்பிக்கை, பேரார்வம், அன்புக்கு நான் நன்றி சொல்ல விழைகிறேன். இந்தப் புத்தகத்தை மிக கவனமாகத் தொகுத்து, வெட்டுக்கிளிப் பெண்ணின் பாடல்களைக் கேட்டதற்கு சூசன் ஹாத்தோர்ன், ரேனாட்ட க்ளைன், பாலின் ஹாக்கின்ஸ் ஆகியோருக்கும்; இந்தப் புத்தகத்தை அதன் முழுமையான வினோதத்தன்மையோடு கனவு காண்பதை வளர்த்தெடுத்த வுல்லன்காங், கேன்பரா, லெகாஸ்பி நகரங்களின் எல்லா இடங்களுக்கும் அதன் மக்களுக்கும்; என்மீது எப்போதும் நம்பிக்கை வைத்திருக்கும் குடும்பத்திற்கும், என்னைப் பாட வைத்துக்கொண்டிருக்கும் ரெய்னிஸ் கால்னின்ஸின் நீடித்த அன்பிற்கும் என் நன்றி.

உங்கள் பரம எதிரி தாகத்தில் இருக்கும்போது
உங்களிடம் தண்ணீர் கேட்டால்
நீங்கள் அவருக்கு ஒரு கோப்பை தண்ணீர் அளிக்க வேண்டும்.
ஏனென்றால், தண்ணீர் என்பது உயிர்,
தண்ணீர் அமைதியைக் கொடுக்கிறது
என்று அவர்கள் நம்பினார்கள்.
நாமும் அதை இன்னமும் நம்புகிறோம்.

நமீப் பாலைவனத்தின் ருடால்ஃப் டாசப்
(Extremes: Survival in the Great Deserts of the Southern Hemisphere
National Museum of Australia, 2005–2006)

மொழிபெயர்ப்பாளரின் முன்னுரை

பிலிப்பைன்ஸ் – ஆஸ்திரேலிய எழுத்தாளர் மெர்லிண்டா பாபிஸ் எழுதியிருக்கும் 'வெட்டுக்கிளிப் பெண் – ஓர் அன்புப் பாடல்' என்ற இந்த நாவலை மொழிபெயர்த்தது உணர்வுபூர்வமான அனுபவமாக அமைந்திருந்தது. மொழிபெயர்ப்பாளராக இந்த மொழிபெயர்ப்புப் பயணம் அவ்வளவு எளிமையானதாகவோ மகிழ்ச்சியானதாகவோ அமையவில்லை. மொழிபெயர்ப்புக்கே உரிய சவால்களைவிட, இந்த நாவல் கடத்தும் பல நுண்ணிய உணர்வுகளை உள்வாங்கிக்கொண்டு, அதை மொழிபெயர்ப்பில் கொண்டுவருவது உண்மையிலேயே மிகவும் கடினமான உணர்வுப் போராட்டமாக இருந்தது. மனிதனின் மனதைத் தொந்தரவுக்குள்ளாக்குவதில் இலக்கியத்தின் இடத்தை வேறு எந்த அம்சத்தாலும் அவ்வளவு எளிதில் எடுத்துக்கொண்டுவிட முடியாது. தொந்தரவுக்குள்ளாவோம் என்று தெரிந்தேதான் இலக்கியத்தைப் படைப்பவர்கள், வாசிப்பவர்கள், மொழிபெயர்ப்பவர்கள் இந்த உலகத்துக்குள் நுழைகிறார்கள். நம் இருப்பையே கேள்விக்குள்ளாக்கு வதாக இருந்தாலும் சரி, நம் இருப்பின் மீது நம்பிக்கை கொள்ள வைப்பதாக இருந்தாலும் சரி, இந்த இரண்டுக்குமான வலிமை இலக்கியத்திற்கு

உண்டு. இந்த இரண்டையும் உணர்ந்து, பலவிதமான உணர்வுகளுக்கு ஆட்பட்டு, அதை எதிர்கொண்டே இந்த நாவலை மொழிபெயர்த்துமுடித்திருக்கிறேன். எவ்வளவு தொந்தரவுக்குள்ளாக்கினாலும், இறுதியில் மனதை ஆறுதல்படுத்துவதிலும் இலக்கியத்திற்கு ஈடாக வேறு எதையும் சொல்ல முடியாது. இந்த நாவலை மொழிபெயர்த்து முடித்தவுடன், அத்தகைய ஆறுதலை என் மனம் முழுமையாக உணர்ந்தது. மொழிபெயர்க்கும்போது எழுந்த கடினமான உணர்வுகள் எல்லாம் எங்கோ காணாமலேபோய்விட்டன.

இது வழக்கமான நாவல் இல்லை. இந்த நாவலை வகைப் படுத்த வேண்டுமென்றால், கற்பனை-அரசியல் யதார்த்தவாதப் புனைவு என்று வகைப்படுத்தலாம். ஆனால், அந்தப் பிரிவுக்குள் மட்டும் இந்த நாவலை அடக்கிவிட முடியாது. சூழலியல் சார்ந்த பெண்ணியத்தையும் இந்த நாவல் ஆழமாகப் பேசுகிறது. அரசாங்க அடக்குமுறைக்கும் எல்லைப் பிரிவினைவாதத்திற்கும் எதிரான குரல் நாவல் முழுவதும் எதிரொலிக்கிறது. ரஷ்ய-உக்ரைன் போர் ஓராண்டுக்கு மேலாக முடிவில்லாமல் நடைபெற்றுக்கொண்டிருக்கும் இந்தக் கட்டத்தில், உலக நாடுகளின் அரசியல் எப்படி இயங்குகிறது என்பதை இந்த நாவலின் ஆசிரியர் மெர்லிண்டா பாபிஸ் புனைவு மொழியில் பதிவு செய்திருக்கிறார். இந்த நாவல் பேசியிருக்கும் அரசியல் சமகாலத்திற்கு மட்டுமானதல்ல. நாடுகள், எல்லைகள், அரசாங்க அதிகாரம், அடக்குமுறை போன்ற அம்சங்கள் உலகில் நிலைத்திருக்கும்வரை, இந்த வெட்டுக்கிளிப் பெண் பாடியிருக்கும் பாடல்களின் தேவை இருந்துகொண்டேதான் இருக்கும்.

பாலைவன முகாம் ஒன்றில் வசிக்கும் ஒன்பது வயதுச் சிறுமி அமிதேயாவின் வாழ்க்கைக் கதைதான் இந்த நாவல். வெடி விபத்தொன்றில், ஒன்பது வயதில் மண்ணுக்குள் புதைந்துபோகும் அமிதேயா, பத்து ஆண்டுகளுக்குப் பிறகு, நெற்றியில் உயிருடன் இருக்கும் வெட்டுக்கிளியோடு உயிர்த்தெழுகிறாள். இன்னல், ஆனந்தம் என எந்த உணர்வை எதிர்கொண்டாலும் அமிதேயாவுக்குள் இருக்கும் இந்த வெட்டுக்கிளி பாட ஆரம்பித்து விடும். அமிதேயாவின் எல்லையை நோக்கிய பயணத்தில், உயிர் வாழ்வதற்கான அவள் தேடலில் அவளுடன் சேர்ந்து வாழ்க்கை குறித்த பல கேள்விகளுக்கு நமக்கும் பதில் கிடைக்கிறது.

முழுக்க முழுக்க அரசியல் உருவகத்துடன் எழுதப்பட் டிருந்தாலும், இந்தக் கதையில் வரும் அனைத்துக் கதாபாத்திரங்களையும் சூழலையும் சமகால யதார்த்தத்துடன்

புரிந்துகொள்ள முடிகிறது. நாம் இப்போது வாழும் உலகம்தான் ஒரு கற்பனை வெளியில் இந்தக் கதையில் விரிகிறது. இந்தக் கதையில், பசிக்கு மக்கள் வெட்டுக்கிளிகளை உண்கிறார்கள். பார்லி கஞ்சியைக் குடிக்கிறார்கள். உணவிற்காகவும் நீருக்காகவும் உடற்பாகங்களையும் தங்கள் உடைமைகளையும் விற்கிறார்கள். அதிகார வர்க்கத்தின் அதீதமான சுரண்டலால் இயற்கை பொய்த்துப்போகிறது. வானம் பழுப்பு நிறமாகிவிடுகிறது. மரங்களே இல்லாமல் போய்விடுகின்றன. எல்லைகள் தீவிரமாகக் கண்காணிக்கப்படுகின்றன. இந்தச் சூழலில், எல்லையைக் கடக்க முற்படும் வெட்டுக்கிளிப் பெண்ணும் அவளின் அன்புப் பாடலும்தான் இவை அனைத்துக்குமான தீர்வாக அமைகிறார்கள். அன்பே மனித இனத்தின் மீட்சிக்கான வழி என்பதை இந்த நாவல் அழுத்தமாகப் பதிவுசெய்திருக்கிறது.

இந்த நாவலில் நான் ரசித்து மொழிபெயர்த்த இரண்டு அம்சங்கள் இருக்கின்றன. ஒன்று இந்த நாவலில் இடம் பெற்றிருக்கும் பாடல்கள். மெர்லிண்டா பாபிஸ் கவிஞரும்கூட என்பதால், இந்த நாவல் முழுவதும் இடம்பெற்றிருக்கும் பாடல்களை மொழிபெயர்த்தது புதுமையான அனுபவமாக இருந்தது. இரண்டாம் அம்சம், இந்த நாவலில் இடம் பெற்றிருக்கும் பெண் கதாபாத்திரங்களிடையே நடைபெறும் உரையாடல்கள். குறிப்பாக, அமிதேயா-பீனேப், அமிதேயா-சோ-சோளி, அமிதேயா-கரிடேஸ், அமிதேயா-மின்னும் லூமி ஆகியோருடனான உரையாடல்கள் தனிப்பட்ட முறையில், புதுமையான பெண்ணியப் பார்வையை எனக்கு அளித்தன. அத்துடன், அமிதேயாவுக்கும் அவள் தந்தைக்குமான உரையாடலும் என் மனத்திற்கு நெருக்கமாக அமைந்திருந்தது. இன்னும் சொல்லப்போனால் இந்த நாவல் தந்தைக்கும் மகளுக்குமான ஓர் உரையாடலில்தான் தொடங்குகிறது. அந்தப் பகுதியை மட்டும் படித்துவிட்டே இந்த நாவலை மொழிபெயர்க்க நான் முடிவெடுத்துவிட்டேன். தந்தை-மகளுக்கான உறவின் இழை நாவலின் இறுதிவரை தொடர்கிறது. மகள்களின் வாழ்வில் தந்தைமார்கள் ஏற்படுத்தும் தாக்கத்தை மெர்லிண்டா மிக நேர்த்தியாகப் பதிவுசெய்திருப்பார். என் வாழ்க்கையில் என் தந்தை உருவாக்கியிருக்கும், உருவாக்கிக்கொண்டிருக்கும் தாக்கத்தை முற்றிலும் புதிய கோணத்தில் பார்க்க இந்த மொழிபெயர்ப்புப் பயணம் உதவி செய்தது என்று சொல்வேன்.

இப்படியொரு தனித்துவமான நாவலை மொழிபெயர்க்கும் வாய்ப்பை எனக்கு வழங்கிய ஆசிரியர் அரவிந்தனுக்கு என் மனப்பூர்வமான நன்றி. இந்த மொழிபெயர்ப்பைச் செப்பனிடுவதில்

மொழிபெயர்ப்பாளர் ஆர். சிவகுமார், ஆசிரியர் அரவிந்தன் இருவரின் பங்களிப்பும் அளப்பரியது. அவர்களுக்கும் நன்றி சொல்லக் கடன்பட்டிருக்கிறேன். இந்த நாவலைத் தெரிவுசெய்து வெளியிடும் காலச்சுவடு பதிப்பகத்திற்கும் என் மனமார்ந்த நன்றி.

சென்னை
18.04.2023

கௌரி

வெட்டுக்கிளிப் பெண்

once upon a time

நட்சத்திரங்கள் அணைந்தபோது எனக்கு ஒன்பது வயது. அப்போது வானத்துக்கு ஒரு பாடம் புகட்டப்பட்டது: யாரும் ஒளிரக் கூடாது, அல்லது யாரும் ஒளிர்வதில் யாரையும் விஞ்சிவிடக் கூடாது. எல்லோருக்கும் இருளைத் தெரிந்திருக்க வேண்டும். ஒளி சமமாகப் பங்கீடு செய்யப்பட்டிருக்க வேண்டும். எங்களுக்கு நம்பிக்கை அளித்துக்கொண்டிருந்த, எங்களை வரிசையில் நிற்க வைத்துக்கொண்டிருந்த ஒரு சின்னஞ்சிறிய நீலச் சதுரம்; எங்களை அந்தப் பெட்டியின் வழியாக எச்சரித்திருந்தார்கள். எங்களுடைய கூடாரங்களும் நீரைப்போல நீலமாக இருந்தன. அத்துடன் அவைச் சரிசமமாகப் பங்கீடு செய்யப்பட்டு எங்களுக்கு ஒதுக்கப்பட்டிருந்தன. பல கூடாரங்களாலான பாலைவனத்தில் நாங்கள் வசித்துக்கொண்டிருந்தோம். சொர்க்கத்துக்கும் பூமிக்கும் இடையில் சரிபாதி அளவில் எங்கள் வீடுகள் அமைந்திருந்ததால், நாங்கள் நன்றியுடன் இருக்க வேண்டும் என்று நீலப்பெட்டி கூறியது. சூரியனும் காற்றும் நீலத்துணியைச் சிற்றலையாக மாற்றின. நாங்கள் அதைத் தண்ணீர் என்று நினைத்தோம். அத்துடன் அந்த நினைப்பையே மடக்கென்று குடித்துவிட்டோம்.

நட்சத்திரங்கள் அணைந்த அந்த நேரத்தில்தான் நான் இரவு உணவை முடித்திருந்தேன். மணல் கஞ்சியும் வெட்டுக்கிளியும் சாப்பிட்டேன். புரதம் கிடைக்கும் என்று நீலப்பெட்டி கூறியது. வெட்டுக்கிளி என் பற்களுக்கிடையில் படபட வென்று சத்தம்போட்டது. நான் என்னுடைய நீலநிற உடையிலிருந்தேன். அதுவும் என்னுடைய எண்ணைப்போலப் பங்கீடு செய்யப்பட்டிருந்தது. நீலநிற மையில் என் வலது காதுக்குச் சற்று கீழே *425a* என்ற எழுத்துகள் பொறிக்கப்பட்டிருந்தன. நான் *425* என்ற கூடாரத்தில் வாழ்ந்துகொண்டிருந்த

வெட்டுக்கிளிப் பெண் 19

425 என்ற எண்ணின் மகள். அங்கே 425b–யோ, அல்லது வேறு எந்த உறவோ இல்லை. நான் அவருடைய ஒரே மகள். எனக்கு அம்மா கிடையாது. அவள் 425–ஆக இருந்திருக்க வேண்டும். நான் பார்த்தேயிராத எல்லா அம்மாக்களைப்போல எப்போதும் மறைக்கப்பட்டிருக்கும் ஓர் உயிர். ஆனால், அவர்கள் அங்கேதான் இருந்தார்கள் என்பது எனக்குத் தெரியும். பனி பொழியும் இரவுகளில் அவர்களது கைகள் அவர்களுடைய மகன்களுக்கும், மகள்களுக்குமான இதமான தலையணையாக இருந்தன. அல்லது பாலைவனச் சூரியன் அஸ்தமனமே இல்லாதததுபோலச் சுட்டெரிக்கும்போது கண்களுக்கு நிழலாக இருந்தார்கள்.

தலையணையோ நிழலோ எனக்கு இல்லை. ஆனால், நான் குறைபட்டுக்கொள்ளவில்லை. ஒருநாள் சூரியனோடு சேர்ந்து மேலேறி, அடிவானத்துக்கு நடந்து சென்று, எதிர்புறத்தில் மூழ்கிப்போவேன் என்று எனக்கு நானே உறுதியேற்றுக்கொண்டேன். நட்சத்திரங்கள் அணைவதற்கும், என் அப்பா அபராமா, தொலைவிலிருந்த ஒளிகளின் கீழே நடப்பதற்கும் முன்னால் எனக்கு வந்த எண்ணம் இது. நட்சத்திரங்களின் கீழே நடப்பது செரிமானத்துக்கு நல்லது என்று அவர் சொன்னார். அவர் இரண்டு வாய்நிறைய கஞ்சியைக் குடித்தார். ஆனால், வெட்டுக்கிளியைத் தொடவில்லை. அதற்குப் பிறகு அவர் சாப்பிட்ட உணவு வயிற்றில் நல்லபடியாகத் தங்குவதற்கு வசதியாக நடந்து சென்றுவிட்டார். அவர் கூடாரத்தை விட்டு நொண்டியபடியே சென்றார். செல்லும்போது ‘என் உணவைச் சாப்பிட்டு முடித்துவிடு, அமிதேயா, நான் நிறையச் சாப்பிட்டுவிட்டேன், நான் செரிமான உலாவுக்குச் சென்றாக வேண்டும்,’ என்றார். என் அப்பாவுக்கு மொழி நன்றாகக் கைவரப்பட்டிருந்தது.

என்னுடைய கிண்ணத்தைச் சுத்தமாக நக்கிச் சாப்பிட்டு விட்டு, அவர் கிண்ணத்தை இழுத்து, அதிலிருந்து உணவையும் சாப்பிட்டேன். அவரது மொறுமொறுப்பான வெட்டுக்கிளிப் பங்கையும் சாப்பிட்டுவிட்டு, வயிறு நிரம்பிவிட்டதாக என்னை நம்பவைக்க முயன்றுகொண்டிருந்தேன். சிறிய வயிறுகளை நன்றாகக் கவனிக்க வேண்டும், அப்போதுதான் அவை பெரிய, வலிமையான, நல்ல வயிறுகளாக வளர முடியும் என்று அப்பா நம்பினார். ‘என் வயிறு வளர்வதற்கு இனி இடம் இல்லை. அதனால், எனக்குப் பரவாயில்லை’ என்று கூறி அப்பா இரவுதோறும் தன் உணவை எனக்காக விட்டுக்கொடுப்பார்.

வெளியே அடர்நீல நிறத்துடன் அடிவானம்வரை அமைந்திருந்த அழகான இரவு அது என்று எனக்குத் தெரிந்திருந்தது. அங்கேதான் அப்பாவை நான் கடைசியாகப்

பார்த்தேன். அது தெள்ளத்தெளிவான வானம். அவரது வயிற்றை இலகுவாக்குவதற்கு ஏதுவாக நிறைய நட்சத்திரங்கள் இருந்திருக்கும் என்பது எனக்குத் தெரியும். நான் உட்கார்ந்து சாப்பிட்டுக்கொண்டிருந்த இடத்திலிருந்து, அவருடைய மோசமான கால் பின்னால் தொங்கிக்கொண்டிருந்ததைக் காண முடிந்தது. அது தட்டையாகவும் முட்டியிலிருந்து கணுக்கால்வரை உள்நோக்கித் தள்ளப்பட்டும் இருந்தது. அழகானப் பெண்களுடன் அளவுக்கு அதிகமாக நடனமாடியதுதான் அதற்குக் காரணம். "என் கண்ணே அமிதேயா, இங்கே பார், இந்தக் காலுக்கு நினைவிருக்கிறது. ஏனென்றால், மரங்கள், காற்றால் இப்படியோ அப்படியோ எப்போதும் வளைந்திருக்கின்றன. ஒருவேளை காற்றே இல்லாவிட்டால்கூட அப்படித்தான்" என்றார். அவர் என்னைப் பார்த்துக் கண் சிமிட்டினார். நானும் திருப்பிக் கண் சிமிட்டினேன். என் அப்பாவும் நானும் ஒருவரையொருவர் புரிந்துகொண்டோம்.

'காதுகளின் பின்னால் காற்றின் வாசத்தையும், தொண்டைக்குழிகளுக்குள் மணல் வாசத்தையும் கொண்ட அழகானப் பெண்கள். அதற்குப் பிறகு, மரங்கள், பெருந்திரளான மரங்கள்.'

'ஆனால், மரங்கள் என்றால் என்ன, அப்பா?'

'இலைகள் உடைய உயரமான உயிரினங்கள்'

'இலைகள் என்றால் என்ன?'

'பச்சை உயிரினங்கள்'

'பச்சை என்றால்?'

மரத்தின் தோற்றத்தைக் காட்டுவதற்காக அவர் தன் புருவத்தை ஆழமாகச் சுருக்கினார். 'பச்சை உயரமானது, பெருமைக்குரியது. என் அன்பு மகளே, ஒருகாலத்தில் மரங்கள் அழகான பெண்களைப்போலப் பெருமையுடன் நின்றிருந்தன.'

என் அம்மாவும் மரத்தைப்போலப் பெருமையுடன் இருந்தார்களா? அத்துடன் எவ்வளவு அழகாக இருந்தார்கள்? எனக்கு மரங்களைப் பற்றிச் சொல்லுங்கள் அப்பா. எனக்கு அம்மாவைப் பற்றிச் சொல்லுங்கள்.

'அல்கெஸ்டா, மரத்தைப் போன்றே அழகானவள்' என்று அவர் முணுமுணுத்தார்.

'எனக்கு இன்னும் சொல்லுங்கள் . . .' நான் கெஞ்சினேன். ஆனால், அவர் ஒவ்வொரு இரவும் செய்வதைப்போல, நட்சத்திரங்களுக்குக் கீழே நடப்பதற்காகத் தயாராகி, ஏற்கெனவே எழுந்துவிட்டிருந்தார். அதனால், முணுமுணுக்கப்பட்ட பெயரைத்

தாண்டி என் அம்மாவைப் பற்றி எனக்கு எப்போதுமே எதுவும் தெரிந்திருக்கவில்லை. அல்கெஸ்டா. அம்மாவைப் பற்றிய கதைகள், மரங்கள், அவர்களுடனான அப்பாவின் நடனம், அந்த நடனம் எப்போது நின்றுபோனது, அவரது சிதைந்துபோன கால் ஆகியவற்றைப் பற்றிய என் கேள்விகள் எல்லாம் என் நாக்கிலேயே தங்கிப் போயின. நான் நடப்பதற்குக் கற்றுக்கொள்வதற்கு முன்பே நானும் அவரும் ஒருவரையொருவர் புரிந்துகொண்டிருந்தோம். எங்களுக்கிடையே 'நுழையக் கூடாத கதைகள் இல்லாத' பிராந்தியங்கள் இருந்தன. அமைதிப் பகுதிகள் இருந்தன.

ஆனால், அன்று இரவு நட்சத்திரங்கள் அணைந்தபோது, என் அப்பாவை நான் கடைசியாகப் பார்த்தேன். அப்போது அமைதி இல்லை. ஐந்நூறு நீலக்கூடாரங்களும் இருளில் கருப்பாக மாறியிருந்தன. கரண்டிகளின் உரசலும் நாக்குகள் கிண்ணங்களை நக்கிக்கொண்டிருக்கும் சத்தமும் இருந்தன. அது இரவில் பசியால் கொதிக்கும் வயிறுகள் அமைதியடைவதற்கான சத்தம். அடுத்த நாள், ஒருவேளை அதற்கு அடுத்த நாள் பெரிய அல்லது மேலான பங்கீடு பெறுவது பற்றிய கனவுக்கானது அந்தச் சத்தம். இல்லை, பங்கீடுகள் வந்துசேர்வதற்கானது. அவை வருவது ஒரு மாதமாக நின்றுவிட்டது. பூமியைக் கவலைக்குள்ளாக்கி எங்கள் பசித்த வாய்கள் மணலை அரைத்துக்கொண்டிருந்தன. சாம்பல் நிற வெட்டுக்கிளிகள் பூமிக்கு அடியில் எங்களுக்கு எட்டாத வகையில், ஆழமாகத் துளையிட்டுக்கொண்டிருந்தன.

விரைவிலேயே கரண்டிகள் கிண்ணங்களைத் தட்டுவது தொடங்கியது. இரவு உணவுக்குப்பிறகு நட்சத்திரங்களுக்குக் கீழே அப்பாக்கள் ஒன்றாக நடப்பதற்கான அழைப்பு அது. நான் என் அப்பாவின் கிண்ணத்தை நக்கிவிட்டு என் கிண்ணத்தை மீண்டும் நக்கினேன். அப்போது ஒரு பாடலைக் கேட்டேன். அது என் தலையிலிருந்த ஒரு கிசுகிசுவைப்போல ஒலித்தது.

அபராமா, எனக்குக் கதை சொல்லு
தயவுசெய்து மீண்டும்; ஆனால், மௌனங்களின்றி
அமிதேயா, அபராமாவின் கதை சொல்லு
தயவுசெய்து மீண்டும்; ஆனால், மௌனங்களைப் பாடு

சாம்பல் வெட்டுக்கிளிகளுக்கு வீங்கிப்போன நீல நிறக் கண்களும் நீல நிற மீசையும் இருந்தன. வினோதமான இறால்களைப்போல என்று என் அப்பா சொன்னார். அவருக்கு நீண்ட காலத்துக்கு முன்பே இறால்களைப் பற்றித் தெரிந்திருந்தது. ஆனால், எனக்குத் தெரியாது. நான் இறால்களையோ, அவை காணப்பட்ட தண்ணீரையோ ஒருபோதும் பார்த்ததில்லை. மென்மையான

ஓங்கொலியில் அவர் நீரை ஆறுறுறு என்றோ கடலை, என்னைத் தூங்கத் தூண்டும் கடல்ல்ல் என்றோ சொல்வார். என் அப்பா, பெரிய பெரிய நீர்நிலைகளையெல்லாம் பார்த்திருக்கிறார். 'சில நேரங்களில் அவை இந்தப் பாலைவனத்தைப்போல பெரியதாக, நீல நிறத்திலிருந்தன'. அதிலும் குறிப்பாக, உப்புக் கரிக்கக்கூடிய அவற்றை நான் குடிக்க முடியாது என்று அவர் கூறியதால் என்னால் அவற்றைக் கற்பனை செய்ய முடியவில்லை. எனக்கு அடிவானத்துக்கு அப்பாலிருந்து நீல பீப்பாய்களில் பங்கீடு செய்து அளிக்கப்படும் தண்ணீரைத்தான் தெரியும்.

நீண்ட காலத்துக்குமுன், அவர் வெட்டுக்கிளிகளைப்போல இருந்த இளஞ்சிவப்பு நிற இறால்களைச் சாப்பிட்டிருக்கிறார். நாக்கைச் சப்பியபடி, 'ஒரு வகையில், அவை வழக்கமானதைப் போலத்தான் இருந்தன' என்றார். இளைஞனாக அழகான பெண்களுடன் நடனமாடிக்கொண்டிருந்தபோது, அவர் இறால்களை உண்டிருக்கிறார்.

இறுதியாக நான் வெட்டுக்கிளியின் தலையை உடைத்துக் கடைசி வாயாக என் நாக்கின் அடியில் சேமித்துவைத்துக் கொண்டேன். அப்போது நீலக் கண்கள் வெடித்து இளஞ்சிவப்பாக மாறுவதாகக் கற்பனை செய்தேன். ஒருவேளை நீ உன்னைக் குத்திக்கொண்டால் உன்னிலிருந்து வரும் நிறத்தைவிட ஒரு இழை குறைவானது இளஞ்சிவப்பு, என்று சொன்னார் அப்பா. அதற்குப் பிறகு, என் ஆடையின் ஓரத்தால் இரண்டு கிண்ணங்களையும் துடைத்துத் தலைகீழாகக் கவிழ்த்து வைத்தேன். பக்கத்திலேயே இரண்டு கரண்டிகளையும் என் பாயின் அடியில் வைத்தேன். நீல ஒளியை அணைத்தேன். அதுவும் சிறிய கண்ணாடிக் குப்பிகளில் பங்கிட்டு அளிக்கப்பட்டது. குப்பிகள் பார்க்க அழகாக இருந்தன. ஆனால், பயனில்லை. அந்த விளக்கு மிகவும் சிறியதாகவும் மிகவும் மங்கலாகவும் இருந்தது. நாங்கள் எங்கள் கடைசி விளக்கைப் பயன்படுத்திக்கொண்டிருந்தோம். ஒருவேளை நாங்கள் போதுமான மணலை, சிறந்த வகை மணலைக் கண்டுபிடித்துவிட்டாலும் ஒருவேளை மறைந்திருக்கும் வெட்டுக்கிளிகளை ஏமாற்றி வெளியே கொண்டுவர முடிந்துவிட்டாலும் நாளைக்கு நாங்கள் இருளில் சாப்பிட வேண்டியிருக்கும்.

கிண்ணங்களைத் தட்டும் சத்தம் தொடர்ந்தது. இருளில் என் அப்பா நடந்து வருவதைக் கற்பனை செய்தேன். அவர் கடைசி நட்சத்திரம் கண்ணை மூடும்வரை, அதாவது அதிகாலை வரையில் திரும்பிவர மாட்டார். நான் அவருக்காகக் காத்திருக்க வேண்டிய தில்லை. "ஆழ்ந்து தூங்கு, அப்போதுதான் நீ பெரியவளாக, வலிமையானவளாக, நன்றாக வளர முடியும்." என் அப்பா என்னைப் பார்க்கும்போதெல்லாம் இவ்வாறு பெருமூச்சுவிட்டார்.

அந்த இரவு பாயில் படுப்பதற்கு முன்னால் நானும் பெருமூச்சுவிட்டேன். என் கண்ணிமைக்குள் அப்பாவுடன் நடக்க ஆரம்பித்தேன். நாங்கள் நீண்ட தூரம் நடந்து செல்வதாகக் கற்பனை செய்தேன். கீழ் வானத்துக்கு அருகேவரை நடந்தோம். ஆனால் ஒருபோதும் அதைத் தொடவில்லை. அதற்குப் பிறகு அவர் எப்போதும் செய்வதைப்போல நாங்கள் திரும்பிவந்துவிட்டோம். அவரால் வேறு எங்கே செல்ல முடியும்?

என்னால் தூங்க முடியவில்லை. வெளியே அடிவானத்தைப் பார்க்கத் திரும்பினேன். கூடாரங்களை இன்னும் சிறிது திறக்க வைப்பதற்கு எனக்குத் தைரியமில்லை. வானம் இப்போதும் கருப்பாகவே இருந்தது. இழுத்துக்கொண்டிருக்கும் காலைப் பார்க்க நான் விரும்பவில்லை. அத்துடன், அழகான பெண்களுடனான அவரது நடனத்தையும் சந்தேகிக்கிறேன். உயரமாகவும் செருக்காகவும் இருக்கும் அப்பெண்கள் இரண்டு நல்ல கால்களில் நடக்கக்கூடிய இளைஞனின் கைகளில் எப்போதும் இருக்க வேண்டும்.

வானில் மூன்று நட்சத்திரங்கள் தலைகீழாக 'V' வடிவத்தை அமைத்திருந்தன. கோபுரத்தின் உச்சியைப்போல, என்று அப்பா சொல்வார். அப்பா கோபுரங்களைப்பார்த்திருக்கிறார். 'நீ வளர்ந்த பிறகு, சரியான நேரத்தில் இவற்றை உன்னாலேயே பார்க்க முடியும். ஆனால், இன்னும் அந்தக் காலம் வரவில்லை. அதனால், பெரியவளாக, வலிமையானவளாக, நன்றாக வளர்வதற்கு ஆழ்ந்து தூங்குவேன் என்று எனக்குச் சத்தியம் செய்.' சத்தியத்தைக் காப்பாற்றுவதற்காக என்னை நானே கட்டாயப்படுத்திக்கொண்டேன். இருந்தாலும், சிலகாலம் ஏமாற்றியிருக்கிறேன். என் கண்ணிமைக்குள் மின்னக்கூடிய மூன்று விஷயங்களையும் பொறித்து வைத்துக்கொண்டேன். அத்துடன், இருளின் சலசலப்பொலியால் கோபுரங்களுக்குத் தாலாட்டுப் பாடப்படுவதையும் கேட்டேன். மற்ற கூடாரங்களில் இரவு உணவு அப்போதுதான் முடிவுக்கு வந்துகொண்டிருந்தது.

இறுதியாகக் கரண்டிகளின் சுரண்டல் சத்தம் நின்றது.

அதற்குப் பிறகு கிண்ணங்களை நக்கும் சத்தம்.

அதற்குப் பிறகு, காற்று வீசி ஐந்நூறு கூடாரங்களையும் படபடக்க வைத்தது.

அதற்குப் பிறகு, நட்சத்திரங்கள் பற்றி, நட்சத்திரங்கள் ஓய்வெடுப்பது பற்றி, ஓர் இரவு ஓய்வெடுப்பது பற்றி, எங்கள் கடைசி இரவுக்காக என நீலப் பெட்டி பாடியது.

இந்த எச்சரிக்கையை யாரால் கேட்டிருக்க முடியும்? நீண்ட, மென்மையான ஸ்ஸ்ஸ்ஸ்–உடன் ஓய்வு. நாங்கள் அதை எங்கள் மூச்சாக, எங்கள் கனவுகளின் ரீங்காரமாக நினைத்திருந்தோம்.

'அமிதேயா ஆஆஆஆஆஆ – அமிதேயா ஆஆஆஆஆ!'

நட்சத்திரங்கள் பிரகாசமாக மின்னுவதற்கு முன்னால், அவரது அழுகை, அதையும் கனவு கண்டேனோ? விளக்குகள், விளக்குகள்! அவை மழையாய் எங்கள் கூடாரங்கள், பாய்கள், கிண்ணங்கள், கரண்டிகள் மீது விழுந்தன. அவை தங்களின் பாடலுடன் எங்கள் கண்கள், காதுகள், நாக்குகள், மூக்குகள், தோல் ஆகியவற்றைப் பாதித்தன. விளக்குகள், கண்ணைக் கூச வைக்கும் விளக்குகள். கண்ணைப் பறிக்கும் விளக்குகள். ஒருமுறைகூடப் பங்கீடு செய்யப்படாதவை. எங்களுக்குப் போதுமானவரை கிடைத்தது.

இப்படியொரு அபரிமிதத்தை, இப்படியொரு சுட்டெரிக்கும் வெப்பத்தை நான் கனவு கண்டேனா?

அவர்கள் நட்சத்திரங்களைச் சுட்டுத்தள்ளினார்கள்
அவர்கள் நட்சத்திரங்களைச் சுட்டுத்தள்ளினார்கள்
அவர்கள் நட்சத்திரங்களைச் சுட்டுத்தள்ளினார்கள்
அவர்கள் நட்சத்திரங்களைச் சுட்டுத்தள்ளினார்கள்

✦

கருப்பு. வானம். பாலைவனம். அத்துடன் *1 முதல் 500 வரை கூடாரங்கள்*. எல்லாமே சாம்பலின் நிறம். ஆனால், அதற்குப் பிறகான, பத்து ஆண்டுகளுக்கு எனக்கு அது தெரிந்திருக்கவில்லை. நிலத்தில் ஒருநூறு அடிக்குக் கீழே என் கண்கள் மூடியிருந்தன. என் அப்பாவிடம் அளித்த சத்தியத்தைக் காப்பாற்றிக்கொண்டிருந்தேன். நான் தூங்கிக்கொண்டிருந்தேன்.

✦

அவை சிறியதாகவும் கதகதப்பாகவும் மறைவாகவும் இருந்தன. நாங்கள் சாப்பிடும் தானியங்களையே அவையும் சாப்பிட்டன. அதற்குப் பிறகு தானியங்கள் கிடைக்காமல் போயின. அதனால், அவை மணலைத் தின்றன. நாங்கள் அவற்றையும் மணலையும் சாப்பிட்டோம். பிறகு, அவற்றை உண்பவர்களை அவை சாப்பிட்டன. பிறகு, அவை தங்கள் கழுத்துவரைக்கும் சாப்பிட்டன. என்ன இருந்தாலும் நாங்கள் வெறும் ஐந்நூறு குடும்பங்கள்தாம். அதனால், அவரைக்காய்கள் தங்கள் வாய்களை மூடி வைத்துக்கொள்ள முடியாமல் வெடித்துச் சிதறுவதைப் போல அவை வெடித்துச் சிதறின.

இதை நான் கனவு கண்டேனா?

நிலத்துக்கு மேலே இருந்த கருகிய உடல்கள் என்னைக் காப்பாற்றின. நான் மிகவும் ஆழமாகவும், மிகவும் மறைவாகவும் புதைக்கப்பட்டிருந்தேன். முன்பு, வெட்டுக்கிளிகள் ஓர் அமைதியான காலத்துக்குப் பிறகு, முதலில் தேடி, எப்படி வெளியே ஏறிவந்து, இறந்தவர்களைக் கொறித்தனவோ அப்படி. இதையும் நான் கனவு கண்டேனா? அத்துடன், 425ஆவது கூடாரத்தின் கூரை தீயால் மூழ்கடிக்கப்பட்டதா? அதற்குப் பிறகு, இரண்டு கிண்ணங்களின் வழியாக, 100 அடிக்குக் கீழே அது வெடித்துச் சிதறியது. எனக்கொரு படுக்கையை உண்டு பண்ணிக் கொடுத்தது. சிறிய, கதகதப்பான, மறைவான ஒன்று.

என் படுக்கை அல்லது கல்லறையில், நான் என்னுடைய தந்தை நடந்து வருவதையும், ஆனால், அவர் அடிவானத்தை ஒருபோதும் சென்றடையாததையும் மீண்டும் மீண்டும் கனவு கண்டேன். எப்போதும் அவரைப் பின்தொடர்ந்தே நடந்து வந்தேன். ஆனால், அடிவானத்தை அடையும்போது, அவரைக் கடந்து நடந்து சென்றேன். அந்தப் பக்கம் விழுந்துவிட்டேன். அவரின் இரவு உணவு செரித்ததா, இல்லையா என்று இன்னும் யோசித்துக்கொண்டிருக்கிறேன். இரவு உணவு – மின்னும் கிண்ணங்களில் இளஞ்சிவப்பு இறால்கள். அவற்றை முழுவதுமாக ரசித்துச் சுவைத்துச் சாப்பிட்டு முடித்திருந்தோம் என்பதை என்னால் உறுதியாகச் சொல்ல முடியும். எங்கள் வயிறு நிரம்பி யிருந்தது. அதனால், கிண்ணங்களை நக்க வேண்டிய அவசியம் ஏற்படவில்லை. இதுவரை நாங்கள் சாப்பிட்டதிலேயே அதுதான் எங்களது சிறந்த உணவு. ஆனால், நாங்கள் இருளில்தான் சாப்பிட்டு முடித்தோம் என்பது நிச்சயம். பங்கீட்டில் அளிக்கப்பட்டிருந்த நீலக்குப்பி விளக்குகள் வெடித்துச் சிதறியிருந்தன. அத்துடன், நட்சத்திரங்கள் எல்லாம் காணாமல்போயிருந்தன. வானம் கருமையால் நிரம்பியிருந்தது. மேலே அங்கே, யாரும் யாரையும் விஞ்சிவிடவில்லை. கீழே இங்கே, அனைவரும் இருளால் சமமாகப் பாதுகாக்கப்பட்டிருக்கிறோம்.

என் கனவில், இருளில் என் தோலை ஏதோ கொறித்து, கருப்பாக்கிவிட்டிருந்தது. எரிநட்சத்திரம் என்னை எரித்து விட்டிருந்தது. இதையும் நான் கனவு கண்டேனா?

ஒருகாலத்தில் நீலக் கண்களும் மீசைகளும் கொண்ட பூமியின் கீழ் வாழ்ந்துகொண்டிருந்த சாம்பல் நிற உயிரினங்களின் கடைசி உயிரினம்தான் என்னைக் கொறித்திருந்தது. அதுவும் என்னை மாதிரி கருத்துப்போயிருந்தது. அதனால் ஏற முடிய வில்லை. அது நிலத்துக்கு மேலே விருந்துக்கு வர முடியவில்லை.

அதனால் அது காப்பாற்றப்பட்டது. வெடிப்பினால் அது தன் கூட்டிலிருந்து தூக்கியெறியப்பட்டு, என்னுடன் ஆழமான குழிக்குள் விழுந்துவிட்டிருந்தது. சிக்கிக்கொண்டதால், குழம்பிப் போய், எப்படிச் சாப்பிடுவது என்பதை மறந்துபோயிருந்தது. தன் வழியை மறித்துகொண்டிருந்த கல் என்று நினைத்து அது என்னைக் கொறித்தது. எரிந்துபோய்த் திட்டுகளாக இருந்த பகுதிகளைக் கொறித்தது. பிறகு, அது களைப்படைந்துவிட்டது. அது என் முன்நெற்றியின் அடியில் சென்று கொறிக்க ஆரம்பித்தது. பிறகு, அங்கேயே பத்து ஆண்டுகளுக்குத் தூங்கிவிட்டது.

நாம் மற்றவர்களின் கனவுகளைக் காதுகொடுத்துக் கேட்கிறோம்
மற்றவர்களின் மனதில் நுழைந்தும் கேட்கிறோம் – ஒருகாலத்தில்
வெட்டுக்கிளியாக

பிறகு ஒரு பெண்ணாக, பிறகு ஒரு வெட்டுக்கிளிப் பெண்ணாக
ஒற்றைக் கனவொன்றைக் கண்டுகொண்டிருக்கிறாள்.

⅄

இதற்கு முன்னர், கருப்பு – வெள்ளை பூமியைப் பார்த்ததேயில்லை என்று பீனேப் என்னிடம் சொன்னாள். அவளுக்குப் பழுப்பு நிறம் மட்டுமே தெரிந்திருந்தது. அவளுக்குப் பாலைவனம் மட்டுமே தெரிந்திருந்தது. அதுதான் அவளுடைய வீடு. இப்போது அவள் அதையும் விட்டுத் தொலைவில் சென்றிருந்தாள். ஐந்து நாட்களாக நடந்துகொண்டிருந்தாள். அவளுக்குச் சோர்வாகவும் தாகமாகவும் இருந்தது. ஆனால், பசியை ஆரம்பத்தில் அவளால் தாங்கிக்கொள்ள முடிந்தது. அவள் தன் சட்டைப் பையில் வைத்திருந்த பார்லியைக் கொறிக்கத் தொடங்கியிருந்தாள்.

அவளது சொந்தப் பாலைவனத்தில், யாரும் ஏறுவதற்கோ அடிவானத்துக்கு அப்பால் பார்ப்பதற்கோ அச்சப்படும் உயரமான சிகரத்திலிருந்து, அவள் இருளையும் ஒளியையும் வைத்துத் தொலைவில் ஏதோவொன்றைக் கண்டறிந்தாள். அவை அவளுக்குத் தெரிந்திருந்த நிறங்கள் இல்லை. அவள் ஒரேயொரு முறை, ஒரு முறைதான் பார்த்தாள். உறுதியான நீண்ட பார்வை. அவள் அங்கே இருந்து அடிவானத்துக்கு அப்பால் எதையோ உளவு பார்க்கிறாள் என்று யாராவது கண்டறியும்வரை பார்த்துக்கொண்டிருந்தாள். அவள் அடிவானத்துக்கு அப்பால், ஏதோவொன்றை உளவுப்பார்த்துக்கொண்டிருந்தாள்.

யாரும் பார்க்கக் கூடாது
யாரும் அடிவானத்தைத் தாண்டி நடக்கக் கூடாது

தொலைதூரத்திலிருந்து, நம் கனவுகள்கூட அறிந்திராத ஓர் இடமான ஐந்து ராஜ்ஜியங்கள் இந்தச் சட்டங்களைப்

பிறப்பித்திருந்தன. ஒவ்வொரு நாள் காலையும் வாய்களுக்கான அமைச்சர் ஆரஞ்சு நிறப் பெட்டியில் பாடினார். பீனேப்பின் களிமண் குடிசையில் அதுதான் பிரகாசமான பொருள். பிறகு, அவர் தன் பாடலைப் பண்புகள் பற்றி எடுத்துக் கூறி முடித்தார். இந்தப் பாடல், கால்களின் அமைச்சரால் எழுதப்பட்டிருந்தது. அவர்தான் போக்குவரத்து, நடைபாதை குறித்த எல்லாப் பாடல்களையும் எழுதியிருந்தார்: நடப்பது, ஓடுவது பற்றியும்கூட, எப்படி, எங்கே உங்களால் நடக்க அல்லது ஓட முடியும், உலகின் எல்லா வந்து–போகும் இருவழிப் பாதைகள் குறித்தும் அவர் எழுதியிருந்தார்.

ஆரஞ்சுப் பெட்டி, அஸ்தமனமாகும் சூரியனின் அடர் ஆரஞ்சு நிறத்தைப் போலவும், பாலைவனத்தின் ஆழமான நிறத்தைப் போலவும் இருந்தது. இது, ஐந்து ராஜ்ஜியங்கள், பிரகாசமான வண்ணங்கள் வேண்டாமென்று எல்லா நிறங்களையும் எளிமைப்படுத்துவதற்காக அவற்றை மழையின் காவி நிறத்துக்கு மட்டுப்படுத்துவதற்கு முன் இருந்த நிலை. பிரகாசமான வண்ணங்கள் கண்களை இன்னும் அதிகமான பிரகாசத்துக்கு ஆசைப்பட வைக்கும். அது ஆரோக்கியமானதல்ல என்று வாய்களின் அமைச்சர் பாடினார்.

காவி மழை, சூரியனையும், வானத்தையும்கூடக் காவியாக மாற்றியது. அது முடியைக் கொட்ட வைத்தது, வயிறுகளைச் சுருங்க வைத்தது. அது செலவை மிச்சப்படுத்துவதற்கான மழை என்ற வதந்தி பரவியது. ராஜ்ஜியங்கள், பேன் விஷத்தையோ அல்லது வழக்கமான அளவில் பார்லியையோ தண்ணீரையோ வழங்க வேண்டியதில்லை.

மந்தமான ஒற்றை வண்ணமான பழுப்பு நிறத்தின் எல்லாச் சாயல்களிலும் வாழ்வதாக பீனேப் நம்பினாள். அழகு நயமிக்க காவி நிறம், ஆஹா! நல்ல வேளை, ஆரஞ்சுப் பெட்டி இருந்தது. அதை எல்லோரும் பாதுகாத்தார்கள். ஏனென்றால், அது மந்தமான பழுப்பு நிறத்திலிருந்து பெரும் மாற்றமாக அமைந்திருந்தது. ஆரஞ்சு நிறம் ஒரு சலுகை. அப்போதுதான், பீனேப்பின் மக்கள் பாடல்களைக் கேட்பார்கள். மரியாதைக்குரிய தலைவர் புத்திசாலித்தனத்துடன் யோசித்தார்:

கண்கள் மதித்துப் பாதுகாப்பதைக் காதுகளும் பாதுகாக்கும்

அதைவிட புத்திசாலித்தனம் எதுவென்றால் *காவி* என்ற சொல்லைப் பரிசாக வழங்கியதுதான். பாலைவனத்தின் நிறம். தன் அமைச்சர்களுடன் ஆலோசித்த பிறகு, விலங்குகளைப் போல எல்லாமே வாழ்விடத்துடன் எல்லா விதங்களிலும் கலந்துபோக

வேண்டுமென்று மரியாதைக்குரிய அமைச்சர் விவேகமாக முடிவெடுத்தார்.

சமச்சீர்மைக்காக, சமத்துவக்காக, நீதிக்காக

அவர் மாபெரும் மாற்றங்களை யோசித்தார். அதனால், மணல், வானத்தைப்போல எல்லாமே காவியில் பங்கீடு செய்யப்பட்டது. பழுப்பு நிறத்தைவிட இந்தச் சொல் இன்னும் வண்ணமயமாக இருப்பதாக வாய்களின் அமைச்சர் தெரிவித்தார். அதனால், எல்லாமே காவியானது. தண்ணீர் பீப்பாய்கள்கூட; அத்துடன், நிச்சயமாக பார்லியும் காவியாகிவிட வேண்டும் என்று அவர் முடிவெடுத்தார்.

பீனேப்பின் உள்ளங்கையில் ஆரஞ்சுப் பெட்டி லேசாக இருந்தது. ஆனால், கனமான சொற்களைப் பாடிக்கொண்டிருந்தது: யாரும் பார்க்கக் கூடாது. யாரும் அடிவானத்தைத் தாண்டி நடக்கக் கூடாது. கூடாது என்ற சொல்லில் அழுத்தம் மிக அதிகமாக இருந்தது அவளுக்குத் தெரிந்திருந்தது. அப்படியொரு எச்சரிக்கையை எந்தக் காதினாலும் தவறாக உணர முடியுமா? ஆனால், அவளோ, தனக்காக மிகவும் ஆர்வத்தை வளர்த்துக்கொண்டாள். அவள் கண்கள் இரவில் வலித்தன, அதற்குப் பிறகு, அவளின் நெஞ்சு வலித்தது. ஏனென்றால், தடை செய்யப்பட்ட சிகரத்தைத் திருட்டுத்தனமாக ஏறிய பிறகு, அவள் கண்ணிமைகளுக்கு அடியில் அந்தப் புதிய வண்ணங்களைத் தொலைவிலிருந்து பார்த்துக்கொண்டேயிருந்தாள்: கருப்பு, வெள்ளை. அவை அவளின் இதயத்துக்குள் கசிந்தொழுகின. அவள் அந்த கிராமத்தின் எல்லைக்கு நடந்துசெல்வதாகக் கனவுகண்டாள். ஆனால், காலையில் எப்போதும் திரும்பி வந்துவிடுவாள். அவளால், வேறு எங்கே செல்ல முடியும்?

அவள் இப்போது சூடாக இருந்தாள். சாணத்தின் நிறத்தில் அவள் சுற்றியிருந்த ஆடையால் மறைக்கப்படாத அவள் உடல் பாகங்கள், சூரியனின் வெப்பத்தால் சூடாயின. எல்லாப் பெண்களும் அதே நிறத்தைத்தான் அணிந்திருந்தார்கள். ரகசிய மாக அதை வெறுத்தார்கள். பீனேப்பிற்குப் பதினாறு வயது. மூன்று பெண்களில் அவள்தான் பெரியவள். அதை அவள் மிகவும் வெறுத்தாள். சாணம்! மற்ற பெண்களெல்லாம், அவள் பிறப்பதற்கு முன்னால், எப்படி பிரகாசமான பிற வண்ணங்கள் இருந்தன, அவைக் கண்களை அற்புதமான வகையில் துன்புறுத்தின என்பது பற்றிக் கிசுகிசுத்தார்கள். மஞ்சள் சூரியனுக்கு எதிரே நீலப் பறவைகள். பச்சைக் கள்ளிச் செடியின்மீது சிவப்பு மொட்டுகள். காவி மழைக்கு முன் இது.

எரியும் பழுப்பு நிறத்தின் கீழ் பல மைல்கள் கடந்துவந்த பீனேப், தான் சுற்றியிருந்த ஆடையைத் தலையை மறைக்கும்படி சரிசெய்துகொண்டாள். அது வெப்பத்தில் எப்போது வேண்டுமானாலும் வெடித்துவிடும்போல இருந்தது. நீலநிற முடி, சிவப்புக் கன்னங்கள், பச்சை உதடுகள் இருந்தால் எப்படி இருக்கும்? அவள் தன்னைக் கூர்முனையால் குத்திக்கொண்டபோதுதான் அவளுக்குச் சிவப்பு நிறம் தெரிந்தது. காவி மழைக்குப் பிறகு, வானம் மீண்டும் ஒருபோதும் நீலநிறமாக மாறாது. அத்துடன், நிச்சயமாக அவளுக்குப் பச்சையையோ முடியையோ பற்றித் தெரிந்திருக்கவில்லை.

அவளுடைய சகோதரிகள் அவள் தேற மாட்டாள் என்று சொன்னார்கள். அவள் அடிக்கடி பீப்பாய்த் தண்ணீரில் தன் பிம்பத்தைப் பார்த்து ரசித்துக்கொண்டிருப்பதை அவர்கள் பார்த்திருக்கிறார்கள். உண்மை என்னவென்றால், அவள்தான் மிகவும் மந்தமாக இருப்பதற்கு அவளைத் திட்டிக்கொண்டிருந்தாள். அதனால், அவள் தன் முகத்தைப் பிரகாசமாக்குவதற்காக முகத்திற்கு அருகில் ஆரஞ்சு பெட்டியை வைத்திருப்பதைப் பழக்கமாகக்கொண்டிருந்தாள். அவளுடைய குடும்பத்தினர் அவளது இந்தத் தோற்ற கர்வத்தை மன்னித்திருந்தார்கள். அவள் எப்போதும் இயல்பாகப் பாடல்கள் கேட்டுக்கொண்டிருந்தாள்.

அவள் புறப்படுவதற்கு முன், இரண்டு கைப்பிடி நிறைய பார்லியை எடுத்து பெட்டிக்குள் போட்டுத் தன் சட்டைப் பையில் வைத்துக்கொண்டாள். அவள் நடை செல்வதாகத் தன் சகோதரிகளிடம் சொன்னாள். அதற்கு அவர்கள் இருவரும் முகத்தைச்சுளித்தபடி, ‘ஆனால், சூரியன் அஸ்தமனத்திற்கு முன் இரவு உணவைச் சமைப்பதற்கு வீட்டுக்கு வந்துவிட வேண்டும்,’ என்றார்கள்.

‘இரவு உணவுக்கு இன்று உன்னுடைய முறை, நான் அன்றாடம் சமைக்கிறேன்’ என்று பீனேப் எதிர்த்தாள்.

‘ஆனால், பெரிய பெண்தான் இரவு உணவு சமைக்க வேண்டும் என்று ஆரஞ்சுப் பெட்டி பாடுகிறது.’

‘பீனேப் தன் சட்டைப் பையில் இருந்த ஆரஞ்சுப் பெட்டியைத் தடவியபடி சிரித்தாள். ‘நீங்கள் அதைத் தவறாகக் கேட்டிருக்கிறீர்கள். பாடல்களைப் பற்றி உங்களுக்கு என்ன தெரியும்? நான் அவற்றை அன்றாடம் கேட்கிறேன்.’

‘நாங்கள் உன்னைப் பற்றி அம்மா, அப்பாவிடம் சொல்கிறோம்’ என்று ஒரே தொனியில் இரண்டு தங்கைகளும் கத்தினார்கள்.

'அவர்கள் எங்கே?'

'வேறெங்கே, பொருட்கள் வாங்க வரிசையில் நின்றிருக்கிறார்கள்.'

பீனேப் வரிசையில் நிற்பதற்கு மறுத்துவிட்டாள். அவளுடைய பெற்றோர், அவளின் பிடிவாதத்தால் எரிச்சலாகி எப்போதும் கையைப் பிசைந்தபடி இருந்தனர். ஆனால், பீனேப் எல்லாக் கண்டிப்புகளையும் இயல்பாகத் தாண்டிச்சென்றாள். ஐந்து ராஜ்ஜியங்களின் தயவிற்காக வரிசையில் நிற்பதைவிட வாழ்க்கையில் அனுபவிக்க இன்னும் நிறைய இருக்கிறது. அவள் காத்திருப்பதை வெறுத்தாள். தன் பசிக்குத் தானே பொறுப்பேற்றுக்கொள்ள வேண்டுமென்று நினைத்தாள். அதனால், அவள் தன் பெற்றோர் வெளியில் இருக்கும்போது நடப்பதற்குச் சென்றாள். அவர்கள் அவளின் தப்பித்தலைப் பொறுத்துக்கொண்டார்கள். ஆனால், அதற்கு ஒரே காரணம், உணவுத் தேடுதலில் அவளுக்கு இருந்த திறமைதான். வயிற்றுக்கான வித்தியாசமான உணவுத் துண்டுகளைத் தேடிச் சேகரிக்க, பார்லியை, பார்லியைவிட இன்னும் சுவையாக மாற்றுவதற்கு, இன்னும் வித்தியாசமாக, இன்னும் கொஞ்சம் விஷேசமாக மாற்றுவதற்கு அவள் வழி வைத்திருந்தாள். பீனேப் துணிச்சலாகப் பலவற்றை முயல்பவளாக இருந்தாள். அவள் நடந்தாள், சேகரித்தாள், பரிசுகளுடன் திரும்பி வந்தாள். இன்று ஒருவேளை அவளால் இன்னும் சற்று தூரம் கூடுதலாகச் செல்ல முடியலாம். சற்று சுற்றித்திரியலாம். புதிய வண்ணங்களை, புதிய சுவைகளைக் கண்டுபிடிக்க முடியலாம். யாருக்குத் தெரியும்.

கால்கள் தொலைதூரம் செல்ல அரித்தால்
அது தலைக்குத் தெரியுமா?
கண்கள் வண்ணங்களைக் கண்டுபிடித்தால்
கால்கள் பலவீனமாகிப் போகுமா?

♐

கருப்பு இன்னும் கருமையானது. வெள்ளை இன்னும் வெண்மையானது. இந்தப் பெயர்கள் எல்லாம் தெரிவதற்கு முன்பே, இந்த வண்ணங்கள் அவளின் கண்கள், இதயம், தலைக்குள் கசிந்தொழுகிக்கொண்டிருந்ததாக பீனேப் சொன்னாள். எல்லாமே வலித்தது. ஆனால், இதயம் அதிகமாக வலித்தது. ஒவ்வொரு அடி எடுத்துவைக்கும்போதும் ஏதோ ஒரு கை அதை அழுத்திப்பிழிவதைப்போல இருந்தது. என்ன பாலைவனம் இது? இது பாலைவனம்தானா? பார்லியை மெல்லுவதை நிறுத்தினாள். பிறகு நடப்பதை நிறுத்தினாள். அவளது பாதங்களே அவளை நிறுத்தின. அவளது பாதங்கள் பயந்துபோயிருந்தன.

வெட்டுக்கிளிப் பெண்

ஆனால், பீனேப் தன் பொருட்டே எப்போதும் அதீத ஆர்வத்துடன் இருந்தாள். இன்னும் நானூறு அடிகள் எடுத்துவைத்தால் அவளுக்குத் தெரிந்துவிடும். அவள் எடுத்துவைக்கும் அடிகளை வைத்து தூரத்தை எப்படிக் கணக்கிட வேண்டும் என்பதைக் கற்றுக்கொண்டிருந்தாள்.

இரவைவிட இன்னும் அடர்ந்த நிறம் அது. வழக்கத்தைவிட மிக அடர்ந்த இரவு அது. பிறகு, இங்கேயும் அங்கேயுமாக வெளிச்சத்தின் சில தெறிப்புகள். சொல்லப்போனால் அது வெள்ளையாக இருந்தது. அந்த வெண்மை கருப்பைப் போலத் தட்டையாக இல்லை. ஆனால், அவள் அருகில் செல்லச் செல்ல அவளது கண்களில் அவைகளாகவே வடிவங்களாகிக் கொண்டிருந்தன. அவளது இதயத்தைச் சுற்றியிருந்த கை இறுக்கமானது. அவளது தலை வேகமாகத் துடித்தது. சூரியனின் இடப்பெயர்ச்சி, நூற்றுக்கணக்கான வெள்ளைக் குச்சிகளையும், பந்துகளையும் போலக் காட்சியளித்தது. அவற்றில் சில சிறு விறகுகளைப் போல இருந்தன. பெரும்பாலும் யாரோ அவற்றைச் சிறிய கட்டுகளாகப் பிரித்துப் பரப்பி வைத்திருந்ததைப் போல இருந்தன. முன்னணியில், அடிவானத்தின் நீளத்துக்கு ஏற்றவாறு, ஓட்டைகளுடைய பந்துகள், ஒத்திசைவுப் பாங்குடன் அமைக்கப் பட்டிருந்த குச்சிகள் என அவற்றின் வரிசை அமைந்திருந்தது.

ஐம்பது அடிகள், இருபது அடிகள். இன்னும்கூட பீனேப் அவள் எதைப் பார்த்தாளோ அதை நம்புவதற்கு மறுத்தாள். ஏதோவொரு உயிரினத்தின் தாடையின் எச்சம், எலியின் தேய்ந்து மெருகேறிய எலும்புகள், வீட்டிலிருந்து வெகுதூரம் சுற்றித் திரியச் சென்ற சிறுவன் என அவள் சுற்றித் திரிந்த பயணங்களின் படங்கள் வந்துஅவளின் தலைக்குள் சென்றன. அவை அவளை அழவைத்தன. இப்போது அவளுக்கு மயக்கம் வருவதைப் போல இருந்தது. அவள் முழங்கால்கள் தளர்ந்தன. அவள் வாய் திறந்தும் மூடியபடியும் இருந்தன. ஆனால், அவள் தன் குரலை இழந்துவிட்டிருந்தாள். இதுவாக இருக்க முடியாது. இதுவாக இருக்க முடியாது.

கருப்பு பூமி, வெள்ளை எலும்புகள்! கண்களால் எவ்வளவு தூரம் பார்க்க முடியுமோ, வாழ்நாளுக்கான அடிகள் எவ்வளவு இருக்குமோ அவ்வளவு இருந்தன. அவள் எண்ணிக்கைக்கு அப்பாற்பட்ட அடிகள்.

வாயை மூடுவதற்கு மறந்துவிட்ட பெண்ணை உற்றுப் பார்த்துக்கொண்டிருந்த மண்டையோடுகள் மீது சூரியனின் ஒளி எப்படிப் பாய்ந்துக்கொண்டிருந்தது.

அவள் ஏதோவொரு கூர்மையான பொருளின்மீது விழுந்து விட்டாள். ஆனால், அவள் தன் கைகளிலும் முழங்கால்களிலும் ரத்தம் ஒழுகுவதைக்கூடக் கவனிக்கவில்லை. பாதி விலா எலும்பின்மீது சாய்ந்தபடி இருந்த மண்டையோட்டின் கூர்மையான பார்வையின்மீது அவள் கவனம் இருந்தது. தன்னை அது கேள்வி கேட்பதாக பீனேப் நினைத்தாள். அவளும் நீண்ட நேரத்துக்கு அதை வெறித்துப் பார்த்துக்கொண்டிருந்தாள்.

'யாரும் பார்க்கக் கூடாது
யாரும் அடிவானத்தைத் தாண்டி நடந்து செல்லக் கூடாது'

தன் சட்டைப் பையிலிருந்து வந்த பாடலைக் கேட்டு பீனேப் குதித்தாள். அவள் ஆரஞ்சுப் பெட்டியைப் பற்றி நினைத்தாள். திடீரென்று அவளுக்கு ஓட வேண்டும் என்று தோன்றியது. அந்த ஸ்வரங்கள் அவளை வசைபாடின. அவள் அந்தப் பெட்டியைத் தன் கைகளால் மூடுவதற்கு முயற்சி செய்தாள். ஆனால், நிச்சயமாக அது தன் பத்து நிமிட ஓட்டத்தை முடித்துவிட்டே நிற்கும். வேறு யாராவது இதைக் கேட்கிறார்களா என்ற பயத்துடன் அதைப் பிடித்திருந்தாள். பிறகு, இங்கு தான் மட்டுமே இருக்கிறோம் என்பது நினைவுக்கு வந்தது. அதாவது உயிருடன்; பெட்டி தன் பாடலைப் பாடி முடித்தது. அவள் அதை மண்டையோட்டிடம் விளக்கம் கொடுத்து, மன்னிப்புக் கோரும் வகையில் அதைப் பிடித்திருந்தாள். அப்போதுதான் அவள் தன் கைகளில் ரத்தம் வடிவதைக் கவனித்தாள்.

என் ரத்தம் ஆரஞ்சுப் பெட்டியைவிடப் பிரகாசமாக இருக்கிறது என்று அவள் நினைத்தாள். மண்டையோடு அவளைப் பார்த்துக்கொண்டிருந்தது. அவள் முழங்கால்களிலும் ரத்தம் கசிவதையும் கவனித்தாள். சில சிவப்புத் துளிகள் கரும்பூமியில் விழுந்தன. இறுதியில் யார் குற்றவாளி என்பதைக் கண்டுபிடித்தாள். மண்டையோடுகள், எலும்புகளின் வரிசைக்கு அருகில் பல மைல்களுக்கு நீளும் பாதி புதைந்திருந்த கூரான முள் கம்பி அங்கிருந்தது. அவளுக்குப் புரிந்துவிட்டது. அவை அடிவானத்தைக் கடப்பதற்கும், அதை நோக்கி நடப்பதற்கும் அதையும் தாண்டிச் செல்லவும் முயன்றிருக்கும்.

பீனேப் தன் கண்டுபிடிப்பின் யதார்த்தத்தை ஏற்றுக் கொண்டவுடன், அமைதியடைந்திருந்தாள். தன் ரத்தம் சிந்திய இடத்திலிருந்து சில அடிகள் தள்ளிக் குத்துக்காலிட்டு அமர்ந்துகொண்டாள். கருப்பு, வெள்ளைச் சமவெளியிலிருந்து முகம் திரும்பியிருந்தது. அந்தக் காட்சி அவள் இதயத்தை வெகுவாக அழுத்திப் பிழியும்படி இருந்தது. அவளால் மூச்சுவிட முடியவில்லை. அவள் எங்கிருந்து வந்தாளோ அதை நோக்கித் திரும்பினாள். வீடு.

வெட்டுக்கிளிப் பெண்

அவள் கிளம்பி இரண்டு நாட்கள் ஆகியிருந்தன அடிவானம் அவளை மிகவும் தொந்தரவு செய்தது. அது அவளின் தாகத்தைவிட அதிகமாக இருந்தது. அவள் தாண்ட நினைத்த அந்த விளிம்பு, அந்த நீளமான கோடு எப்போதும் வீட்டுக்கு அப்பால் இருந்தது. அப்படித்தானே இருந்தது? சூரியன் எப்போதும் அந்தக் கோட்டுக்குள் மூழ்கினான். ஆனால், இப்போது பார்த்தால் அவள் எங்கிருந்து வந்தாளோ அங்கே அது மூழ்கிக்கொண்டிருப்பதாகத் தோன்றுகிறது. அப்படியென்றால் வீடு அடிவானமாக இருக்க முடியுமா? அது எப்படி முடியும்? அடிவானம் எங்கிருக்கிறது என்பதை அவள் உண்மையிலேயே புரிந்துவைத்திருக்கிறாளா? அது அவளைத் தாண்டி இருக்கிறதா? அல்லது அவளுக்குப் பின்னால் இருக்கிறதா?

ஒருவேளை, வாய்களுக்கான அமைச்சர் பொய் சொல்லி யிருந்திருக்கலாம். ஒருவேளை, அவரே வீட்டைத் தாண்டி ஒருபோதும் நடந்து சென்றிருந்திருக்க மாட்டார். எப்படி அவரால் முடியும்? அவர்தான் ஆரஞ்சுப் பெட்டிக்குள் மாட்டிக் கொண்டிருக்கிறாரே?

ஒருவேளை, அவளை மாதிரி சுற்றித் திரிபவர்கள் இருக்க முடியும் என்பதை அறிந்து, மதிப்புக்குரிய தலைவர் இந்த உத்தியை யோசித்திருக்கலாம்.

ஒருவேளை அவளுக்குத் தாகம் அதிகமாக இருந்ததால், அவள் கண்கள் அவளிடம் பொய் சொல்லத் தொடங்கியிருக்க லாம். அடிவானத்தைத் தாண்டி வெறும் மண்டையோடுகளும் எலும்புகளும் மட்டும்தானா இருந்திருக்கின்றன?

அல்லது ஒருவேளை அவள் தொலைந்துபோயிருக்கலாம். அவள் தன் அடிகளை எண்ணுவதை நேற்று நிறுத்தியிருந்தாள். அவள் அடிகள் மிகவும் அதிகமாக இருந்தன. அவள் தலைக்குள் எண்ணக்கூடிய எண்களைத் தாண்டி அவை இருந்தன. யாரும் அவளுக்கு உதவ முடியாது. இந்தப் பதினாறு வயது காலத்தில் அவள் ஒருபோதும் இந்த அளவுக்குத் தனியாக இருப்பதாக உணர்ந்ததில்லை. ஐந்நூறு குடும்பங்களின் மண்டையோடுகள், எலும்புகளுக்கு மத்தியில் மிகவும் தனியாக இருந்தாள். ஆனால், அவளுக்கு அது இன்னும் தெரிந்திருக்கவில்லை. அவளிடம் என் கனவை நான் சொல்லும்வரை அது தெரிந்திருக்கவில்லை.

> உன் அடிவானத்துக்கு அப்பால்
> நூற்றுக்கணக்கான மண்டையோடுகளையும் எலும்புகளையும்
> கனவு காண்கிறேன் நான்
> கண்கள் இப்படி உறுத்துப் பார்க்கின்றன

வாய்கள் இப்படித் திறந்திருக்கின்றன
உன் புரிதலுக்கும் அப்பால்

'விர்' என்ற ரீங்காரம்தான் அவளை எழுப்பியது. அது நள்ளிரவு. ஆனால், அது எப்படி அவளுக்குத் தெரியும்? நட்சத்திரங்களோ நிலவோ இல்லாத இடம் இது. இரவை இந்த அளவுக்கு வெறிச்சோடியோ இனிமையற்றோ அவள் ஒருபோதும் பார்த்ததில்லை.

அவள் தன் சட்டைப் பையில் ஆரஞ்சுப் பெட்டியைத் தட்டுத்தடுமாறித் தேடினாள். அது துடிக்கவில்லை. இந்த ரீங்காரம் வேறு எங்கிருந்தோ வருகிறது. அல்லது வேறு யாரோவா? அவளுக்குள் நம்பிக்கை, பயம் இரண்டும் வந்தன. அந்த உணர்வு அவளுக்குப் பிடிக்கவில்லை. அதனால், அவள் தன் காதுகளைக் கைகளால் இறுகப் பற்றி, அதை இன்னும் இறுக்கமான பந்தாகச் சுருட்டிக்கொண்டாள். அப்போது மிகுந்த இருள் மட்டுமல்ல, மிகுந்த குளிரும் இருந்தது. அவள் பார்த்ததிலேயே அதுதான் இருண்ட இரவு. இந்த இருளிலும் ஒருவரால் பார்க்க முடியும்படி இருந்தது. வெறுமையான வானத்தைப் பார்த்து அவள் ஆச்சரியப்பட்டாள். இது என்ன இடம்? நட்சத்திரங்களும் நிலவும் இல்லாத இடம் எது? பளிச்சென்ற வானம், களிமண் குடிசை, சூடான பார்லி சூப், அவர்களின் படுக்கையில் தங்கைகளின் கதகதப்பு, அவளின் பெற்றோர்களின் வசைகள் ஆகியவற்றுக்கு அவளால் மீள முடியுமா? அதாவது அவளால் மீண்டும் வீட்டுக்குச் செல்ல முடியுமா? இதைவிடச் சிறந்தது அது, இதைவிடச் சிறந்தது அது.

விர் என்ற ரீங்காரம் அதிகமானது. அது அவள் காதுகளுக்குள் துளையிட்டுப் பாதங்களைத் தூண்டியது. அது அவளைச் செயலில் இறங்கும்படி தூண்டி, அவளின் கைகால்களின் இயக்கத்தைக் கட்டுப்படுத்தியது. அவள் எழுந்து நின்றாள், மீண்டும் விர் என்ற ரீங்காரம் எங்கிருந்து வந்ததோ, அந்தக் கருப்பு – வெள்ளைச் சமவெளியை எதிர்கொள்வதற்குத் தூண்டப்பட்டிருந்தாள். அவள் ரத்தம் சிந்திய இடத்தைத் தாண்டிக் கடந்து செல்வதற்கும், சிரமத்துடன் மண்டையோடுகள், எலும்புகளூடே செல்வதற்கும் அவளைத் தூண்டியது. வெறும் பந்துகளும் குச்சிகளும்தான். அவள் தனக்குத்தானே சொல்லிக்கொண்டாள். அப்போதுதான் அவளால் அவற்றைத் தள்ளிவிட்டு அடுத்த அடியை எடுத்து வைக்க முடியும். கடினத்தன்மை, கூர்மை, நொறுங்கும் தன்மை, உருளுதல், நசுக்குதல், சுள்ளிகள் நொறுங்குதல் என அனைத்தையும் அவளின் வெறும் பாதங்கள் உணர்ந்தன. அவள் எப்போதெல்லாம்

வீட்டை விட்டுப்போய் சுற்றித் திரிந்து இடிபாடுகளின் குப்பையிலிருந்து உணவுத் துண்டங்களைச் சேகரித்தபோது பாதங்களில் தட்டுப்பட்ட சுள்ளிகள்போல அவை இருந்தன.

விர்ரென்ற ரீங்காரம் இப்போது பாடுவதைப்போல இருந்தது. ஏற்ற, இறக்கத்துடன் ஸ்வரவரிசையின் வழியாக நெளிந்து செல்வதைப்போல அது இருந்தது. சிறிது நேரத்தில், அது சிறிய ஸ்வரங்களுடன் சொற்கள் இல்லாத பாடலாக, மெல்லிசையாக மாறியது. அது அவள் கால்களை மட்டுமல்லாமல் கைகளைக் கீழே போடும்போதும் துன்புறுத்தின. அது அவளை எரி குவியலுக்குள் மூழ்கடித்தது. அவள் முன்னேறிச் செல்வதற்காக மீண்டும் தன்னைத் தோண்டி எடுத்தாள். எல்லாவற்றையும்விட ஓர் ஆழமான குவியலின் மீது மோதியபோது, அந்தப் பாடல் அவள் கைகளை இழுத்ததால் வலித்தது. அந்தப் பாடல் உரக்க ஒலித்தபோது, அவள் கைகள் அதைத் தோண்டி எடுத்து நிறுத்து வதற்குத் தூண்டின. அவள் விரல்களும் பாதிக்கப்பட்டிருந்தன. அவள் நகங்களும்கூட. அவள் தோண்டும்போது ஸ்வரங்களும் சேர்ந்து கசிந்தன. ஒரு வித்தியாசமான, சுவையான வலியுடன் அவை துடித்தன. அவள் நிலத்தடியிலிருந்து எடுத்த உணவைச் சேகரிக்கும்போது இருக்கும் பழுப்பு நிற அழுக்கைப்போல, காலையில் அந்தப் பாடலை அவள் நகங்களுக்கு அடியில் பார்த்திருக்கலாம்.

அதற்குப் பிறகு, மென்மையான ஏதோவொன்றின் மீது மோதினாள். அது மணலைப்போல இருந்தாலும், பாலைவனத்தைப்போல உலர்ந்து இல்லை. அவளுக்குத் தெரிந்த அந்தப் பாடல் அவள் காதுகளில் ஒலிப்பது நின்றது. ஆனால், அதன் தாளம் அவள் கைகளில் எஞ்சியிருந்தது. அது கைகளை நடுங்கச்செய்தது. அவள் எரிந்துகொண்டிருந்த குச்சியை எடுத்தாள். ஆமாம், அது வெறும் குச்சிதான் என்று அவள் தன்னைத்தானே நம்பவைத்துக்கொண்டாள். அவள் சீற்றத்துடன் தோண்டுவதற்குத் தொடங்கினாள். அவள் காலைவரை தோண்ட வேண்டியிருந்தது.

⅄

வானத்தில் வெளிச்சம் படரத் தொடங்கியிருந்தது. அப்போது மீண்டும் விர்ரென்ற ரீங்காரம் தொடங்கியிருந்தது. ஆனால், அது மெலிதான, சிறிய வெடிப்புகளாக இருந்தன. அதற்குப் பிறகு சிறிய வெடிப்புகளை வேறொரு ஒலி எதிரொலிப்பதைக் கேட்டாள். யாரோ கீழிருந்து மேல்நோக்கித் தோண்டுவதுபோல இருந்தது. அவள் தோண்டுவதை நிறுத்தினாள். அந்த இன்னொரு தோண்டலும் நின்றது. அவள் பூமியின்மீது தன் காதுகளை நெருக்கமாக வைத்துக் கேட்டபோது, மிக வித்தியாசமான

உணர்வை அனுபவித்தாள். ஏதோ மற்றொரு காது அவள் காதுக்குக் கீழே இருந்ததைப்போல உணர்ந்தாள். அந்த இரண்டு காதுகளும் ஒன்றையொன்று கேட்டுக்கொண்டிருப்பதைப்போல இருந்தது. அந்த இன்னொருவர் கேட்டுக்கொண்டிருப்பதை அவள் கேட்டுக்கொண்டிருந்தாள். மீண்டும் கீழே தோண்டுவது தொடங்கியது. நம்பிக்கை, அச்சம் என்ற கலவையான உணர்வை பீனேப் உணர்ந்தாள். ஏதோவொன்று அல்லது அவளைப் போல யாரோ ஒருவர் உயிருடன் இங்கே இருக்கிறார்கள். ஆனால், சீக்கரமே அச்சம் நம்பிக்கையைத் தின்றுவிட்டிருந்தது. அவள் ஒரேடியாகத் தோண்டுவதை நிறுத்திவிட்டு எழுந்து நின்றாள். அவள் எவ்வளவு ஆழத்துக்குள் தன்னைத் தோண்டி நிறுத்திக்கொண்டிருக்கிறாள் என்பதை அவளால் பார்க்க முடிந்தது. அவள் அந்தத்துளை தன்னை மூடிக்கொண்டிருப்பதை உணர்ந்தாள். கீழே தோண்டிக்கொண்டிருப்பதைவிட அவள் இதயம் சத்தமாகத் துடிப்பதை அவளால் கேட்க முடிந்தது.

அவளுக்கு மேலே வெளிச்சம் அதிகமாகிக்கொண்டிருந்தது. இங்கே கீழே எல்லாம் இருளாக இருந்தது. அவள் வானத்தின் வட்டத்தை நோக்கி நீட்டி நின்றாள். மேலே ஒருவேளை பாதுகாப்பாக இருக்கலாம்.

தன் பாதங்களுக்குக் கீழே ஏதோ வெறித்தனமாகத் தட்டுவதையும் உந்தித் தள்ளுவதையும் பீனேப் உணர்ந்தாள். தான் முயற்சியைக் கைவிட இருந்ததைக் கீழே இருந்த ஏதோ ஒன்று அறிந்திருந்த மாதிரி தோன்றியது. அவள் தன் காதுகளை மூடிக்கொள்ள முயன்றாள். அவள் குழிக்குள் இருந்து மேலே ஏறத் தொடங்கினாள். தன் முட்டாள்தனமான ஆர்வத்தைத் திட்டிக்கொண்டாள். எது உன்னை இந்தக் குழிக்குள் கொண்டு வந்தது, முட்டாள் பெண்ணே, எது உன்னை வழிதவறி இங்கே வரச்செய்தது. அவள் இறுதியாக மேலே ஏறிச் செல்வதற்குள் பலமுறை கீழே விழுந்தாள். அவளது பாதங்கள் இன்னும் நிலத்தடியிலிருந்து வரும் நம்பிக்கையிழந்த தாளத்தால் சிலிர்த்துக் கொண்டிருந்தன.

அவள் கண்கள் அதிகரித்துவரும் வெளிச்சத்தைக் கூர்ந்து கவனித்தன. அவள் எங்கிருந்து வந்திருந்தாளோ, அது இப்போது கிட்டத்தட்டக் கண்ணுக்குப் புலப்பட்டது. அல்லது அவள் அப்படி நினைத்தாள். வீடு. அவள் வீட்டுக்குச் செல்வாள். பொருள்களைத் தேடிச் சாப்பிடுபவர்களுக்கு எல்லையைத் தாண்டி எந்தப் பரிசும் கிடையாது. அவளுக்கு இப்போது அது தெரிந்திருந்தது. அவள் குழியிலிருந்து தாண்டிக் குதித்தாள். அவள் கண்களால் எல்லாமே வீட்டின் மீது மட்டுமே இருந்தன. புதிய அடிவானம்.

அப்படித்தான் அவளை நான் முதலில் பார்த்தேன். அந்தரத்தில் அவள் பாதங்களின் திடீரொளி.

⅄

உதவி. நான் முயன்ற முதல் சொல். என் இதழ்கள் வெடிப்புகளால் பிளவுறுவதை உணர்ந்தேன். என் சுவாசத்தை 'உ'–வில் உணர்ந்தேன். மீண்டும் முயன்றேன். 'உ–உத———' ஓடிக்கொண்டிருந்த காலடிகள் நின்றுவிட்டதைக் கேட்டேன். அவற்றின் உறுதியின்மையை உணர்ந்தேன். நான் மீண்டும் முயன்றேன். 'உதவி———' காலடிகள் அவசரமாகச் சென்றன. அவற்றின் படபடப்பையும் நொறுங்குதலையும் கேட்டேன். ஏதோ யாரோ ஏதோவொன்றின் குவியலின் மீது விழுந்துவிட்டதைப் போல இருந்தது. அதற்குப் பிறகு, உருளுதல், பதற்ற உணர்வு, இன்னும் அதிகமான நொறுங்குதல் என்றிருந்தது. அப்போது ஏதோவொன்று சடசடவென்று என்னை நோக்கி வந்துகொண்டிருந்தது. பந்துகளும் குச்சிகளும் அலறலுடன் கீழே பொழிந்துகொண்டிருந்தன. அதனுடன் எனக்கு அலற வேண்டுமென்றிருந்தது. ஆனால், என் குரல் அப்போதுதான் தன் இருப்பை உணர்ந்தது. 'உதவி... தயவுசெ...' – என்னால் பலவீனத்துடன் இவ்வளவுதான் சொல்ல முடிந்தது.

என்னால் முடிக்க முடியவில்லை. பொருட்களின் மழை. அவை எவையாக இருந்திருந்தாலும்; அத்துடன் இந்த அலறல் என்னைப் பேச்சுமூச்சற்று ஆக்கியிருந்தது.

கடைசியாக, மழை நின்றது. ஆனால், அலறல் தொடர்ந்துகொண்டிருந்தது. அது ஒரு சிறுமி. அலறும் சிறுமி. பந்துகள், குச்சிகளுடன் என்னுடன் புதைக்கப்பட்டிருந்தாள். அலறல். என்னைப் பார்த்த பயத்தில் அவள் கண்கள் வெளியே வந்துவிடுவதுபோல் இருந்தன. என்னையா? அவள் என் நெற்றியைச் சுட்டிக்காட்டினாள். அது அப்போது விர்ரென்ற ரீங்காரம் எழுப்பத் தொடங்கியிருந்தது. அவள் கத்தத் தொடங்கியிருந்தாள். 'என்னை ஒன்றும் செய்துவிடாதே, என்னை ஒன்றும் செய்துவிடாதே'.

நான் கனவு கண்டுகொண்டிருக்கவில்லை என்பதை உறுதிப்படுத்தவேண்டியிருந்தது. மெதுவாக, எப்படி என்னைப் பற்றிக்கொண்டிருந்த என் கைகளை உரிக்க வேண்டுமென்பது என் நினைவுக்கு வந்தது. தசைகள், எலும்புகளின் வேதனையை நினைவுகூர வேண்டியிருந்தது. என்னை என் இறுக்கமான பிடியிலிருந்து விடுவித்துக் கொண்டுவிட்ட பிறகு, அவளை நோக்கி, அவள் கன்னத்தைத் தொடுவதற்குச் சென்றேன்.

⅄

என் தேடலுடைய தொடுதல். அது அவளை மீண்டும் தூண்டி விட்டது. அவள் என்னை மீண்டும் தூண்டிவிட்டாள். அவள் கத்தினாள், என் நெற்றி ரீங்காரமிட்டது. நாங்கள் இருவரும் எங்கள் நகர்வை நிறுத்தியபோது, வானம் தெளிவாக இருந்தது.

நாங்கள் இருவரும் இடுப்பளவு ஆழத்தில் ஆழமான ஒரு குழியில் ஒருவரையொருவர் பார்த்த மாதிரி புதைந்திருந்தோம். அமைதியாகி நீண்ட நேரம் ஆன பிறகும், நாங்கள் கண்களைச் சிமிட்டுவதற்குக்கூட பயந்தோம்.

உற்றுப் பார்ப்பது கெட்ட பழக்கம். நான் இதை இதற்கு முன்னால் எங்கே கேட்டிருக்கிறேன்? நான் நினைவுகூர முயன்றேன். அதனால், அதை சொன்னேன். ஆயினும், அதைச் சொல்வதற்கானச் சொற்களை உருவாக்குவதற்கு நீண்ட நேரமானது.

'உ–உ . . . ற்ற்ற்—–—– ற்றுப் பார்ப்பது கெ–கெட்ட ––– கெட்ட.'

தனது மொழிக்கு நெருக்கமான ஒன்றைக் கேட்டதால், அவள் நிம்மதியடைந்தாள். வெறும் முணுமுணுத்தலையும் உறுமலையுமே அவள் முதலில் கேட்டதாகப் பிறகு என்னிடம் சொல்வாள். ஒளி–இருள் முகங்கொண்ட காட்டு விலங்கு என்று அவள் என்னை நினைத்திருக்கக்கூடும்.

மேலும் நெற்றியில் ஒரு வெட்டுக்கிளி.

'நீ என்ன செய்கிறாய்?' என்று நடுங்கியபடியே அவள் கேட்டாள்.

அமைதி.

'நீ யார்?'

அமைதி. ஏனென்றால் என்னால் நினைவுகூர முடியவில்லை.

'உன் பெயர் என்ன?'

'பெ . . . யய–' அந்தச் சொல் என்னைத் தடுமாறவைத்தது.

'ஆமாம், பெயர்.'

அவள் என்ன அர்த்தத்தில் கேட்கிறாள் என்பது எனக்குத் தெரியவில்லை.

'பெயர். பீனேப். அது என் பெயர்' அவள் தன் மார்பைக் குத்திச் சொன்னாள், *அப்போது, நீ?'*

பீ—பீஈஈ ——— னே ——— ப்.'

'இல்லை, இல்லை. நான் பீனேப்.'

'பீபீ ———— பீனே ———— பீ.'

'ஆமாம், நான் பீனேப்'.

'நா—நான் ——— பீஈஈ ——— னே ——— பீ—னே—ப்.' நான் அதை மீண்டும் மீண்டும் சொல்லிக்கொண்டிருந்தேன். அவள் அதை மறுத்துக்கொண்டிருந்தாள். இந்த வாக்குவாதத்தில் அவளுக்குத் துணிச்சல் வந்திருந்தது. இது நாள் முழுவதும் தொடர்ந்தது. அவ்வப்போதைய அமைதியுடன் என் முகத்தைக் காணாமல் இருக்கத் தன் கண்களை மூடிக்கொண்டாள்.

இறுதியில், அவள் சொன்னாள், 'உனக்குத் தெரியாது, உனக்குத் தெரியுமா?—உனக்குப் பெயர் இல்லை.' அவள் இன்னும் கொஞ்சம் யோசித்தாள். 'அது எப்படி ஒருவருக்குப் பெயர் இல்லாமல் இருக்க முடியும்?'

நான் தலையாட்டினேன். நான் குழப்பத்தை விலக்குவதற்கு முயன்றேன். பத்து ஆண்டுகளுக்குப் பிறகு எழுந்ததால் இருக்கும் குழப்பத்தை விலக்குவது கடினம். அப்போது பத்து ஆண்டுகள் ஆகிவிட்டன என்றுகூட எனக்குத் தெரியாது.

'சரி, அப்படியென்றால், நான் உன்னை பீனா என்றழைக்கிறேன். என் பெயரை வைத்து பீனா என்று அழைக்கிறேன். ஏனென்றால், உன்னை நான் கண்டுபிடித்திருக்கிறேன்.'

நாங்கள் எங்கள் முதல் உண்மையான உரையாடலை முடித்திருந்தபோது சூரியன் அஸ்தமனமாகிக்கொண்டிருந்தது. என் மீட்பர் பீனேப் எனக்குப் பேசுவதற்குரிய பாடங்கள் எடுத்துக்கொண்டிருப்பதாக எனக்குத் தோன்றியது.

'உ—உன்னைக் கண்டுபிடித்தேன்.' நான் அவளுடைய உதட்டசைவை அப்படியே பின்பற்றினேன்.

'இல்லை, நான்தான் உன்னைக் கண்டுபிடித்தேன்,' அவள் இப்போது பொறுமையிழந்து அதை மறுத்தாள். 'நான் பீனாவைக் கண்டுபிடித்தேன்.'

'க—கண்டுபிடிப்பு', நான் மீண்டும் முயன்றேன். அவள் கன்னத்தைத் தட்டினேன். 'பீனாவைக் கண்டுபிடித்தேன்.'

இந்த முறை அவள் கத்தவில்லை. 'ஆமாம், என்று சொல்லிக் கிட்டத்தட்ட புன்னகைத்தபடி, 'நான் பீனாவைக் கண்டுபிடித்தேன்' என்றாள்.

நான் அவளை மாதிரியே என் இதழ்களை விரித்தேன்.

⅄

அதற்கு நீண்ட காலத்துக்குப் பிறகு, அந்நியர் யாரையாவது எதிர்கொள்ளும்போது, அப்படித்தான் பயத்தை பயமுறுத்த வேண்டுமென்று நான் அவளிடம் சொல்வேன். பேசுவதன் வழியாக. நாம் சொற்களைப் பரிமாறிக்கொள்ளும்போது, இதயங்கள் அவ்வளவு பதற்றத்துடன் துடிக்காது.

குழிக்குள், என் எண்ணமெல்லாம் என் குரலைக் கண்டுபிடிப்பதிலேயே இருந்தது. என்னால் இடுப்புக்குக் கீழே அசைக்கக்கூட முடியவில்லை என்பதையே உணரவில்லை. ஏனென்றால், நான் ஒருவேளை நகர்வதையே மறந்து விட்டிருந்திருக்கலாம். என் முகத்திலிருந்த தசைகளை மட்டுமே என்னால் நினைவுகூரமுடிந்திருக்கலாம். பீனேப்பைப் பொறுத்தவரை, என்னை மனுஷியாக, உயிருடன் கண்டு பிடித்ததே நிம்மதியாக இருந்தது. அதனால், நாங்கள் புதைக்கப் பட்டிருந்ததையே மறந்துபோயிருந்தாள். ஆனால், அது கொஞ்ச நேரத்துக்குத்தான்.

'யாரும் பார்க்கக் கூடாது
யாரும் அடிவானத்தைத் தாண்டிப் போகக் கூடாது'–

அதை நான் கேட்டேன், இல்லையா? பீனேப் பாடினாள். ஆனால், அவள் இதழ்கள் அசையவில்லை. அவை வேறு எதையோ சொல்லிக்கொண்டிருந்தன – 'ஆரஞ்சுப் பெட்டி, ஆரஞ்சுப் பெட்டி!' – பிறகு, சீற்றத்துடன் அவள் தோண்டினாள். 'தோண்டு, பீனா, கண்டுபிடி – அது ஒரு சதுரப் பெட்டி. தீயைப் போல வெளிச்சமாக இருக்கும். அத்துடன் அது பாடும். அது உள்ளங்கைக்குள் அடங்கிவிடும். உன்னால் அதைப் பார்க்க முடியுமா? போ, தோண்டு. நாம் அதைத் தோண்டி எடுக்க வேண்டும். நாம் நம்மைத் தோண்டி எடுக்க வேண்டும், நாம் இங்கிருந்து வெளியேற வேண்டும். நாம் இங்கிருந்து வெளியேற வேண்டும். அவள் சொல்லிக்கொண்டேயிருந்தாள். அவள் குரல் அழுகையாக மாறியிருந்தது. அவள் சட்டத்தை மீறியிருந்தாள். அவள் அடிவானத்தைத் தாண்டிப் பார்த்திருந்தாள். இடுகாட்டைக் கண்டுபிடித்திருந்தாள். அவள் தண்டனையாக எப்போதைக்கும் அங்கே புதைக்கப்படலாம்.

நான் இந்த பயத்தின் தெறிப்பால் குழம்பியிருந்தேன். ஆனால், உடனடியாக அவள் சொல்வதைக் கேட்பதை நிறுத்தினேன். நான் சுற்றிப் பார்த்தேன். பொருள்களைத் தொட வேண்டுமென்றிருந்தது, விஷயங்களைத் தெரிந்துகொள்ள வேண்டுமென்றிருந்தது. ஆனால்,

மீண்டும் என் கைகள் என்னைச் சுற்றி வளைத்துக்கொண்டன. அவற்றை மீண்டும் எடுத்துவிடுவது வேதனையாக இருந்தது. முதன்முறையாகக் குச்சிகளையும் பந்துகளையும் கைகளில் ஏந்தினேன். அப்போது, பாடல் அடிவானத்தைப் பற்றி எச்சரிக்கை விடுத்துக்கொண்டிருந்தது. என்னால் பீனாவின் வற்புறுத்தலை கவனிக்க முடியவில்லை. ஏன் என் கண்கள் நீர் நிறைந்தும், எரிச்சலோடும் இருந்தன, ஏன் எனக்கு மார்பிலிருந்து தொண்டைவரை வலித்தது என்பது புரியவில்லை. நான் ஒவ்வொரு குச்சியையும் உன்னிப்பாகப் பார்த்தேன். ஒவ்வொரு பந்தையும் கூர்ந்தராய்ந்து பார்த்தேன், அவற்றின் இரண்டு துளைகளுக்குள் எட்டிப் பார்த்தேன். மூன்றாவது துளையிலிருந்து பாடல் வருகிறதோ என்று யோசித்தேன். பிறகு, முதல்முறையாக, நான் அதைப் பார்த்தேன். எனக்கு அது தெரியும்.

‘த – தலை–’

‘வாயை மூடு, பீனா!’

‘தலை, தலை, தலை . . .’ அந்தச் சொல்லை நான் மீண்டும் மீண்டும் சோதித்துப்பார்த்தேன். பீனேப் அதை எதிர்த்துக் கத்தினாள். ‘தலை, தலை, தலை’ – அந்தச் சொல் என் நாக்கில் சுழன்றது. நாக்கு என்னைக் கேள்வி கேட்கச் சொல்லித் தூண்டியது. எனக்கு அதுவரை தெரியவே தெரியாத கேள்விகள், அதற்குப் பிறகும் தெரியவே தெரியாத கேள்விகள். எனக்குத் தெரிந்ததெல் லாம் அந்தத் தலை பாடவில்லை. என் மீது அழுத்திப்பார்த்தால், அதன் வாய் கடினமாகவும், குளிராகவும் இருந்தது. பீனேப் அதை என் பிடியிலிருந்து வாங்குவதற்குப் போராடினாள். ஆனால், என்னால் அதை விட்டுக்கொடுக்கமுடியவில்லை. அது என் இதயத்தைக் கவனித்துக்கொண்டிருந்தது. நான் அதன் பாடலற்ற தன்மையைக் கேட்டுக்கொண்டிருந்தேன். அவள் எப்படி எங்களிடமிருந்து இந்தப் பகிர்தலுடன்கூடிய செவிமடுத்தலைப் பிடுங்க முடியும்? அதனால் நாங்கள் போராடினோம். என் புருவத்திலிருந்த வெட்டுக்கிளி பாடத் தொடங்கியது.

‘அடிவானம் ஒரு கோடு, ஓ எவ்வளவு அழகாக
அது உன் கணகளை நீட்சியடைய வைக்கும்
அடிவானம் ஒரு கோடு, ஓ எவ்வளவு கூர்மையாக
அது உன் பாதங்களைக் குப்புறத் தள்ளும்’

⅄

இது இப்படித்தான் நடந்தது. அவள் குழியிலிருந்து தப்பித்து விட்டாள். ஆனால், ஆரஞ்சுப் பெட்டியில்லாமல்; ஒரு பெட்டிக்காக ஏன் ஒருவர் அழ வேண்டும் என்பதை என்னால் புரிந்துகொள்ள முடியவில்லை. அவள், நான் இன்னும்

குழிக்குள் சிக்கிக்கொண்டிருப்பதைக்கூடப் பார்க்கவில்லை. என் ரட்சகி என்னை மறந்துவிட்டாள். அவள் அநேகமாக என்னை விட்டுவிட்டுப் போய்விடுவாள். அவள் கால் விரல்கள்களின் குறிப்பை மேலிருந்து என்னால் பார்க்க முடிந்தது. அவளின் வேதனையை என்னால் கேட்க முடிந்தது. அவளின் அவநம்பிக்கைக்கானப் பொருள் அளவுக்கு அது என்னைத் தொந்தரவு செய்யவில்லை. ஒரு ஆரஞ்சுப் பெட்டி? ஏதோவொன்று பயங்கரமாகத் தவறாக உள்ளது. நான் அது எதனால் என்பதை நினைவுக்குக் கொண்டுவர முயன்றேன். நான் என் கண்களை மூடிக்கொண்டேன். என் தலைக்குள் பெட்டியைக் கற்பனை செய்தேன். ஆனால், தவறு, அதன் நிறம் தவறு.

'என்னிடம் இருந்ததிலேயே அதுதான் அழகான பொருள்.' அவள் விம்மல்களுக்கு நடுவே விளக்கினாள். 'சட்டங்களைப் பாடுவதற்காக, என் கிராமத்தில் ஒவ்வொரு குடும்பமும் இதைச் சொந்தமாக வைத்திருந்தது. ஆனால், நான் இழந்தது பாடுவதையல்ல, பீனா. என் வாழ்க்கையிலிருந்த ஒரே பிரகாசமான பொருள் அது. ஆரஞ்சு.

என் முதல் சந்திப்பில், அழுவதற்குத் தயாராகக் கண்ணீர்த் துளிகளோடு இருந்த பெண் இவள் என்பதை நான் உணர்ந்திருந்தேன். துணிச்சலான ஆன்மா. ஆனால், அது சோர்வான தருணங்களுக்குத் தன்னை விட்டுக்கொடுப்பதை என்னால் பார்க்க முடியவில்லை. சிறிது நேரத்துக்குப் பிறகு, நான் கூப்பிட்டேன், 'ஆ– ஆரஞ்சு?'

'ஆமாம், ஆமாம், மிகப் பிரகாசமானப் பொருள் —'

'நீலம்,' நான் கிசுகிசுத்தேன். இதைக் கேட்டபோது, அவள் கீழே குனிந்து என்னைப் பார்த்தாள். சாயங்கால நிழலில், அவள் முகத்தில் பாதியைத்தான் என்னால் பார்க்க முடிந்தது.

'உனக்கு *நீலம்* தெரியுமா?' அவள் நம்ப முடியாமல் கேட்டாள்.

என்னால் எப்படிப் பதிலளிக்க முடியும், அந்தச் சொல் எங்கிருந்து வந்தது என்றுகூட எனக்குத் தெரியவில்லை.

அப்பொழுது, அதைக் கேட்பதற்கு முன்னால் நான் பார்த்தேன் – என் மீது விழுந்திருந்த நிழல், குழி மேலேயிருந்த பீனேப் என்று, என்னால் உறுதியாகச் சொல்ல முடியும் – பீனேப் மீண்டும் குழிக்குள் விழுந்தது, எங்கள் முதல் சந்திப்பு மீண்டும் நிகழ்வதுபோல இருந்தது. அப்பொழுது, என்னுடையதைவிட சத்தமான விர்ரென்ற ரீங்காரம் கேட்டது. பூமியிலுள்ள எல்லா வெட்டுக்கிளிகளும் சதிசெய்து சேர்ந்து பாடுவதாக நான் நினைக்கும் அளவுக்கு அது சத்தமாக இருந்தது.

அப்படியில்லாவிட்டால், ஏதோவொரு ராட்சத வெட்டுக்கிளி எங்களுக்கு மேலே பறந்து போவதைப் போல இருந்தது. அதற்காகத்தானே அந்த நிழல்? அப்படியில்லையா?

இந்த ராட்சத பாடலுக்கு சொற்கள் இல்லை. விர்ரென்ற ரீங்காரம் ஒரே இசைக் குறிப்பில் நீடித்தது. மெல்லிசைக்கான முயற்சி இல்லை.

'ஏதோவொன்று மேலே, வானத்தில் இருக்கிறது,' பீனேப் கிசுகிசுத்தாள்.

நாங்கள் எவ்வளவு நேரம் அப்படியே இருந்தோம் என்று தெரியவில்லை. ஆனால், திடீரென்று இருள் கவிந்தது. நட்சத்திரங்கள், நிலா எதுவுமில்லையென்றால், இதுதான் நடக்கும். இருள் வேகமாகப் பரவியது. காற்றைப்போல, அது இறுதியைப்போல இருந்தது. மீண்டும் ஒருபோதும் வெளிச்சம் வரப்போவதில்லை.

சீக்கிரமே, விர்ரென்ற ரீங்கார ஒலி குறைய தொடங்கியது. சிறிது நேரத்தில் நின்றுவிட்டது. எங்கள் இருவரையும் ஆர்வம் வென்றது. எங்களால் ஒருவர் முகத்தை இன்னொருவர் பார்க்க முடியவில்லையென்றால்கூட, நாங்கள் குழியைத் தாண்டிப் பார்க்க வேண்டியிருந்தது. இருவரும் ஒருவருக்கொருவர் கைக்கொடுத்து வெளியே வர உதவிசெய்துகொண்டோம். எதுவாக இருந்தாலும், அந்த நிழல் தரையிறங்கிவிட்டது.

அந்த முழு நேரமும் பீனேப், என் கையைப் பிடித்தபடியே இருந்தாள்.

⁂

விளக்குகள், விளக்குகள்! நட்சத்திரங்கள் திரும்பிவிட்டன! அவை பூமிக்கு இறங்கி வந்துவிட்டன!

எலும்புக்கூடுகளின் மலைக்குப் பின்னால், நாங்கள் இருளில் ஒளிக்கற்றைகள் மிதப்பதைப் பார்த்தோம். ஆனால், அவை நிலத்துக்கு அருகில் இருந்தன. எனக்குத் திறந்தவெளிக்கு ஓடிப்போய் நட்சத்திரங்களை வரவேற்க வேண்டுமென்றிருந்தது. அவை தொலைந்துபோயிருந்தன, அப்படித்தானே? என் புருவம் அரிக்கத் தொடங்கியது. என்னுடைய வெட்டுக்கிளி பாடுவதற்கு ஆயத்தமானதை என்னால் கேட்க முடிந்தது. என் கைகளால் அதை இறுகப் பற்றிக்கொண்டேன் – ஹுஷ்!

அது எதைப் பாடவிருந்தது?

அவர்கள் நட்சத்திரங்களைச் சுட்டுத்தள்ளினார்கள், அவர்கள் நட்சத்திரங்களைச் சுட்டுத்தள்ளினார்கள் – என் தலைக்குள் ஒலித்த இந்தப் பாடலின் அர்த்தத்தை என்னால் விளங்கிக்கொள்ள முடியவில்லை. நட்சத்திரங்கள் திரும்பி வந்துவிட்டன என்ற எனது எண்ணத்தையும்தான். அவற்றை நாம் தொலைத்துவிட்டோம். இல்லையா? பிறகு, பீனேப் என் கைகளைப் பிடித்தாள், இன்னும் இறுக்கமாகப் பிடித்தாள். எனது எல்லா எண்ணங்களும் மீண்டும் தொலைந்துபோயின. அவளது பிடி என்னை விளக்குகளை நோக்கி ஓடாமல் தடுத்து நிறுத்தியது. ஒளிக்கற்றைகள் ஒன்றாகச் சேரும்வரை, நாங்கள் காத்திருந்தோம். சுவாசிப்பதை நிறுத்தியிருந்தோம்.

சிறிது நேரம் கழித்து, நாங்கள் இன்னும் தெளிவாகப் பார்த்தோம். இரண்டு வெள்ளை உடல்கள் நடந்துகொண் டிருந்தன. பார்க்கும்போது, அவை கைகளில் வட்டமான விளக்குகளைப்போல இருந்தவற்றை பிடித்திருந்தன – முகங்கள் இல்லா வெள்ளை உடல்கள்! மண்டையோடுகள், எலும்புகள் உயிருடன் இருந்தன, இறந்தவர்கள் நடக்கிறார்கள்! அவர்கள் அந்நிய மொழியில் பேசிக்கொண்டிருந்தார்கள். இருந்தாலும் பீனேப் ஒரு பழைய, பழைய சொல்லைக் கண்டுபிடித்து விட்டாள். 'ஆசிர்வதிக்கப்பட்டது'. இந்தச் சொல், 'நல்ல பூமி' என்பதையும் குறிக்கும். பொருட்கள் வளரக்கூடிய செழிப்பான வண்டல் மண். எல்லாமே வாழத் தகுதியற்ற வறட்சியாக மாறியிருக்கும் காலத்தில் இது கிட்டத்தட்ட மறந்துவிட்ட சொல் ஆனது.

'ஆசிர்வதிக்கப்பட்டது,' அவர்களில் ஒருவர் மீண்டும் சொன்னார். அதற்குப்பிறகு, மற்றொருவர், கரிசல் மண்ணின் ஒரு பகுதியைச் சுத்தம்செய்து, அதன்மீது வெளிச்சம் பாய்ச்சிய போது விசித்திரமான சில சொற்கள் வந்துவிழுந்தன. அவர் பக்கத்திலிருந்து விரல் அளவுக்கு ஒரு கண்ணாடிப் பொருளை எடுத்து பிறகு சில கரண்டிகள் மண்ணை அள்ளியெடுத்தார். ஓவென்ற ஆனந்தம் பரவியது. வெட்டுக்கிளிகளின் கூட்டைக் கண்டுபிடிக்கும்போது என் அப்பா எப்படியிருந்திருப்பாரோ அப்படியிருந்தது அது. அப்பா? எனக்கு அப்பா இருந்தாரா? தெளிவில்லாமல் எனக்கு ஞாபகம் வந்தது. வளவளவென்று பேசிக்கொண்டிருந்தவர் ஒரு சிறு மண்டையோட்டை எடுத்து பெட்டி போன்ற ஒன்றுக்குள் செருகித் தள்ளியபோது எல்லாமும் வெறுமையாகப் போனது. ஒரு பெட்டியைப் போன்று இருந்த ஒன்றுக்குள் சறுக்கவைத்தான். அது பிரகாசமானது. நடுங்கியது. அதைத் திறந்தபோது, அந்த மண்டையோடு மறைந்துபோயிருந்ததைப் பார்த்தேன். அது இருந்த இடத்தில்

வெள்ளைப் பொடி இருந்தது. கரிசல் மண் இருந்த இன்னொரு கண்ணாடிக் குடுவையுடன் சிறு கண்ணாடி விரலால் அள்ளியெடுக்கப்பட்ட வெள்ளைப் பொடி அது. இரண்டும் தூக்கிப்பிடிக்கப்பட்டிருந்தன.

அவர்கள், கருப்பு, வெள்ளைக் கண்ணாடிகளின் மீது தங்கள் விளக்குகளின் வெளிச்சத்தைப் பாய்ச்சினார்கள். பிறகு, அவற்றில் இருந்ததைப் பெரிய கண்ணாடியில் கொட்டினார்கள். ஒரே நொடியில், அது இருப்பதிலேயே பிரகாசமான வெளிச்சமாக மாறியது.

மீண்டும் அதே சொல், பயபக்தியுடன் சொல்லப்பட்டது. 'ஆசிர்வதிக்கப்பட்டது!'

பிறகு, சிரிப்பொலி, மீண்டும் ஆனந்தம். என் தலைக்குள் இன்னொரு மனிதனின் சிரிப்பொலி. அவன் தன் ஒரே குழந்தைக்கு உள்ளங்கை நிறைய வெட்டுக்கிளிகளைப் பிடித்திருந்தான்.

'ஓ, ஒரு பரிசைக் கண்டுபிடிப்பது – அது கண்டுபிடிப்புதானா?
ஓ, அந்தக் கண்டுபிடிப்பை நம்புவதற்கு –
அது நம்பிக்கைக்கு உகந்ததா?
ஓ, அதைக் கையில் பிடித்திருக்க உகந்ததா!'

அதன் பாடல் முடிவதற்கு முன்பிருந்தே, அவள் என் புருவத்தையே வெறித்துக்கொண்டிருந்தாள். பிறகு, என்னிடம் கிசுகிசுத்தாள், 'உயிரோடு இருப்பவர்களைப் பார்த்து பயப்படு, இறந்தவர்களைப் பார்த்தல்ல.'

அவள் பேசியது மூதாட்டி பேசியதுபோல இருந்தது.

இறந்தவர்கள் இப்போது மறைந்துபோயிருப்பார்கள். ஒரு ராட்சத வெட்டுக்கிளியால் விழுங்கப்பட்டிருப்பார்கள். அது அவர்களை விழுங்கிவிட்டுக் கண் சிமிட்டும் விளக்குகளுடன் பறந்துபோயிருக்கும். நான் என்ன பார்த்ததாக நினைத்தேன் என்பதை அவளுக்குச் சொல்லிப் புரிய வைக்க எனக்கு ஒரு மணி நேரம் பிடித்தது.

'வெட்டுக்கிளியோ, இறந்தவர்களோ, இல்லை, பீனா,' சிதறியிருந்த வெள்ளைப் பொடிக்கு அவள் ஒரு சிறிய குழியைத் தோண்டினாள். அப்போது பார்ப்பதற்கு மிகவும் இருட்டாக இருந்தது. ஆனால், அங்கிருந்த முழு நேரத்துக்கும் என் கையை அவள் கை அருகேயே வைத்திருந்தேன். வெள்ளை சூட்டும் முகமூடியும் அணிந்திருந்த நபர்கள் விட்டுச் சென்ற திருத்தப்பட்ட நிலத்தை நோக்கித் தட்டுத் தடுமாறிச் சென்றோம். பீனேப்

அந்தப் பொடியைத் தேடும்போது எனக்கு அவர்களைப் பற்றி விளக்கினாள். என் விரல்களுக்கு நடுவில், மிகச் சிறந்த மணலைத் தொடுவதாக உணர்ந்தேன். என் சொந்த மண்டையோட்டுக்குள் தலை, தலை, தலை, என்று துடித்தது. நான் அந்தச் சிறிய மண்டையோடு பெட்டிக்குள் பொடியாவதை பார்த்தேன், பார்த்தேன் அல்லவா!

'உனக்குத் தெரியுமா? ஒருமுறை இந்தச் சிறுவனை நான் பார்த்திருக்கிறேன், அவனின் சிறு பகுதிகள் மட்டுமே மீச்சமிருக்கின்றன. ஒருவேளை, வீட்டை விட்டு வெகுதூரம் அலைந்திருக்கக்கூடும். இது உன் வீடா, பீனா?'

இந்தச் சொல்லைக் கேட்டதுபோல இருந்தது. நீங்கள் எங்கு சென்றாலும் உங்கள் நெஞ்சத்துக்குள் வாழும் ஏதோவொன்றுபோல இருந்தது. அந்தச் சொல்லை அவள் மென்மையான ரீங்காரத்தைப் போலச் சொன்னது என்னை அப்படித்தான் உணரச் செய்தது. ஆனால், அப்படியென்றால் என்னவென்றே அர்த்தம் தெரியாதபோது என்னால் எப்படி அதற்குப் பதில் சொல்ல முடியும்?

'வீடு. உனக்கு அதைப் பற்றி எதுவும் தெரியாதா? விமானங்களும் தெரியாதா? அது ஒரு விமானம், வெட்டுக்கிளி அல்ல. விமானங்கள் கண் சிமிட்டும் விளக்குகளுடன் பறக்கும். உன் வீட்டின் மீது காவி மழையைப் பொழியும். அப்போது நீ உன் பிரகாசமான வண்ணங்களை இழப்பாய். உன் குழந்தைகள் அவர்களின் முடியை இழப்பார்கள். அத்துடன் அவர்களின் வயிறுகள் சுருங்கும்.

அவள் மீண்டும் அழப்போகிறாள் என்று நினைத்தேன். அதனால், நான் அவள் கையை அழுத்திப் பிடித்தேன். அது அப்போது, புதைக்கப்பட்ட பொடியின் மீதிருந்த நிலத்தைத் தட்டிக்கொண்டிருந்தது. பிறகு, அவள் மடித்துவைத்திருந்த ஏதோவொன்றை எடுப்பதற்குத் தடுமாறும் ஒலியைக் கேட்டேன். 'இதோ', என்று ஒரு சின்னஞ்சிறிய கூழாங்கல்லாக உணரக் கூடியவொன்றை என் கையில் அழுத்தினாள். 'பார்லி. இதை மென்று சாப்பிடு, இது உன்னைச் சற்று நன்றாக உணரவைக்கும்,' என்றாள்.

என் ரட்சகியைப் பற்றிய இன்னொரு வித்தியாசமான அம்சம் இது. என்னை நன்றாக உணரவைப்பதன் மூலம் அவள் நன்றாக உணர்ந்தாள். ஆனால், ஆரம்ப நாட்களில் மட்டும்தான்.

அவள் மீண்டும் நிலத்தைத் தட்டினாள். அதற்குள் தனது கடைசி பார்லி தானியத்தைத் தள்ளினாள். 'உறுதியாக

வெட்டுக்கிளிப் பெண் 47

ஆசிர்வதிக்கப்பட்டது' என்று கிசுகிசுத்தாள். அதை நான் கேட்க வில்லை என்று நினைத்தாள், ஆனால், நான் கேட்டேன். என் புருவம் கேட்டது.

'யாருடைய எலும்புகள் தூங்கவில்லையோ, அவர்கள்
ஆசிர்வதிக்கப்பட்டவர்கள்
அவர்கள் வாழ்பவர்களைக் காக்கிறார்கள்
யாருடைய வீடுகள் தூங்கவில்லையோ, அவர்கள்
ஆசிர்வதிக்கப்பட்டவர்கள்
அவர்கள் இறந்தவர்களைக் காக்கிறார்கள்'

அது உறைய வைக்கும் இரவாக இருந்தது. நான் அவள் பிடியிலிருந்து விழித்தேன். அவள் என்னை இறுக்கமாக அணைத்திருந்தாள். அவள் தூக்கத்தில், என்னைக் கதகதப்பாக வைத்திருக்கப் பல முறை என்னைக் கட்டிப் பிடித்துக்கொண்டாள். ஆனால், அவள் என் முகத்தை ஒருபோதும் தொட்டதில்லை. என் முதுகுப்புறம் அவளை உரசும்படி நான் திரும்பிக்கொண்டேன். எவ்வளவு மென்மையாக இருந்தது. அதிலும் என் கழுத்தின்மீது அழுத்திய இரண்டு சிறு குன்றுகள். நான் என் மார்பையும் உணர்ந்தேன். எவ்வளவு கடினமாக, கரடுமுரடாக, தட்டையாக இருந்தது. நான் என் கணுக்கால்களை அவளின் மீது உரசி அவள் முட்டிகளைக் கண்டுபிடித்தேன். என் புதிய தோழியோடு ஒப்பிடும்போது நான் எவ்வளவு சிறியதாக இருந்தேன். நேற்று இரவு, அவள் என்னை வீட்டுக்கு அழைத்துச்செல்வதாக உறுதியளித்திருந்தாள். அவளின் சொந்த வீடு.

பீனேப்பிற்குப் பதினாறு வயது. நான் பத்தொன்பது வயதில் ஒன்பது வயது உடலுடன் இருந்தேன்.

'அட, படபடப்பானவளே,' அவள் முணுமுணுத்தாள். அவள் உடனடியாகத் தன் கால்களைப் பிடித்து எழுந்து கொண்டாள். அன்றைய இரவு நாங்கள் எலும்புகளின் குகைக்கு அடியில் தூங்கினோம். அது மீண்டும் கீழே விழுந்து என்னைப் புதைப்பதற்கு முயன்றது.

'நாம் புறப்படலாம், பீனா. சீக்கிரத்தில் நடக்க முடியாத அளவுக்குச் சூடாகிவிடும்.'

நான் மெதுவாக எழுந்தேன். என் உடல் இந்தப் புதிய அசைவுகளால் இன்னும் கிரீச்சிட்டுக்கொண்டிருந்தது. நான் எப்படி புதைத்த இடத்திலிருந்து தவழ்ந்து செல்வது என்று கற்றுக்கொண்டிருந்தேன். இந்த உயிர்த்தெழலுக்குப் பழக்கப்படுத்திக்கொள்வதற்கும்தான்.

பிறகு, அவள் திகைத்துபோய் கத்துவதைக் கேட்டேன்.

‘நீ ஆடை அணியவில்லை!’

இறுதியாக, காலை வெளிச்சத்தில், நான் காட்சிப்படுத்தப் பட்டு விட்டேன். என் உடைகள் என் தோலுக்குள் அமிழ்ந்து எரிந்துவிட்டன என்பது எனக்கு எப்படித் தெரியும்? இன்னும் மோசமானது, நான் அவளை மாதிரி இல்லை என்பது.

‘நீ ஒரே நிறத்தில் இல்லை!’

முதல்முறையாக, நானும் என்னை முழுமையாகப் பார்த்தேன். ஆமாம், அவள் சொன்னது சரிதான். என் உடலில் கருப்பு, வெள்ளை, சாம்பல் திட்டுக்கள் இருந்தன. பாதி எரிந்தும் பாதி வெளிறியும் இருந்த பகுதிகள். அவை வெட்டுக்கிளி எனக்குள் தூங்குவதற்கு முன் கொறித்த பகுதிகள். ஆனால், எனக்கு நினைவில்லாததை என்னால் எப்படி விளக்க முடியும்?

‘ஒரு நிறமில்லை.’ அவள் தன் தலையை நம்பாமல் ஆட்டி னாள். அவள் தன் பழுப்பு நிறக் கைகளை உள்ளுணர்வோடு தடவினாள். ஒருவேளை, அவள் தான் வழவழப்பாகவும், ஒரே சீரான நிறத்தில் இருப்பதையும் தனக்குத்தானே உறுதிப்படுத்திக் கொண்டிருக்கலாம். அவளால் இந்த விஷயத்தை அப்படியே விட்டுவிட முடியவில்லை.

‘நீ யாரிலிருந்து பிறந்தாய்? உன்னுடைய தாய், தந்தைக்கு என்ன ஆயிற்று? நீ இப்படி இருக்கக் கூடாது என்று உனக்குத் தெரியாதா? இந்த சீரற்றத்தன்மை ஆபத்தானதில்லையா? கொஞ்ச நேரத்துக்கு, அவள் ‘தூய்மையற்ற’ என்ற சொல்லைச் சுற்றி வந்துகொண்டிருப்பாள். *உன்னால் என்னுடன் இப்படி நடந்துவரமுடியாது என்பது உனக்குத் தெரியாதா?*

அவள் கேள்விகளால் என் தலை சுற்றியது. அவற்றில் எதுவும் எனக்குப் புரியவில்லை. அப்படியிருக்கும்போது எப்படி என்னால் பதிலளிக்க முடியும்? நான் சில மீட்டர்கள் தொலைவிலிருந்த என் குழியைக் காட்டினேன். எல்லா பதில்களும் அந்தக் குழியில் புதைக்கப்பட்டுள்ளன என்று சொல்லப்பட்டதை என் மண்டையோட்டின் தொலைதூர மூலையில் கேட்டுள்ளேன்.

‘இல்லை, என்னால் உன்னை மீண்டும் அங்கே விட்டுச் செல்ல முடியாது.’ அவளது குரல் மென்மையாக ஆனது. என் வேதனையைக் கவனித்ததும் அவள் முகமும் மென்மையாக ஆனது. பீனேப் பார்த்ததைப் பார்ப்பதற்காக, முழு வட்டமாக இப்போது வந்துகொண்டிருக்கும் மிகப்பெரிய சூரியனைப்

பார்க்கும்படி என் முதுகுபுறத்தைத் திருப்பிக்கொள்ள வேண்டும் என்றிருந்தது. நான் தூய்மையற்றவள்.

இது இப்படி இருக்க முடியாது – நான் என்ன சொல்கிறேன் என்றால், உன்னை யாரும் இப்படிப் பார்க்கக் கூடாது. நானும்தான் – அவள் குத்துக்காலிட்டு உட்கார்ந்து, தன் கால்விரல்களை ஆராய்ந்துகொண்டிருந்தாள்.

இதற்கிடையில் சூரியன் உயர்ந்தது, உயர்ந்தது. நான் அதைப் பார்த்துக் கண் சிமிட்டினேன். இவ்வளவு அதிகமான வெளிச்சத்தால் நான் குருடாகிவிடுவேனோ என்று நினைத்தேன். நான் அவளைப் பார்த்துக் கண் சிமிட்டினேன். இப்போது பூமி உடனடியாகச் சூடாகிக்கொண்டிருப்பதைப்போல, அவளும் மினுமினுத்துக்கொண்டிருப்பதாக நான் நினைத்தேன்.

அந்த மினுமினுக்கும் உருவம் எழுந்து நின்றது. தன் இடுப்புக் கச்சையை அவிழ்த்தது. தன் பற்களால் அவள் அதை இரண்டாகக் கிழத்தாள். 'இதோ, பீனா,' என்று என்னிடம் ஒரு துண்டைக் கொடுத்தாள். 'இதை அணிந்துகொள். நாம் புறப்படலாம்.'

⅄

நாவினால் தன் தாகத்தை மறக்க முடியுமா? வயிறால் தன் பசியை மறக்க முடியுமா? இல்லை, பீனேப் இதைப் பற்றி பிறகு அதிகம் சொல்வாள். ஆனால், ஒருவரால் இவற்றைச் சிறிது காலத்துக்கு மறைக்க முடியும். அதிலும் குறிப்பாக, வேறு ஏதாவது முக்கிய மான பணிகள் இருக்கும்போது இவற்றை ஏமாற்றிவிடமுடியும்.

நாங்கள் மண்டையோடுகள், எலும்புகள் வழியாகக் கஷ்டப்பட்டுச் சென்றோம். நான் மிகவும் பின்னால் இருந்தேன். அவள் பொறுமையின்றி என்னை அழைத்தாள். 'சீக்கிரம், சீக்கிரம்.' ஆனால், என் கால்கள் அப்போதுதான் மீண்டும் என்னைத் தாங்கிச்செல்லப் பழகிக்கொண்டிருந்தன. சூரியன் என் தொண்டையை வறட்சியடைய செய்துகொண்டிருந்தது, அதே நேரத்தில் என் வயிறு தன் இருப்பை எனக்கு ஞாபகப்படுத்திக் கொண்டிருந்தது. ஆனால், இவற்றை எப்படி என் புத்திக்குச் சொல்லிக்கொள்ள வேண்டும் என்பதும் எனக்குத் தெரியவில்லை. அதை எப்படி என்னிலிருந்து வெளியே சொற்களில் தெரிவிக்க வேண்டும் என்பது எனக்குத் தெரியவில்லை. இந்த இடத்தின் விளிம்பை அடையும்வரை நடக்க வேண்டும் என்று அவள் சொன்னாள். அங்கிருந்து வீட்டுக்கு எப்படிச் செல்வது என்று தனக்குத் தெரியும் என்று சொன்னாள். இங்கிருந்து வெளியே செல்வது, இந்த ஒரேயொரு விஷயத்தை மட்டும்தான் நாம்

இப்போது யோசிக்க வேண்டும் என்று அவள் சொன்னாள். ஆனால், என் தலையோ தாகம், பசி என்ற சொற்களைக் கண்டு பிடிக்க முயன்றுக்கொண்டிருந்தது. என் பாதங்களுக்கோ, மண்டையோடுகளையும் எலும்புகளையும் காயப்படுத்துவதற்கான நோக்கமில்லை. அதிலும் குறிப்பாக, சில சிறிய மண்டையோடுகள். அவை பெரிய எலும்புகூடுகளுக்குப் பக்கத்தில் சுருண்டிருந்தன. அல்லது பெரிய எலும்புகூடுகள், சிறிய எலும்புகூடுகளைச் சுற்றிவளைத்திருந்தன. நான் அவற்றை என் கட்டைவிரல்களால் மெதுவாகத் தள்ளினேன். அவை ஒரே பொருள்போல் நகர்ந்துசென்றன. ஒருவேளை, அவை இரண்டும் ஒன்றுக்குள் ஒன்றாக வளர்ந்திருக்கலாம். எலும்புகளின் வலைப் பின்னலில் ஒரு பெரிய மண்டையோடும் ஒரு சிறிய மண்டையோடும் இருந்தன.

நான் பீனேப்பைத் தொலைத்துவிட்டேன் என்பதைக் கூட உடனடியாக உணரவில்லை. நான் வித்தியாசமான, அழகான ஒரு உயிரின்மீது கால் இடறி விழுந்தேன். மற்ற எலும்புக்கூடுகளிலிருந்து இது வித்தியாசமாக இருந்தது. பாறையால் பெரும்பாலும் மறைக்கப்பட்டிருந்த இது ஒரு பெரிய மண்டையோடு. அதன் முழு உடற்பகுதியும் ஒரே அளவிலான மூன்று சிறிய மண்டையோடுகளை நேர்த்தியாகச் சுற்றியிருந்தது. அது முழுமையான வட்டம்போல வளைந்திருந்தது. இந்த உயிரினம், பார்ப்பதற்கு ஒரேயொரு உயிரினம்போல இருந்தாலும், அது பெரும்பாலும் நிழலில், அதன் பெரிய மண்டையோட்டைத் தவிரப் பாதுகாப்பாகத்தான் தெரிந்தது. கண்ணைக் கூசும் அளவுக்கு வெள்ளை வெளேரென்று பிரகாசத்துடன் இருந்தது. நான் அதைத் தொட வேண்டியிருந்தது.

கைகள் எரிந்தன. நான் பிளந்திருந்த வாயை உற்றுப் பார்த்தேன். சூரிய வெப்பத்திலிருந்து தன்னைத் தள்ளி வைக்கும்படி என்னிடம் அது மன்றாடியது. அதுவும் மற்ற சிறிய மண்டையோடுகளைப் போல அமைதியாகவும் அதன் எலும்புகளின் வட்டத்துக்குள் பாதுகாப்பாகவும் இருக்க வேண்டுமென்று விரும்பியது. நான் அந்தப் பெரிய மண்டையோட்டை நிழலுக்குள் தள்ளத் தொடங்கினேன். ஆனால், அது அதன் எலும்புக்கூட்டிலிருந்து துண்டித்துக்கொண்டு உருண்டோடியது. அந்த மொத்த உயிரினம் கவிழ்ந்து கீழே விழுந்து, அந்தச் சிறிய மண்டையோடுகளை அவற்றின் வீட்டிலிருந்து வெளியேற்றியது.

நான் பீதிக்குள்ளானேன். எல்லா மண்டையோடுகளை யும் பிடிப்பதற்கு முயன்றபோது, நான் வெறித்தனமாக ரீங்காரமிடுவதைக் கேட்டேன். என் புருவம் அரித்தது, முகத்தின் மற்ற பகுதிக்கு நடுக்கத்தை அளித்தது. விர்ரென்ற ரீங்காரத்துக்கு

வெட்டுக்கிளிப் பெண்

இறக்கைகள் முளைத்து, என்னிலிருந்து பறந்து செல்வதற்குப் போராடுவதாக நினைத்தேன்.

பெரிய மண்டையோட்டால் வெகுதூரம் உருண்டோட முடியவில்லை. ஏதோவொன்று அதை நிறுத்தியது. இல்லை. அது எலும்பு இல்லை. ஆனால், பார்க்க வழவழப்பான சிறு குன்றுபோல இருந்தது. அதன் நிறம் சுற்றியிருக்கும் எதைப் போன்றும் இல்லை.

என் புருவத்தின் ரீங்காரமும் நின்றது.

நான் சிறிய மண்டையோடுகளை எடுத்தேன். ஒவ்வொன்றும் பெரிய மண்டையோட்டுக்கு அருகில் இருந்தால் என்ன அர்த்தம் வருகிறது என்று காண முயன்றேன். மண்டையோட்டை நிறுத்திய சிறிய குன்றைத் தள்ளினேன். அது தொடுவதற்கு வழவழப்பாக இருந்தது. என்னால் அதை முழுமையாகத் தோண்டாமல் இருக்க முடியவில்லை. எனக்கு ஏனென்று தெரியவில்லை. ஆனால், நான் தோண்டி எடுத்தவுடன், என் தலைக்குள் சரியான சொல்லைக் கேட்டேன். பசி. அப்போது, வெட்டுக்கிளி என் புருவத்துக்குள் ஆழமாகத் துளையிட்டது.

⋏

அது வளைந்திருந்தது. அது உடைந்திருந்தது. அது தொடுவதற்குக் குளிர்ச்சியாக இருந்தது.

நான் பாதிக் கிண்ணத்தைப் பார்த்துக்கொண்டிருப்பதை என்னால் உணரமுடிந்தது. கிண்ணம். என் மண்டையோட்டுக்குள் இந்தச் சொல் ஒலித்தது. இயல்பான உள்ளுணர்வுடன் என் புருவத்தைத் தொட்டேன். அங்கே எல்லாமே அமைதியாக இருந்தது. அது சிறியதாகவும், உடலோடு ஒட்டியும் மறைந்தும் இருக்க முடிவெடுத்திருந்தது.

நான் என்னுடைய கண்டுபிடிப்பை நிழலுக்கு எடுத்து வந்தேன். ஆனால், என்னால் அந்த உயிரினத்தை மீண்டும் ஒன்றாகச் சேர்த்து வைக்க முடியவில்லை. ஏதோ அந்தப் பாதுகாப்பான இடம் மிகச் சிறியதாக ஆகிவிட்டதைப் போல எல்லாச் சிறிய மண்டையோடுகளும் அந்த எலும்புகளின் வட்டத்துக்குள் பொருந்தவில்லை. அத்துடன், அந்தப் பெரிய மண்டையோட்டை அதன் எலும்புக்கூட்டோடு முன்பிருந்த மாதிரி வைப்பது சாத்தியமற்றதாக இருந்தது.

நான் எல்லா மண்டையோடுகளையும் அருகருகே வைத்தேன். என் பாதிக் கிண்ணத்துடன் மீண்டும் தோண்டத் தொடங்கினேன். அதைச் செய்வது எனக்கு மிகவும் இயல்பான

விஷயமாக இருந்தது. எதையோ தேடிக்கொண்டிருந்தேன். என்னவென்று எனக்குத் தெரியவில்லை. ஆனால், அதைக் கண்டுபிடிக்க முடியவில்லை. நான் மீண்டும் என் புருவத்தை உள்ளுணர்வோடு தொட்டேன். ஆனால், என்னால் அதை உணர முடியவில்லை. சிறியது, ஒட்டியிருப்பது, மறைந்திருப்பது.

கிண்ணம். பசி. கிண்ணம். பசி.

இந்தச் சொற்கள் என் தலைக்குள் ஒலித்தன. பிறகு, முதன்முறையாக அவை என் வாயைக் கண்டுபிடித்தன.

'கிகிண்ணம்... பபசி...' அவற்றை நான் மண்டையோடுகளிடம் உச்சரித்தேன்.

ஏதோ காத்திருப்பதைப்போல, அவை அமைதியாக என்னைப் பார்த்தன.

என் கையில், கிண்ணத்திலிருந்த மண், அது தவறான நிறத்தில் இருந்தாலும் சரியாக இருப்பதாகத் தோன்றியது. மெதுவாக, அதை நான் வாய்க்கருகில் கொண்டுவந்து சாப்பிடத் தொடங்கினேன்.

⅄

யாரோ என்னை அழைத்தார்கள், அல்லது அது உண்மையில் நானா?

'பீஈஈஈஈஈ—னாஆஆஆஆஆஆ!'

அவசரம், பிறகு தனிமை. இந்த மாதிரி கூக்குரலை நான் முன்னர் கேட்டிருக்கிறேன். ஆனால், அது இது போன்றில்லை. அதுவும் இங்கே இருக்க முடியாதல்லவா? இங்கே எல்லா வண்ணங்களும் தவறாக இருக்கின்றன. எதுதான் சரியான நிறம்?

இந்தக் கூக்குரல் அருகே வந்துகொண்டிருந்தது. நான் தொடர்ந்து சாப்பிட்டுக்கொண்டிருந்தேன். அதுதான் மிகவும் இயல்பான விஷயமாக இருந்தது. என் வாய் மெதுவாக மெல்வதற்கும் விழுங்குவதற்கும் நினைவு வைத்திருந்தது. 'அப்போதுதான் அடைத்துக்கொள்ளாமல் இருக்கும், மகளே, அப்போதுதான் அடைத்துக்கொள்ளாமல் இருக்கும்.' யார் என் தலைக்குள் கிசுக்கிசுக்கிறார்கள்? சற்று நேரத்தில், எல்லாம் அமைதியானது. பூமி என் வாய்க்குள் சுற்றியது. வித்தியாசமாக இருந்தது. என் நாவிற்கு நினைவில் இருப்பதைப்போல இது உலர்ந்துபோய் இல்லை. ஏதோவொன்று குறைகிறது.

'பீனா, உன்னால் நான் அழைப்பதைக் கேட்க முடிய வில்லையா, நான் தேடி—என்ன—? அவள் என்னை உற்றுப்

பார்த்தாள். கிண்ணத்தையும், என் வாயையும் பிறகு வரிசையாக வைக்கப்பட்டிருக்கும் மண்டையோடுகளையும் பார்த்தாள். அவள் முகம் இறுகியது. கண்கள் கிட்டத்தட்ட வீங்கின. சூரியன் சுட்டெரித்துக்கொண்டிருந்தது. அது அவளைச் சுற்றி ஒளிவட்டத்தை உருவாக்கிக்கொண்டிருந்தது.

அடி சீக்கிரமாக விழுந்தது. கிண்ணம் என் கைகளிலிருந்து பறந்துபோனது. என் கன்னம் வலிப்பதை உணர முடிந்தது.

'நீ உன் இனத்தையே சாப்பிடக் கூடாது.'

என் முழு வாழ்க்கையிலும் நான் கேட்ட மிகவும் சோகம் நிறைந்த குரலாக அது இருந்தது.

⅄

அங்கிருந்து செல்வதற்கு மூன்று நாட்கள் ஆயின. முதல் நாள் கண்டனத்துக்கு ஆளானதில் கழிந்தது. இரண்டாம் நான் வட்டங்களைச் சுற்றி நடப்பதில் கழிந்தது. மூன்றாம் நாள் பழுதுபார்ப்பதில் கழிந்தது.

நான் எலும்புகளைச் சாப்பிடவில்லை என்பதை எப்படி அவளுக்குப் புரியவைப்பேன்? மண் என்பது இறந்தவர்களின் பகுதியில்லைதானே? உயிரோடு இருப்பவர்கள் என் உணவைச் சேர்ந்து உண்டிருப்பார்கள்தானே? முன்னொரு காலத்தில் நடந்ததைப்போல எப்படிப் பழைய கதையை என்னால் சொல்ல முடியும்? என் முகத்தைப் போல நினைவுகளும் ஒட்டுகளுடன் இருக்கின்றன. சொற்கள் மெதுவாகவே வெளியே வருகின்றன.

இரண்டாம் நாள், பீனேப், *சவக்குழி* என்று அந்த இடத்துக்குப் பெயரிட்டவுடன் நாங்கள் புதுப்பிக்கப்பட்ட நோக்கத்துடன் நடந்து சென்றோம்.

'வீடு அல்ல, பீனா. இது இனி உன் வீடல்ல. வீடு அங்கே இருக்கிறது,' என்று தனக்குப் பின்னால் கையை அசைக்கப் போனவள், தனக்குப்பின்னால் வெறும் மண்டையோடுகள், எலும்புகளைத் தவிர வேறு ஏதுமில்லை என்பதை உணர்ந்தாள். அவற்றை எதிர்க்கும்விதமாகப் பேசினாள், 'நாம் இங்கிருந்து சென்றுவிடலாம்.' அதற்குப்பின் வந்த யோசனையில் என்னை நோக்கித் திரும்பினாள். 'நீ சவக்குழியிலிருந்து உண்ணக் கூடாது, பீனா' என்றாள்.

அவள் 'உண்' என்ற சொல்லை விழுங்குவதை என்னால் பார்க்க முடிந்தது. மீண்டும் நடப்பதற்கு முன் அவளது தொண்டை குழிவாக இருந்தது. முதலில், அவள் பசி, தாகத்தை

ஒப்புக்கொள்ளவில்லை. ஆனால், அவளால் சோர்வை மறுக்க முடியவில்லை. அவள் முழங்கால்கள் அடிக்கடி தளர்ந்து மடங்கின.

'கிண்ணம், பசி' என்று அவளிடம் சொன்னேன். சிறிது நேரத்துக்கு அவள் எங்கே விழுந்தாளோ அங்கேயே இருந்தாள். என் சொற்கள் அவள் தோள்களின் மேல் கனமாக உட்கார்ந்திருப் பதைப் போல இருந்தன. சற்று நேரத்தில் அவள் எழுந்து களைப்புடன் நடக்கத் தொடங்கினாள்.

வித்தியாசமாக இருந்தது. நாங்கள் தொடர்ந்து தள்ளிச் சென்று கொண்டிருந்தோம். ஆனால், மீண்டும் சாப்பிடுவதைப் பார்த்த அந்த உயிரினத்திடமே திரும்ப வந்துகொண்டிருந்தோம். நான்கு மண்டையோடுகளின் வரிசை, தலையில்லா எலும்புக்கூடு எங்களைப் பின்னால் இழுத்துக்கொண்டிருந்தன.

'நீ அவற்றைத் தொந்தரவு செய்துவிட்டாய். அதனால், அவை நம்மைப் போகவிடாது பீனா.'

மூன்றாம் நாளின் அதிகாலையில், நான் எழுந்திருக்கும்போது பீனேப்,எலும்புகளின் முன்னால் குத்துக்காலிட்டு அமர்ந்திருந்தாள். அவற்றின் மீதிருந்து கண்களை எடுக்கவில்லை. அவள் அங்கே இரவு முழுவதும் அப்படியே உட்கார்ந்திருந்ததைப்போல இருந்தது.

'அவற்றின் அமைதியை நீ தொந்தரவு செய்துவிட்டாய்,' என்று அவள் திரும்பவும் ஆனால் மென்மையாகச் சொன்னாள்.

அந்த உயிரினத்தைப் பற்றி அவளுக்கு என்ன தெரியும்? நான்தானே அதைக் கண்டுபிடித்தேன். நான் அதை மீண்டும் ஒன்றாகச் சேர்க்க முயலவில்லையா என்ன?

அன்று காலை, நான் மீண்டும் முயன்றேன். அந்தப் பாதி–வெளிச்சத்தில் அவை வெறும் பந்துகள், குச்சிகளாக மட்டுமே இருந்தன. பெரிய பந்து மேலே, சிறிய பந்து வட்டத்துக்குள் உள்ளே, ஆனால், பெரிய பந்து மீண்டும் உருண்டோடிவிட்டது. சிறிய பந்துகளில் மூன்றாம் பந்து பொருந்தவில்லை.

'அப்படியென்றால் உடைத்துவிடு,' பீனேப் தனக்குள் முணுமுணுத்தாள். மீண்டும் ஒருமுறை நான் மண்டையோடுகளை யும் எலும்புகளையும் பார்த்தேன். மீதமிருந்த மண்டையோடுகளை அவள் என்னிடமிருந்து எடுத்துப்போனாள். விலா எலும்புகளின் ஒரு பகுதியை ஒடித்து அவற்றை மீண்டும் வட்டத்துக்குள் வைக்க முயன்றாள். பிறகு, அவள் கழுத்தைச் செதுக்கினாள். அப்போது தலையை அதன்மீது பொருத்திவைத்துவிட முடியும். ஆனால் நிலையாக இருக்காது.

அவள் முகம் துயரத்துடன் காணப்பட்டது. ஏதோ அவளே அதை உடைத்ததைப்போல இருந்தாள். நான் அவளை உற்றுப் பார்த்தேன். அவள் வாயின் ஓரத்தில், சில மண் துகள்களைப் பார்த்தேன்.

இறுதியாக, அந்த ஆசிர்வதிக்கப்பட்ட கடைசிப் பாதையை விட்டு நீங்கினோம். ஆனால், வெளியில்தெரியும் என் பாகங்களின் மீது அவள் அதைப் பூசிய பிறகுதான் வெளியே வந்தோம். மண், என் முகத்தைக் குளிர்ச்சியாக்கியது. நான் அவளுக்கு நன்றிக்கடன்பட்டிருப்பதை உணர்ந்தேன். சுட்டெரிக்கும் சூரியனை பத்து ஆண்டுகளாக எனக்குத் தெரிந்திருக்கவில்லை.

'நாம் இதைக் கடந்து அடுத்த பக்கத்துக்குச் செல்லப் போகிறோம். அதற்கு இதைச் செய்தாக வேண்டும்', என்று சொல்லி அவள் இன்னும் அதிகமாக மண்ணை என் மேல் எடுத்துப் பூசினாள். உன் முகத்திலும் உன் வாய்க்கு அருகில் மண் இருக்கிறது என்று அவளிடம் சொல்ல வேண்டும் என்று நினைத்தேன். ஆனால், தான் அப்படி இருப்பது கண்டுபிடிக்கப்படுவதை அவள் வெறுப்பாள் என்பதை நான் உணர்ந்தேன்.

ஒவ்வொரு கை நிறைய மண்ணும், என் தோலைத் தொடும்போது, என் புருவம் மகிழ்ச்சியில் ரீங்காரமிட்டது. மண் அந்த இடத்திலேயே தங்கி, என்னிடம் ஒட்டிக்கொண்டிருந்தது. ரீங்காரம் தொடர்ந்தது. மெல்லிசையாக வளர்ந்தது. அந்த ஒலி என்னை ஆச்சர்யத்தில் ஆழ்த்தியது. பல நாட்களாக அந்த இடம் மிகவும் அமைதியாக இருந்த ஒன்று.

சிறிது நேரம், பீனேப் தன் கைவேலைப்பாடு எப்படி இருக்கிறது என்பதை நுணுகிப் பார்த்தாள். என் முகத்தை இப்படியும் அப்படியும் திருப்பிப் பார்த்துவிட்டு, 'நீ பார்க்க நன்றாக இருக்கிறாய் என்றாள்'

எனக்குப் பாதிதான் புரிந்தது. அவள் என் வெளிறிய ஒட்டுகளை மூட நினைத்தாள். அவள் என்னை ஒரே நிறமாக ஆக்க விரும்பினாள்.

அவளுடைய அங்கீகாரம் என்னை நன்றாக உணர வைத்தது என்று சொல்லலாம். கடந்த மூன்று நாட்களாக என்னை மோசமாக உணரவைத்தபிறகு, என் அத்துமீறல்களுக்குப் பிறகு, என் போதாமைகளுக்குப் பிறகு, என்னை இப்படி உணரவைத்திருக்கிறாள். முன்னர், என் முகத்தை அவள் உற்றுநோக்கிவிட்டு, 'நீ அழகாக இல்லை,' என்று சொன்னாள். என்னால் இதைப் புரிந்துகொள்ள முடியாது என்று அவள்

மெர்லிண்டா பாபிஸ்

நினைத்திருக்கலாம். ஆனால், அவள் தன் முகத்தை என் முகத்துக்கு அருகில் கொண்டுவந்து, தொட்டபோது அவளுக்கு ஏற்பட்ட சிறிய நடுக்கத்தை என்னால் எப்படித் தவறவிட முடியும்?

இறுதியாக, எல்லையை அடைந்தபோதும் அதே நடுக்கத்தை என்னால் உணர முடிந்தது. மண்டையோடுகள், எலும்புகள் அருகருகே நீண்ட வரிசையில் அசையாமல் இருப்பதைப் பார்த்தேன். பாதி எரிக்கப்பட்ட, அதிநீளமான வரிசையில் நீண்டிருந்த முறுக்கப்பட்ட பொருள் பற்றி அவள் என்னை எச்சரித்தாள். அது அவளை கிழித்துவிட்டதாகச் சொன்னாள். அது ஆபத்தானது. அதற்குப் பிறகு ஒரு நடுக்கம். பிறகு அவள் என்னை அழகாக்க முடிவு செய்தாள்.

நான் இதை மறக்கக்கூடாது: நான் அழகாக இல்லை.

என் முகத்தை அவள் மென்மையாகக் கையாண்டாள். என் புருவத்திலிருக்கும் அடையாளத்தைத் தொந்தரவு செய்யக்கூடாது என்பதில் கவனமாக இருந்தாள். அவள் விரல்கள் அருகில் வரும்போதெல்லாம் அது ரீங்காரமிட்டது. அது அவளை ஈர்த்தது. ஆனால், ஒருபோதும் அவள் அதை பெயர் சொல்லி அழைக்க மாட்டாள். அந்தச் சொல்லும் அவளை நடுங்கவைத்தது. அவள் வீட்டிலிருந்துபோது, நீண்ட காலத்துக்கு முன்பிருந்த வெட்டுக்கிளிகள் பற்றியும், அவை விழித்திருந்தபோதிருந்த பசி பற்றியும் அவள் கேள்விப்பட்டிருந்தாள்.

இன்னொரு கதையை என்னால் நினைவுகூர முடிந்தால் எப்படியிருக்கும்! ஒருகாலத்தில், வெட்டுக்கிளிகள் உயிர்காக்கும் உணவாக இருந்தன. அவை எங்களுடைய பசியை மோப்பம் பிடித்ததால், தம்மை மறைத்துக்கொண்டன. ஒருகாலத்தில், வெட்டுக்கிளிகள் அமைதியாக இருந்தன.

அவள் விரல்கள் அதை உராய்ந்தவுடன், இன்னும் சத்தமாக ரீங்காரமிட்டது. என் புருவ அரிப்பு சுகமாக இருந்தது.

‘இது ஒன்றே ஒன்றுதான். ஆனால், இரண்டைப்போல பாடுகிறது,’ என்று அவள் வியப்புடன் சொன்னாள்.

ரீங்காரம் மூன்று இசைக் குறிப்புகளை வாசித்தது. சில நேரங்களில், எல்லாவற்றையும் ஒரே நேரத்தில் வாசித்தது. அது பண்ணிசையை வாசித்தது. பீனேப் அறிந்திருந்த தனி இசைக் குறிப்புகளின் ஏற்ற இறக்கத்தைவிட அது முற்றிலும் அந்நியமாக இருந்தது.

‘என் ஆரஞ்சுப் பெட்டியின் பாடல்களைப்போல இல்லை,’ என்று அவள் தலையைச் சோகமாக ஆட்டினாள். அவள்

பரிவுடன் இருக்க முயல்வதை உணர்ந்தேன். அவள் தன் ஆரஞ்சுப் பெட்டி மிகவும் அழகாக இருந்ததையும் அது இல்லாத குறையை உணர்வதையும் சொல்லாமல் தவிர்த்துவிட்டாள். அவளால் 'அழகு' என்ற சொல்லைப் பயன்படுத்தமுடியவில்லை. அவள் என்னைப் போதுமான அளவுக்கு மோசமாக உணரவைத்திருந்தாள்.

அப்போது, என் மண்டையோட்டுக்குள் சிறிய மெல்லிசைகள் இருப்பதைப் போன்ற பல விஷயங்களை உணர்ந்தேன்.

வேறொரு புறத்தை உற்று நோக்கியபடி நாங்கள் அமைதியானோம். இப்போது ஒரு வித்தியாசமான நிறம், ஒரு வித்தியாசமான கதை. தாங்க முடியாமல் சுட்டெரிக்கும் சூரியனின் கீழ் பல மைல்களுக்குப் பழுப்பு நிறம். அதற்குப் பிறகு, அடிவானம்.

நான் முன்னால் செல்ல அடியெடுத்துவைத்தேன். ஆனால், நிறுத்தப்பட்டேன். 'இல்லை, அங்கே காலை வைக்காதே. அங்கே புதைத்து வைக்கப்பட்டிருக்கும் பொருட்கள் சுவர்மையானவை' என்று சொல்லி, அவள் என்னை உடனடியாகத் தூக்கி எலும்புக்கூடுகள் இருக்கும் வரிசையைத் தாண்டி எடுத்துப்போனாள். அவளின் புதுப்பிக்கப்பட்ட வலிமை என்னை ஆச்சரியப்படுத்தியது. என்னை இறக்கிவிட்டு, 'நாம் வீட்டுக்குச் செல்கிறோம் பீனா' என்று சொல்லி ஏறக்குறையப் புன்னகைத்தாள்.

என் நெஞ்சில் ஏதோ ஒரு புதுப் பாய்ச்சலை உணர்ந்தேன். என் தோழியின் கண்கள் மென்மையாக இருந்தன. அவள் முகம் என் முகத்துக்கு அருகில் இருந்தது. இந்த முறை அவள் நடுங்கவில்லை.

'ஆனால், பீனா, இந்த அடையாளம் உனக்கு எப்படி வந்தது?'

'என்னிலிருந்து உன் கண்களை அகற்று
நான் அழகாக இல்லை
என்னிலிருந்து உன் கண்களை அகற்று
நான் சாலையில்லை'

'உனக்குப் பின்னால் திரும்பிப் பார்க்காதே என்று சொன்னேன் – ஐயோ, இந்தப் பிடிவாதம்பிடித்தவள் இருக்கிறாளே!' பீனேப்பின் திட்டு, போன சீக்கிரத்திலேயே திரும்பி வந்தது. 'அந்த இடத்தை மறந்துவிடுவேன் என்று சத்தியம் செய். நாம் அந்த இடத்தை மறந்தாக வேண்டும். யாராவது உன்னிடம் கேட்டால், நான் ஒருபோதும் அங்கில்லை என்று சொல்ல வேண்டும்.'

அவளால் எப்படி எங்கள் கதையை மறுக்க முடியும்? நடை முழுவதுமே, அவள் நாங்கள் விட்டுவிட்டு வந்ததற்கு எதிராக

என்னை வாக்குறுதிகள் அளிக்குமாறு கேட்டுகொண்டே வந்தாள். ஆனால், சில நேரங்களில் அவள் தன் வீட்டைப் பற்றிக் கூறியபோது, தான் கருப்பு வெள்ளை வெளிகளை உயரமான சிகரத்திலிருந்து உளவு பார்த்ததைப் பற்றிச் சொன்னாள் – ஆனால், அவையெல்லாம் கடந்தகாலம். உன் கண்களால் முன்னாலிருக்கும் பாதையை மட்டும் பார், பீனா.'

அது வெப்பத்தில் மின்னியது. அது அலைஅலையாக இருந்தது. ஒருவேளை நான்தான் அப்படிக் கற்பனை செய்தேனா? உண்மையில் அது என்ன? எப்போதைக்குமான ஒரு கோடா? அல்லது நிறுத்தக் கோடா? முடிவில்லாமல் கண்கள் பின்தொடர்வதற்கான ஏதோவொன்றா? எல்லாமே இங்கேயே முடிவடைந்துவிட்டன என்று கால்களை எச்சரிப்பதற்கான ஏதோவொன்றா? நான் இதற்கு முன் ஒருபோதும் அதுவரை அடிவானத்தைப் பார்த்ததில்லை.

'தூரரரரம் . . .' நினைவுக்கு வந்த இன்னொரு சொல் வாயில் சுழன்றது.

'தூரம், ஆனால், நாம் அதை அடைந்துவிடுவோம்' என்று அவள் உறுதியாகச் சொன்னாள். சற்று நேரத் தயக்கத்துக்குப் பிறகு, 'நாம் வீட்டுக்குச் செல்வோம். நான் வீட்டிலிருந்து இவ்வளவு தூரம் நடந்து இங்கு வந்திருக்கிறேன். என்னால் நிச்சயம் திரும்பியும் செல்ல முடியும்.'

ஒவ்வொரு முறையும் ஓய்வெடுக்க நாங்கள் நிற்கையில் அவள் கைகளை நீண்ட கோட்டை நோக்கி நீட்டினாள். அதை நாங்கள் எட்டிவிடுவோம் என்று தோன்றவே இல்லை. நாங்கள் மெதுவாகச் செல்ல ஆரம்பித்தோம். பத்து ஆண்டுகளுக்கான மறுப்பிற்குப் பின், என் வயிற்றுக்கு அங்கீகாரம் தேவைப்பட்டது. நான் கைநிறைய மணலை என் வாய்க்கு எடுத்துச்செல்வதை அவளால் நிறுத்த முடியவில்லை. அவள் முதலில் என்னை அருவருப்புடன் பார்த்தாள். பிறகு, ஆழ்ந்த ஏமாற்றத்தோடும், சோகத்தோடும் பார்த்தாள். வீட்டின் சாப்பாட்டு மேசைக்குக் குப்பைக்கூளத்திலிருந்து உணவுத் துண்டங்களைக் கொண்டு வந்த அவளால் மணலிலோ, கற்களுக்கு அடியிலோ, பாறைகளின் இடையிலோ, மேலடுக்குகளிலோ எதையுமே கண்டுபிடிக்க முடியவில்லை. உலர்ந்து இருந்ததைப்போலவே இந்தப் பாலைவனம் கீழ்மையாகவும் இருந்தது. அங்கிருந்த மண்டையோடுகள், எலும்புகளைப்போல நாங்களும் அமைதியாக இருந்திருப்போம்.

அந்த ரீங்காரம்தான் எங்களை நகர வைத்தது. அது மற்ற ஒலிகளை நோக்கி ரீங்காரமிட்டது. இன்னும் சொல்லப்போனால், அது அவற்றை நோக்கி எங்களை அழைத்துச்சென்றது. நாங்கள்

அவற்றைக் கேட்பதற்கு முன், அது அவற்றைக் கண்டுபிடித்தது. எதிர்பாராத திடீர் காற்றின் ஒலி, உருளும் கூழாங்கல், பாறையிலிருந்த தூசி என இவற்றுக்கெல்லாம் எதிர்வினை புரிய என் புருவம் அரித்தது. சில நேரங்களில், தான் கேட்டதை அப்படியே முழு மெல்லிசையாக மாற்றியது. தொலைதூரத்திலிருந்த ஒலியுடன்கூட அது உரையாடலை மேற்கொண்டது. எப்போதும் எங்கள் கால்களால் அதை நோக்கிச் செல்வதை தடுக்க முடியவில்லை. ஒலி உற்பத்தியாகும் இடத்திற்கு நாங்கள் செல்வதை உணர முடிந்தது. எங்கள் பாதங்களும் வெட்டுக்கிளியின் பாடலால் பாதிப்படைந்தன.

'என்னை அங்கே சந்திப்பாயாக,
என் இடது பாதம், வலது பாதத்திடம் சொல்கிறது
எங்கே இன்னும் வாழ்க்கையின் சிறுதழும்பு உள்ளதோ அங்கே.'

⅄

தொலைதூரத்திலிருந்து பார்த்தால், அது வெறும் பாறைதான். ஏதோ அது தன் இனத்தையே வெறுத்து ஒதுக்க முடிவெடுத்து விட்டதுபோலத் தனித்திருந்தது. நாங்கள் கரடுமுரடான அந்த நிலபரப்பை விட்டு வெளியே வந்தோம். இப்போது நாங்கள் வறட்சியான தட்டையான நிலப்பரப்பில் நடந்து கொண்டிருந்தோம். அதனால், அந்தப் பாறை அடிவானத்தின் வீக்கம்போலத் தனித்து நின்றிருந்தது. அது ஒரு அமைதியான பாறைதான். ஆனால், சீக்கிரமே அரிக்கத் தொடங்குவதற்கு முன்பே என் புருவம் பாடத் தொடங்கியது. பீனேப்பும் நானும் வழியில் நின்றுவிட்டோம். அது வழக்கமான ரீங்காரம் இல்லை என்பதால், அவள் என்னைத் திரும்பிப் பார்த்தாள். அது எனக்குக் குழப்பத்தை உருவாக்கியது. அது ஒரே நேரத்தில் உருவான இசைக் குறிப்புகளாகத் தொடங்கியது. இசைத் தெறிப்புகளைப்போல இருந்த அது, மெதுவாக மூன்று குறிப்புகளாகத் திரிந்து, இறுதியாகப் பிரிந்து செல்வதைப்போல இருந்தது. ஆனால், அது எங்கள் கால்களைப் பாறையை நோக்கி அழைத்துச்சென்றது. சீக்கிரத்தில், மூன்று குறிப்புகள் இரண்டு குறிப்புகளாக மாறின. எங்கள் சோர்வான உள்ளங்கால்களின் ஏற்ற இறக்கத்தை அது எதிரொலித்தது. சற்று நேரத்தில், ஒரு இசைக் குறிப்பு மட்டும் மங்கத் தொடங்கியது. இல்லை, அது வேறெங்கோ சென்றுவிட்டது. அது பாறைக்குக் குரல் கொடுப்பதற்காக என் புருவத்திலிருந்து வழிதவறிச் சென்றது. ஏனென்றால், இப்போதும் அதுவும் பாடத் தொடங்கியது. அப்படித்தான் இல்லையா? ஒரேயொரு குறிப்புதான். அந்த நுண் இசைத்துடிப்பு, என் புருவத்தின் கைவிடப்பட்ட இணையுடன் உரையாடுவதைப் போல இருந்தது.

பீனேப் பாறையை நோக்கி ஓடத் தொடங்கினாள். ஆனால், அவள் வலுவற்று இருந்தாள். தொடர்ந்து கீழே விழுந்து கொண்டேயிருந்தாள். நான் எப்போதும்போலப் பின்தங்கி யிருந்தேன். நான் என் கால்களின் சாத்தியங்களை, ஒன்றை யொன்று முந்தும் அவற்றின் அவசரத்தை மறந்து விட்டிருந்தேன். அவள் கையைத் தூக்கி, உடனடியாக என்னை முன்னால் வரும்படி சைகை செய்ததைப் பார்த்தேன். அத்துடன் காற்றைக் குத்தியபடி அவள் அடிவானத்து வீக்கத்தை நோக்கிப் போனாள்.

இந்த முறை, இரண்டு இசைக் குறிப்புகளும் ஒன்றாக இணைந்தன. என் புருவமும் பாறையும் கலந்துவிட்டதைப்போல இருக்கிறது. ஏற்ற, இறக்கமெல்லாம் இப்போதில்லை. வெறும் ஒரேயொரு இசைக் குறிப்பின் மெத்தென்ற ஒலி மட்டும்தான் கேட்டது. ஆஹா, எவ்வளவு பரிச்சயமாகவும், எவ்வளவு ஆறுதலாகவும் தனிவகையானதாகவும் இருக்கிறது.

'தண்ணீர்!' பீனேப் கத்தினாள். 'இங்கே, இங்கே!'

ஆனால், இப்போது என்னால் எப்படி அவளைப் பின்தொடர முடியும்? என் கால்கள் இன்னும் தளர்ந்துபோய் விட்டிருந்தன. அத்துடன், என்னை யாரோ அமைதியாகத் தூங்கச் சொல்வது போலவும் இருந்தது. 'ஆறுறுறு ... மென்மை யான கர்ஜனையுடனும், பெருங்கடல் 'ஷ்ஷ்ஷ்' என்ற அமைதியுடனும் ...' என் புருவத்தில் சீராகச் சொட்டும் இசையில் தொலைந்துபோனபடி, நான் கீழே படுத்தேன். நான் சூடான மணலில் சுருண்டு படுத்தபோது, அது என்னைக் குளிர்ச்சியாக உணரவைத்தது. சொட்டும் நீரை வாங்கிக்கொள்ளும் பாத்திரம் நான். நான் முழுமையாவேன், நான் முழுமையாவேன். நான் பெரியவளாக, வலிமையானவளாக, நல்லவளாக வளர்வேன்.

பெரிய, வலிமையான, நல்ல – இந்தச் சொற்கள் என் மண்டையோட்டுக்குள் சீராகச் சொட்டத் தொடங்கின. யார் அங்கே பேசிக்கொண்டிருக்கிறார்கள்?

'பீஈஈஈஈஈஈ – னாஆஆஆஆஆஆஆ! 'பீஈஈஈஈஈஈ– னாஆஆஆஆஆஆஆ!

தவறான பெயர், தவறான பெயர், என் தலைக்குள்ளிலிருந்த குரல், உடனடியாக பீனேப்பின் வற்புறுத்தும் அழைப்பிற்கு பதிலளித்தது. என்னால் அரிதாகத்தான் அவளைப் புள்ளியைப் போலப் பார்க்க முடிந்தது. பரந்த பழுப்பு வெளியில் பழுப்பு. சீக்கிரத்தில் மொத்த உலகமும் தன் கண்களை மூடிக்கொண்டது. குளிர்ச்சி, பிரகாசம் இரண்டும் கலந்த ஏதோவொன்றால் ஒரே நேரத்தில் விழுங்கப்பட்டது. அது உருண்டையாக, வளைந்து,

மிதந்து அந்தப் பழுப்பு, என்னை நோக்கி வருவதாக இருந்தது. நான் எப்படி தோண்டி எடுத்த அந்த உயிரினத்தை மீண்டும் ஒன்றாகச் சேர்க்க முடியவில்லையோ அதுபோல இருந்தது. என் வாயைத் தொடுவதற்கு முன்னால் ஆசிர்வதிக்கப்பட்ட பூமி எங்கே அசையாமல் இருந்தோ அப்படி இருந்தது. முழுமை யாக, பெரிதாக வளர்ந்து, அருகில் நெருங்கி வருவது எவ்வளவு நன்றாக இருக்கிறது... கிண்ணம். நீலக் கிண்ணம் என்னை மூட வருகிறது. நீலம். நான் எப்படி அதை மறந்தேன்?

பின்னர் அது பழுப்பானது. பீனேப் என்னை உலுக்கினாள். பீனேப் மீண்டும் தன் குரலைக் கண்டுபிடித்தாள். 'பீனா, அது ஒரு துளை. ஒரு குகை. தண்ணீர் இருக்கும் குகை – உன்னால் அதைக் கேட்க முடிகிறதா?

தண்ணீரின் நிறம் என்ன?

'நாம் காப்பாற்றப்பட்டுவிட்டோம், பீனா, நாம் காப்பாற்றப் பட்டுவிட்டோம்!'

எந்த நாக்கு உடனடியாகத் தன் உலர்ந்த நாக்கை ஒரு வதந்தியால் சரிசெய்துகொள்ளும்?

பீனேப்பால் பேசுவதையோ, அழுவதையோ நிறுத்த முடிய வில்லை. அது அவளின் நெகிழ்ச்சியான தருணங்களில் ஒன்று. 'பீனா, எழுந்திரு, உனக்கு என்ன ஆயிற்று? நீ இதை எனக்குச் செய்யக் கூடாது. அய்யோ, தயவுசெய்து, எழுந்திரு! நாம் அங்கே செல்ல வேண்டும். அங்கே தண்ணீர் இருக்கிறது, உன்னால் கேட்க முடியவில்லையா? உன்னால் கேட்க முடியும். உனக்கு இது தெரியும் – அத்துடன் நீ – உன்னுடைய – அது நம்மை அங்கே அழைத்துச் செல்ல வேண்டும்.'

அதன் ஒரு இசைக் குறிப்பு சீராகச் சொட்டிக்கொண் டிருந்தது. அத்துடன், என் புருவம் அரிப்பது நின்றுபோனது.

✻

இறுதியில் எனக்கு நினைவு திரும்பியபோது இருட்டிப் போயிருந்தது. இரவாகிவிட்டதென்று நினைத்தேன். ஆனால், பின்னர்தான் நாங்கள் குகைக்குள் இருப்பதை உணர்ந்தேன். நான் மயக்கம்போட்டுவிட்ட இடத்திலிருந்து குகை வரைக்கும் பீனேப், என்னை இழுத்துவந்திருக்கிறாள். அவளுக்கு எங்கிருந்து இவ்வளவு வலிமை வந்தது என்று நான் ஆச்சரியப் பட்டேன். அவள் சுற்றித் திரிந்துகொண்டிருப்பதையும், செதுக்கிக்கொண்டிருப்பதையும், தன் கைகளால் தோண்டிக் கொண்டிருப்பதையும் என்னால் கேட்க முடிந்தது. கேட்ட

வதந்தியை உறுதிபடுத்துவதற்காக அவள் அப்படி வெறியோடு போராடிக்கொண்டிருந்தாள். என் புருவம் இப்போது அமைதியாக இருந்தது. ஆனால், அவளின் தலைக்குள் அந்தச் சொட்டும் இசைக்குறிப்பு ஒலித்துக்கொண்டிருப்பது எனக்குத் தெரிந்தது. அவளின் நம்பிக்கையைப்போல அது சத்தமாக இருந்தது.

பல முறை உலகம் தன் கண்களை மூடித் திறந்தது. ஒவ்வொரு முறை எனக்கு நினைவு திரும்பும்போதும் அவள் என் அருகில் குத்துக்காலிட்டு அமர்ந்திருந்தாள். அவள் இப்போது அழவில்லை. தன்னடக்கம் நிரம்பிய ஒரு பாதுகாவலர் போல அவள் என்னைக் கவனித்தாள். என் புருவம் மீண்டும் பாடத் தொடங்குவதற்காகக் காத்திருந்தாள்.

அவள் என்னைக் குகையின் ஆழம்வரை இழுத்து வந்திருந்தாள். நான் என் பத்து ஆண்டுகால வீட்டுக்குத் திரும்பி வந்திருப்பதாக உணர்ந்தேன். அது மிகவும் இருட்டாக இருந்தது. என்னால் என் கைகளைக்கூட பார்க்க முடியவில்லை. அத்துடன் அது ஈரமாகவும் இருந்தது. அது பீனேப்பின் வியர்வையா, ஏனெனில் அவள் திரும்பவும் என்னை நெருக்கமாகப் பிடித்திருந்தாள். ஆனால், இப்போது நடுக்கம் அவ்வளவாக இல்லை. ஆனால், நடுக்கம் அவ்வளவு இல்லை. அவள் தூங்கும்போது பயமின்றி இருந்தாள். அவள் முணுமுணுத்த கதைகளை நீண்ட காலத்துக்குப் பிறகுதான் விளங்கிக்கொள்ள முடிந்தது.

வியர்வையல்ல. நிலம்தான் ஈரமாக இருந்தது. அதேபோல, குறுகிய குகையின் சுவர்களும் ஈரமாக இருந்தன. நான் இருட்டில் தட்டுத் தடுமாறி என் வழியைத் தேடும்போது, அவளை எழுப்பிவிடக் கூடாது என்று கவனமாக இருந்தேன். எனக்கு உண்மையைக் கண்டுபிடிக்க வேண்டும். பீனேப்பைப்போல, தண்ணீர் பற்றிய வதந்தியை என்னால் மறக்க முடியவில்லை. இங்கே கூடுதலான ஆதாரம் இருக்கிறது. என் கையை வாய்க்குக் கொண்டுவந்தேன். அது உண்மையிலேயே ஈரமாக இருந்தது. ஆனால், அதன் சுவை வித்தியாசமாக இருந்தது. இது தண்ணீர்தானா? அதற்கு பதிலளிக்கும் விதமாக என் புருவம் பாடியது. மென்மையாகச் சொட்டும் அதன் இரட்டை இசைக்குறிப்பு, எங்கோ குகையின் ஆழத்திலிருந்து கேட்டது.

'பீனேப்...' நான் கிசுகிசுத்தேன். மீண்டும் தொடங்கியிருக்கும் இந்த வதந்தியைத் தொந்தரவுசெய்ய எனக்கு தைரியமில்லை.

தானும் கேட்டதாகச் சொன்னாள். முதலில் அவள் கனவில் அவள் குடிப்பதற்கு அனுமதிக்கப்படவில்லை. அவளுக்கு அது ஏமாற்றம் அளிப்பதாக இருந்தது. பழுப்பு நிறப் பீப்பாயில்

என்ன இருந்தாலும் அது குடிப்பதற்கில்லை என்று அவள் சகோதரிகள் சொன்னார்கள். அவள் கனவில் அவள் வீடு திரும்பியிருந்தாள். அவள் வெறுங்கையுடன் திரும்பியிருந்ததால் கடுமையாகத் திட்டும் வாங்கினாள்.

கனவு. எனக்கும் ஒன்று வந்ததை அவளிடம் சொன்னேன். மண்டையோடுகளும், எலும்புகளும் உயிரோடு இருந்தன. அவை நீலக் கிண்ணங்களிலிருந்து அருந்திக்கொண்டிருந்தன. ஐந்நூறு தாகமான வாய்கள் – இந்த எண் எங்கிருந்து வந்தது? ஆனால், எனக்கு அதைக் கேட்பதற்கான வாய்ப்பு அமையவில்லை. பீனேப் என் கதையைப் புறக்கணித்துவிட்டு, தன் கதையைச் சொல்லி முடித்தாள். நெடிய பயணத்திலிருந்து அவள் எந்தப் பரிசுகளும் எடுத்துவரவில்லை என்பதால் அவளுடைய சகோதரிகள் அவளை அடித்ததாகச் சொன்னாள். மூத்த பெண் வீட்டிலிருந்து சமைத்திருக்கவேண்டும். 'அவளுக்குக் குடிப்பதற்கு எதுவும் கிடையாது' என்று அவள் சகோதரிகள் முடிவுசெய்தார்கள். அதனால், எங்கே தாகத்தால் இறந்துவிடுவோமோ என்பது போல எழுந்ததாக அவள் விளக்கினாள். அவள் ஈரமான சுவர்களைக் கண்டபோது, அவற்றை வெட்கமின்றி நக்கியதைப் பொறுத்துக்கொள்ளும்படிக் கேட்டுக்கொண்டாள்.

'தண்ணீர், பீனா, தண்ணீர்!'

இந்த முறை, என் புருவத்தின் பாடல் வழிகேட்ட அவளை இருளில் நான்தான் வழிநடத்திச்சென்றேன். பாதை விரிவடையத் தொடங்குவதை எங்களால் பார்க்கமுடிந்தது. எங்களால் சுவர்களைத் தொட முடியவில்லை. எங்கள் தலைகளைக் கூரையில் இடித்துக்கொள்ளாமல் நிற்கமுடிந்தது. இங்கே குளிர்ச்சியாக இருக்கிறது. இல்லை, இங்கே கடுங்குளிராக இருக்கிறது. நான் பீனேப்பைப் பாதித் தூக்கியபடி, நெருக்கமாகப் பிடித்துக்கொண்டேன். தாகத்தால் வலுவிழந்திருந்ததால், அவள் ஆத்திரப்படுவதை நிறுத்திவைத்திருந்தாள்.

மெதுவாக, அந்த ஒற்றை இசைக்குறிப்பு உடைந்து பல இசைக்குறிப்புகளாக மீண்டும் ஒலிக்கத்தொடங்கியது. ஒருவேளை, அது தண்ணீரின் மீது தண்ணீர் சொட்டும் ஓர் இசைக் குறிப்பின் எதிரொலிகளா? எங்கள் காதுகளில் முழு தெளிவு வந்தது. இங்கே எங்கேயோ ஒரு தண்ணீர்ப் பாத்திரம் இன்னும் நிறைய தண்ணீரைச் சேகரித்துக்கொண்டிருக்கிறது. எங்கள் நாக்குகளும் தொண்டைகளும் வறட்சியால் வலித்தன. பின்னர் எங்கள் கட்டைவிரல்கள் குளிர்ச்சியாகவும் ஈரமாகவும் ஆயின. இன்னும் ஓர் அடி எடுத்துவைத்தோம். எங்கள் முழு பாதங்களும் கணுக்கால்கள்வரை ஈரமாயின. ஒரு தண்ணீர் குளம்!

'அய்யோ, பீனா, தண்ணீர், தண்ணீர்! அவள் கத்தினாள். பெரும் சத்தத்துடன் முழங்கால் நீரில்பட கீழே விழுந்தாள். அதற்குப் பின்னர், தண்ணீரின் சுவை வித்தியாசமாக இருந்தபோதும், உப்பாக இருந்தபோதும் நாங்கள் இருவரும் அதைக் குடித்தோம். எங்களுக்கு இன்னும் தாகமெடுத்தது. அதற்கு முன்னால், ஒரு சத்தம் எங்களைத் தடுத்தது. நான் என் புருவத்தைத் தொட்டேன். அதுதான் பெருமூச்சு விட்டதா? அது பெருமூச்சுதானே, அப்படித்தானே? அந்தப் பாதங்கள் எங்களை நோக்கித்தான் தண்ணீரில் நடந்துவருகின்றனவா? தண்ணீரின் மீது தண்ணீர் படும் ஒலியுடன் அந்தப் பெருமூச்சு சத்தமும் பெரிதாகிக்கொண்டிருந்தது. பீனேப் நடுங்கியபடி, என்னுடன் ஒட்டிக்கொண்டாள். அவளின் பற்களின் சத்தத்தை என்னால் கேட்கமுடிந்தது. அதற்குப்பிறகு, இரண்டு குளிர்ச்சியான, ஈரமான கைகள் எங்களைச் சுற்றிப்பிடித்து, எங்கள் காதுகளில் பெருமூச்சுவிட்டதும் அவள் அலறினாள்.

என் வெட்டுக்கிளியும் பதிலுக்குப் பெருமூச்சுவிட்டது.

ஷ்,' அந்தப் பெண் பெருமூச்சுவிட்டாள். அது ஒரு பெண்ணின் குரல்தான் என்பதில் நான் உறுதியாக இருந்தேன். நாங்கள் அவளது ஈரமான பெருமூச்சிற்குள் வந்துசேர்ந்திருக்கிறோம். ஏதோ அவளது பெருமூச்சுகள் தாலாட்டைப் போல இருப்பதாக நினைத்தபடி, அவள் எங்களை மென்மையாக ஆட்டினாள். பீனேப் அமைதியாகும்வரை, அதைச் செய்தாள். அந்தப் பெண்ணும் அமைதியாகிவிட்டாள். ஆனால், அந்த ஒற்றை ஸ்வரம் மட்டும் தண்ணீரின் மீது தண்ணீராகப் பாடிக் கொண்டிருந்தது.

பின்னர், என் தலை ஈரமாகத் தொடங்கியது. நான் அருகில் இருந்தவரை நோக்கிக் கையை நீட்டினேன். யாரோ ஒருவரின் கன்னங்களும் ஈரமாயின. அவை பீனேப்பின் கன்னங்கள் இல்லை. நான் உடனடியாக என் கையை எடுத்துக்கொண்டேன். அந்தப் பெண் பேசியபோது எனக்கு மூச்சுவிடக்கூட தைரியமில்லை.

'குழந்தைகள்?' அந்த இருளில் கைகள் எங்கள் உடல்களின் மீது முழுவதுமாகப் படர்ந்தன. ஓர் ஆசையை உறுதிப்படுத்த முயன்றது. 'ஆமாம், குழந்தைகள்... ஆஹா, எவ்வளவு காலத்துக்குப் பிறகு...'

'யார் நீங்கள்?' துன்பத்திலும் அச்சுறுத்தலிலும் இருக்கும்போதுகூட, பீனேப்பின் வழக்கமான கேள்வி இது.

'சோ–சோளி,' அந்தப் பெண் அழுதாள். 'குழந்தையில்லாத சோ–சோளி.'

அந்தப் பெயர் குகை முழுவதும் ஒரு வேண்டுகோளைப்போல ஒலித்தது. எங்கள் யாராலும் அதற்குப் பதிலளிக்க முடியவில்லை. குகையில், மேலும் கீழுமாக அவளது அழுகைத் தன்னையே இழுத்துச்சென்றது. நாங்கள் இறுகப்பிணைக்கப்பட்டிருந்தோம். அவளது மெல்லிய கைகளையும், பற்றியிருக்கும் விரல்களையும் எங்களால் உணர முடிந்தது. அதற்குப் பிறகு, சொட்டும் தண்ணீரின் ஒற்றை ஸ்வரம் உடைந்து திரளான ஸ்வரங்களாக, பல சுருதிகளாக மாறியது. எங்கள் மண்டையோடுகளுக்குள் அவளது அழுகை அதிர்வுகளை ஏற்படுத்திக்கொண்டிருந்தது. அதைக் கேட்பது துயரம் நிறைந்ததாக இருந்தது. ஆனால், எங்களால் அவளை நிறுத்தச் சொல்ல முடியவில்லை, அதுவும் அவள் தன் கதையைச் சொல்ல தொடங்கியிருந்தபோது அதைச் சொல்ல முடியவில்லை.

'ஒருகாலத்தில் என் கன்னங்கள் உலர்ந்திருந்தன. என் கண்கள் உலர்ந்திருந்தன. ஒருகாலத்தில் எனக்குக் கணவரும் இரண்டு குழந்தைகளும் (ஒரு பையன், ஒரு பெண்) இருந்தனர். ஒருகாலத்தில், அவர்களின் கன்னங்களும் உலர்ந்திருந்தன, கண்களும் உலர்ந்திருந்தன ...'

அவள் தொடர்ந்து சொல்லிக்கொண்டேயிருந்தாள். அவள் பலமுறை சொல்லியிருந்த அந்த 'ஒருகாலத்தில்' என்பதைக் கணக்கில் எடுத்துக்கொண்டால், ஒருவேளை சோ–சோளி மிகவும் பழைய காலத்தில் இருந்திருக்கக்கூடும். காலம் என்ற ஒன்று இருக்கிறது என்பதையே யாரும் அறிந்திருப்பதற்கு முன்னராக அது இருக்க வேண்டும்.

'ஆனால், எங்கள் கிணறு அப்போது வற்றியிருக்கவில்லை. ஆமாம், ஒருகாலத்தில் எங்களிடம் கிணறு இருந்தது. எங்கள் முழு கிராமமும் ஒருகாலத்தில் அதில் தண்ணீர் குடிக்க முடிந்தது. ஏன், எங்கள் விலங்குகளும்கூட தண்ணீர் குடித்தன. ஒருகாலத்தில் எங்கள் கிராமம் பச்சைப் பசேலென்று இருந்தது.

'பச்சை! அதைப் பற்றிச் சொல்லுங்கள், அது எப்படி இருந்தது?'

ஆனால், சோ–சோளி பீனேப் சொன்னதைக் கேட்டதாகத் தெரியவில்லை. 'பின்னர், ஒருகாலத்தில் நல்ல ஆண்களும் பெண்களும் எங்கள் கிராமத்துக்கு வந்தார்கள். அவர்கள், எங்களிடம் நிறைய தண்ணீர் இருப்பதாகவும், அதை நாங்கள் வீணடிப்பதாகவும் சொன்னார்கள். நாங்கள் தண்ணீரை வருங்காலத்துக்காகச் சேமிக்க வேண்டுமென்று சொன்னார்கள். அதனால், அவர்கள் எங்கள் கிணற்றுக்குள் குழாய்களைப் பொருத்தினார்கள். அத்துடன், எங்கள் தண்ணீர் காணாமல் போனது.'

இப்போது என் தோள்களும், கைகளும்கூட ஈரமாகி யிருந்தன. பீனேப்பிற்கும் அப்படித்தான் ஆகியிருந்தது. சோ—சோளி, எங்களைக் கண்ணீரால் குளிப்பாட்டிக்கொண்டிருந்தாள்.

'ஒருகாலத்தில், அந்த நல்ல ஆண்களும், பெண்களும் தாங்கள் தண்ணீரைக் பாதுகாப்பவர்கள் என்று சொன்னார்கள். வருங்காலத்துக்காக இப்போது எங்கள் தண்ணீர் எங்கேயோ பாதுகாப்பாகஇருப்பதாகஒருகாலத்தில்,சொன்னார்கள்.அவர்கள் எங்களுக்குத் தேவைக்கு மட்டுமான தண்ணீரை அளிப்பதாக வாக்குறுதி அளித்தார்கள். அப்போது, தண்ணீர் வீணாகாது என்று சொன்னார்கள். அதனால், ஒருகாலத்தில் பீப்பாய்களில் தண்ணீர் வந்தது. அதை நாங்கள் பகிர்ந்துகொள்ள வேண்டியிருந்தது. ஆனால், அது ஒருபோதும் போதுமானதாக இல்லை. எங்கள் கிணறு முழுமையாக வற்றிப்போயிருந்தது. பின்னர் பீப்பாய்கள் வருவது நின்றுபோனது. அந்த நல்ல ஆண்களும், பெண்களும் தங்களின் வாக்குறுதியை மறந்துபோனார்கள். அதனால், எங்கள் கிராமம் வற்றத் தொடங்கியது.எங்கள் பெண்களின் கருப்பைகளும் வறண்டன. ஆனால், அந்த ஒருகாலத்தில், எனக்கு இரண்டு குழந்தைகள் இருந்தனர். ஒரு பையன், ஒரு பெண். அவர்கள் என்னை அழவைத்தார்கள்.'

அவளின் கண்ணீர் எங்கள் உடல்களின் மீது சொட்டி வழிந்து, நாங்கள் நின்றிருந்த இடத்திலிருந்த குளத்துக்குள் விழுந்தது. அப்போதுதான் எங்களுக்கு அது உறைத்தது. இது சோ—சோளியின் தண்ணீர்! உவர்ப்பானது! சொட்டுவதை நிறுத்தவே முடியாது!

'ஒருகாலத்தில் எங்கள் கிராமம் பழுப்பு நிறமாக மாறியது. எங்கள் விலங்குகள் இறக்கத் தொடங்கின. அதற்குப் பிறகு, எங்கள் குழந்தைகளும். இதற்கு என்ன அர்த்தம் என்று உங்களுக்குப் புரிகிறதா? அதனால், ஒருகாலத்தில், எல்லா கணவர்களும், அந்த நல்ல ஆண்களையும் பெண்களையும் அவர்களின் வாக்குறுதியைக் காப்பாற்றும்படி கேட்பதற்காக அவர்களை நாடிச் சென்றனர். என்னைப் போன்ற அம்மாக்கள் எல்லாம் வீட்டிலிருந்து எங்கள் குழந்தைகள் இறப்பதைப் பார்க்க வேண்டியிருந்தது. அந்த நேரத்தில் ஒருகாலத்தில்,எங்களுடைய கணவர்கள் அடிவானத்தை நோக்கி நடந்து சென்றார்கள். ஆனால், அவர்கள் ஒருபோதும் திரும்பிவரவேயில்லை. ஒருகாலத்தில், அவர்கள் வழியில் தீ வளர்ந்ததாகவும் வதந்திகள் பரவின.

அந்தக் குகை ஒலியால் நிரம்பியது; அதிக அளவில், ஒருகாலத்தில் அவளது ஒவ்வொரு சொல்லுமே சொட்டும் நீர்போலதான் இருந்தது. அவள் கதை சொல்லச் சொல்ல, நிறைய ஸ்வரங்கள் சேர்ந்துகொண்டேவந்தன. என்

வெட்டுக்கிளிப் பெண்

புருவத்திலிருந்த வெட்டுக்கிளி ஒவ்வொரு ஸ்வரத்தையும் பிரதியெடுக்கத் தொடங்கியது. அதை மீண்டும் மீண்டும் வாசித்துக்கொண்டேயிருந்தது. என்னுடைய மண்டையோடு, இந்த ஊடுருவலால் பிளந்துவிடும் என்று நினைத்தேன். நான் அவளை நிறுத்த வேண்டியிருந்தது. என் ஈரமான கைகள் அவள் முகத்தை நோக்கி மீண்டும் சென்றன. அவள் வாயை, கண்களை அடைக்கவேண்டுமென்று நினைத்தேன். ஆனால், உடனடியாக விலகிச்சென்றேன். கண்கள் இல்லை, கண்கள் இல்லை!

'நான் அழுதேன், அழுது அவற்றை வெளியே தள்ளினேன
அவற்றை ஒவ்வொரு பெருமூச்சிலும் காணகிறேன்
நான் அழுதேன், அழுது அவற்றை வெளியே தள்ளினேன்
அவற்றை ஒவ்வொரு கதையிலும் காண்கிறேன்'

நாங்கள் அழுது புலம்பும் அந்தப் பெண்ணிருக்கும் குகையிலிருந்து ஓடிவந்தோம். அவள் கதைகள் எங்களைத் தொடர்ந்து கொண்டிருந்தன. நாங்கள் எப்படி ஓடினாலும், ஒருகாலத்தில் பச்சைப் பசேலென்று இருந்த அவளது கிராமத்துக் கதையிட மிருந்து ஓடமுடியவில்லை. பீனேப், அந்தக் குகையைப் பற்றி மீண்டும் பேசவே கூடாது என்று சொல்லியிருந்த போதும்கூட, என்னைப் போலவே அவளும் பச்சையைப் பற்றி வியந்து கொண்டிருந்தாள் என்பது தெரிந்தது.

பச்சை என்றால் என்ன? இதே கேள்வியை நான் யாரிடமோ நீண்ட காலத்துக்கு முன் கேட்டது தெளிவில்லாமல் நினைவுக்கு வந்தது. ஆனால், நிகழ்காலத்தின் இந்தச் சூடான அலையில் அது அடித்துச்சென்றுவிட்டது. வெளியில், எப்போதும்போல பழுப்பும் வறட்சியும் இருந்தன. ஒருபோதும் அந்தக் கதை சொல்லப்படவேயில்லை, அப்படியொன்று நடக்கவேயில்லை என்று பீனேப் தன்னைத்தானே நம்பவைத்துக்கொண்டிருந்தாள். ஆனால், எங்கள் வாய்களில் உவர்ப்புத்தன்மை மீதமிருக்கும்போது எப்படி அவளால் மறுக்க முடியும்?

என் நெற்றி ஒழுங்காக நடந்துகொள்வதற்கு இரண்டு நடை தேவைப்பட்டது. அது சோ–சோளியின் கதையை ஏதோ மனப்பாடம் செய்தாக வேண்டும் என்பதுபோலப் பாடிக்கொண்டேயிருந்தது. அதனால், அதை எப்படி எங்களால் மறுக்க முடியும்?

பீனேப் அதைக் கேட்பதற்கு மறுத்தாள். என்னுடன் நடப்பதற்கு மறுத்தாள். இப்போது அவள்தான் பின்தங்கியிருந்தாள். அவள் ஓய்வெடுப்பதற்கு நின்றே ஆக வேண்டும். அவள் என்னை அழைத்தாள். ஆனால், நான் என் ஓரக்கண்ணால் பார்த்தேன்,

பழுப்பு நிற மணல், தான் சுற்றியிருக்கும் பழுப்புநிறக் கச்சை, தன் பழுப்பு நிறத் தோல் ஆகியவற்றை அவள் ஆராய்ந்து கொண்டிருந்தாள். இரண்டாம் நாள் இரவு, மணல் உணவுக்குப் பிறகு, நாங்கள் இருவரும் ஒன்றாகப் படுத்திருந்தோம். அவள் ஒருவழியாகக் கேட்டாள், பச்சை என்றால் என்ன, பீனா?

என் நெற்றியை வலிக்கும் அளவுக்குச் சுருக்கி, ஞாபகப் படுத்திப் பார்த்தேன். ஒன்றும் நினைவுக்கு வரவில்லை. என் வெட்டுக்கிளிக்கூட அசையவில்லை. நாங்கள் பச்சையைக் கனவு கண்டுகொண்டிருந்தோம். நாங்கள் அதைக் கண்டுபிடித்தது ஒரு காலத்தில் நன்றாக இருந்த அனைத்துமானது அது.

எது பச்சையாக இருக்க வேண்டுமென்று விரும்பினோமோ அதுதான் பச்சை. உலர்ந்த கன்னங்கள் அல்லது உலர்ந்த முகங்களுடனான கண்கள் சூடான பார்லி சூப், ஆசிர்வதிக்கப் பட்ட பூமியின் பார்லி முளைப்பயிர், நான் உடைத்த உயிரினத்தை ஒன்றாகச் சேர்ப்பது, சகோதரிகளுடன் தூங்குவது, உப்புக் கரிக்காத தண்ணீரைக் குடிப்பது, அடிவானத்தைத் தாண்டி நடப்பது, இறுதியாக வீடு.

ஒருவேளை, அது எங்கள் கனவுகளுக்குள் நுழைந்து பதுங்கிவிட்ட ஒரு விநோதமான பாடலாக இருக்கலாம். அது ஒற்றை ஸ்வரமாகவே ஒரே வேகத்தில் இசைக்கத் தொடங்கியது. ஆனால், அது முன்னர் சொட்டிய மாதிரி இல்லை. அதன் தாளம் தட்–தட்–தட் எனத் தொடர்ச்சியாக இருந்தது. அது எங்களைத் திகைப்படையவும், ஆசிர்வதிக்கவும் செய்தது. பீனேப், பார்லி சூப் பரிமாறுவதற்கு முன், அவளின் தங்கை மேசையை விரல்களால் தட்டுவதுபோல கனவுகண்டாள். நான் ஏதோவொன்றைப் பற்றிக் கனவுகண்டேன். அது கரண்டியா, நீலக் கிண்ணத்தைத் தட்டுவதா, உணவுக்குப் பிறகான நடைக்கான அழைப்பா என்று தெரியவில்லை. விரைவில் அந்தப் பாடல் தட்டுவதைத் தாண்டிப் பெரிதானது. குரல்கள் அதைப் பாடத் தொடங்கின. ஆண்களின் குரல்கள் விநோதமான, அழகான தொனியில் கலந்திருந்தன. அது எங்களால் புரிந்துகொள்ள முடியாதபடி இருந்தது.

என் நெற்றி அசைந்தது. அது அந்தப் பாடலை அப்படியே பின்பற்றுவதைக் கேட்டேன். அது தெளிவற்றும், கரடுமுரடாகவும், சில பகுதிகள் காணாமல்போயும் இருந்தது. எங்களால் அதைப் புரிந்துகொள்ள முடியவில்லை. ஆனால், அந்தக் குரல்கள் மிகவும் ஆறுதல் தருவதாக இருந்தன. அந்தப் பாடல் மீண்டும் தொடங்கியது. யார் இந்தப் பாடகர்கள்? ஒருவேளை உணவை முடித்துவிட்டு ஒன்றாக அமர்ந்திருந்த தந்தைகளாக இருக்குமா?

அவர்களின் குரல்களில் நிறைவு தெரிகிறது. பெருமூச்சுவிடுவதைப் போல அந்த இறுதிச் சொல் கீழே இறங்கியது. ஆனால், அது குகையிலிருந்தப் பெருமூச்சுகள்போல இல்லை. இதில் துயரம் இல்லை. இது நல்லவற்றுக்கானப் பெருமூச்சாக இருக்கிறது. என் தூக்கத்தில் என் புருவத்தை மீண்டும் மீண்டும் தடவினேன்.

▲

தன் சொந்த கிராமத்தைப்போல இருக்கும் ஒரு கிராமத்துக்குள் நாங்கள் நடந்துசென்றுகொண்டிருப்பதாக பீனேப் சொன்னாள். ஆனால், இந்தக் கிராமம் காலியாக இருந்தது. அவள் தன் கண்ணீரை அடக்கிக்கொண்டாள். அதற்குப் பிறகு, அவள் தன் விரக்தியான தருணங்களை ஏற்க மறுப்பாள். குகையிலிருந்த அந்தப் பெண்ணைப்போல இருக்க அவள் மறுத்துவிடுவாள். நான் என் கண்களை இழக்க விரும்பவில்லை பீனா.'

நாங்கள் நடக்க, நடக்க, அந்தப் பாடல் என் புருவத்தில் ஒலித்துக்கொண்டேயிருந்தது. எங்கிருந்தோ, எங்கள் கால்களை அது தான் தோன்றும் இடத்திற்கு இழுத்துச்சென்றது. நாங்கள் ஒவ்வொரு காலிக் கல் குடிசைக்கும் சென்று பார்த்தோம். அந்தப் பாடலின் தாளத்திலேயே, கதவு, சுவர், மேசை, கட்டிலில் தட்டினோம். எங்களுக்கு ஏதோவொன்று புலப்பட வேண்டும் என்பதற்கான அழைப்பைப் போல அது இருந்தது. இது என்ன இடம்? நாங்கள் சென்று தட்டிய இடத்தில் எல்லாம் குறியிட்டுவிட்டு வந்தோம். அங்கேயே அந்தத் தாளமும் தங்கி யிருந்தது. அதனால், நாங்கள் கடைசிக் குடிசைக்குச் சென்றபோது, ஆள் நடமாட்டமில்லாத அந்த முழு கிராமமும் நல்லிசையில் பாடுவதுபோல இருந்தது. கதவுகள், சுவர்கள், மேசைகள், கட்டில்கள் வித்தியாசமான சுரத்தில் பாடின. ஆனால், ஏதோ சதிகார மகிழ்ச்சியில் கூடியிருந்து, ஏதோவொன்றை சேர்ந்து செய்வதுபோல இருந்தது அது. 'நடனமாடும்போது உடல்கள் ஒன்றோடு மோதிக்கொள்வதைப்போல அது இருந்தது, எங்கள் அம்மா எங்களுக்குச் சொல்லியிருக்கிறார்' என்று பீனேப் சோகமாகக் கிசுகிசுத்தாள். ஒருகாலத்தில் அவளுடைய கிராமம் நடனமாடியது என்றும் ஏனென்றால், அப்போது அன்றாட உணவுப் பொருட்கள் முழுமையாக வந்தன. வானமும் அப்போது பழுப்பு நிறமாகவில்லை என்று அவள் சொன்னாள்.

கடைசிக் குடிசைக்கு முன் நாங்கள் நின்றோம். எங்கள் விரல்கள் தட்டாமல் பார்த்துக்கொண்டோம். ஏனென்றால், அங்கே பாடல் ஒலித்துக்கொண்டிருந்து. அங்கே மிகவும் சத்தமாக இருந்தது. நாங்கள் கதவைத் தள்ளித் திறப்பதற்கு முன், எங்கள் மூச்சுகளை இழுத்துப் பிடித்துக்கொண்டிருந்தோம். அந்த

மனிதர்களின் குரல்கள் அப்போதுதான் முழு உணவை உண்டு முடித்தவர்களுடையவைபோல இருந்தது. அவர்கள் எங்களைச் சேர்ந்து உண்ண அழைப்பார்களா? அவர்கள் கருணையுடன் நடந்துகொள்வார்களா? எங்களுக்கு உண்பதற்கு உணவு அளிப்பார்களா?

ஆனால், உள்ளே வித்தியாசமான ஒரு கருப்பான, வட்டமான விலங்கு ஒன்றுதான் சுழன்றுகொண்டிருந்தது. அதன் ஒரு கை அதன் முகத்தைச் சொறிந்துகொண்டிருந்தது. அதன் உள்ளே மனிதர்கள் பாடிக்கொண்டிருந்தார்கள். அது அந்த மனிதர்களைத் தின்றுவிட்டிருந்தது! பீனேப்பும் நானும் பின்வாங்கினோம். ஆனால், எங்களால் அங்கிருந்து செல்ல முடியவில்லை. சுழன்று கொண்டிருந்த இந்த விலங்கால் இருத்திவைக்கப்பட்டோம். அது தொடர்ந்து என்னிடம் பாடிக்கொண்டிருந்தது. எங்களிடம் பாடிக்கொண்டிருந்தது. பிறகு, உண்மையான பெருமூச்சுவிட்டது. எல்லாப் பெருமூச்சுகளும் மகிழ்ச்சியற்றவையல்ல என்பதை நிரூபிக்க நினைத்திருக்கலாம். ‘ஆ–ஆஹ்–’ இந்தப் பெருமூச்சு தொடர்ந்துகொண்டேயிருந்தது. ‘ஆஹ்– ஆஹ்– ஆஹ்– ஆஹ்– ஆஹ்’ ஓர் உடல் எங்களைக் கடந்துசெல்லும்வரை தொடர்ந்தது. அது உடனடியாக அந்த விலங்கின் கையை, சுற்றிக்கொண்டிருந்த அதன் முகத்திலிருந்து பிடித்தது. அத்துடன், பாடுவது எல்லாமும் நின்றது.

பீனேப்பும் நானும் மேலும் பின்வாங்கினோம்.

‘இது நீங்கள் நினைப்பதுபோல் இல்லை, நீங்கள் நினைப்பதுபோல் இல்லை,’ சின்னஞ்சிறிய ஆணா, பெண்ணா என்று எங்களால் கூற முடியாத அது மன்றாடியது. அது அந்த விலங்கை நெஞ்சோடு அணைத்திருந்தது. அத்துடன், ஓடுவதற்குத் தயாரானது. ஆனால், நாங்கள்தான் முதலில் கதவுக்கருகில் சென்றோம். சற்று நேரம் நாங்கள் நின்றோம். அந்த உயிரினம் எங்களைப் பார்த்து பயந்திருந்தது!

அதன் தலையில் நீளமான வெள்ளை இழைகள் முளைத்திருந்தன. அதன் முகம் சுருங்கியிருந்தது. இந்த முடியை, காவி மழைக்கு முன்பே பீனேப்பின் கிராமம் அறிந்துவைத்திருந்தது. அந்த உயிரினம் மிகவும் வெளிறிப்போயிருந்தது. என்னைவிடச் சிறியதாக, வலுவற்ற, வளைந்து நெளிந்த கைகால்களைக் கொண்டிருந்தது. அது தன் இடுப்பில் பழுப்பு நிறக் கச்சையைச் சுற்றியிருந்தது. அதன் கோரிக்கை எங்களைக் குழப்பியது.

இது என்னுடையது இல்லை. இதை நான் கண்டுபிடிக்க மட்டுமே செய்தேன். சட்டப்படி, நான் என்னுடையதை

ஒருகாலத்தில் எரித்துவிட்டேன். நான் பரிசுத்தத்திலும் நம்பிக்கை வைத்திருக்கிறேன், சேர்ந்து பாடக்கூடாது, அத்துடன் எல்லோருக்கும் ஒரு நிச்சயமான இடமிருக்கிறது. அதனால் கலப்பதற்கு இடமில்லை. நான் எந்தவிதமான கலப்பையும் ஒருபோதும் செய்ததில்லை. அப்போதும் இல்லை. இப்போதும் இல்லை. நான் இப்போது தனியாக, பரிசுத்தத்தோடு இருக்கிறேன். அதனால், என்னைப் பற்றி தலைவர்களிடம் கோள் சொல்லிவிடாதீர்கள். அவர்களிடம் தயவுசெய்து சொல்ல வேண்டாம். அவர்களிடம் சொல்ல வேண்டாம்.

'யார் நீங்கள்?' இந்த வழக்கமான கேள்வியைத்தான் பீனேப் கேட்பாள் என்று நம்பலாம்.

'நீங்கள் விரும்பினால் இதை எரித்துவிடுகிறேன். ஆனால், என்னைப் பற்றி யாரிடமும் சொல்லிவிடாதீர்கள்!' அந்த உயிரினம் முழங்காலிட்டு அச்சத்தில் பதுங்கியது.

'உங்களுடைய விலங்கு, மனிதர்களை உண்டுள்ளது!'

'விலங்கா, எந்த விலங்கு – ஆ, இதுவா,' இந்த இடத்தில் அந்த உயிரினம் தலையை ஆட்டியது. 'இல்லை, இல்லை, இது ஓர் இசைத்தட்டு–'

'எப்படி நீங்கள் அதை அனுமதித்தீர்கள்?'

'ஓர் இசைத்தட்டும் ஒலிப்பதிவுக் கருவியும்; உங்களால் இவற்றைப் பார்க்க முடியவில்லையா?'

'உங்களுடைய சுழலும் விலங்கால் உண்ணப்பட்டு, மனிதர்கள் அதில் பாடிக்கொண்டிருக்கிறார்கள். அவர்கள் என்ன பாடிக்கொண்டிருக்கிறார்கள்?'

'அவர்கள் காதலைப் பற்றிப் பாடுகிறார்கள். அவர்கள் இதற்குள் இருக்கிறார்கள். ஆனால், இல்லையும்தான், என்று அது தொடர்ந்தது. ஏனென்றால், இது ஓர் இசைத்தட்டு, உங்களுக்குப் புரிகிறதா? இது விலங்கல்ல. இதில், மனிதர்கள் அன்பைப் பற்றிப் பாடுகிறார்கள் – நீங்கள், நீங்களும் நானும், யாராக இருந்தாலும் பெற்று அனுபவிக்கும் அன்பைப் பற்றி–'

'நான் அன்பையெல்லாம் அனுபவிப்பதில்லை,' பீனேப் பதிலடி கொடுத்தாள். ஏனென்றால், எனக்கு அது ஒருபோதும் வழங்கப்பட்டதில்லை.'

அந்த உயிரினம் அமைதியானது. அதற்குப் பிறகு, அந்தக் கருப்புப் பொருளைத் தூக்கியது. மெதுவாக விளக்கின் அருகே உயர்த்திப்பிடித்தது. அது கருப்பு சூரியனைப் போல

மெர்லிண்டா பாபிஸ்

மினுமினுத்தது. 'இங்கே பார், இது ஓர் அழகான விஷயம். புகழ்பெற்ற மனிதர்கள் ஒரு காலத்தில் பாடிய மிகவும் அழகானதொரு பாடல். ஆனால், இடிபாடுகளுக்கிடையில் இதைக் கண்டுபிடித்தபோது, என்னால் இதை எரிக்க முடியவில்லை. ஏனென்றால், இப்போதும் அது என்னை நம்பவைக்கிறது — ஒருவேளை — ஒருவேளை பெற்று அனுபவிக்குமளவுக்கு நம்மால் அன்பைக் கொடுக்கவும் முடியலாம். அதைப் பற்றித்தான் இது பாடியது, அன்பைப் பெற்று அனுபவிப்பது பற்றியும், கொடுப்பது பற்றியும்.'

'இல்லை, இது பொய்யைப் பாடும் விலங்கு!' என்று அவள் அதை அதனிடமிருந்து பிடுங்கிக்கொண்டாள்.

'தயவுசெய்து, தயவுசெய்து, அதை மென்மையாகக் கையாளுங்கள். அது விலங்கல்ல. அது இசைத்தட்டு. அது உடைந்துவிடலாம். அதனால், தயவுசெய்து — நான் அதைத் திரும்பப் பெற்றுக்கொள்ளலாமா?'

பீனேப் அதை உடைக்கவில்லை. நானும் அப்படித்தான் பயந்தேன். அவள் அதை உற்றுப் பார்த்தாள். இந்தப் பக்கமும் அந்தப் பக்கமும் திருப்பினாள். ஆட்டிப் பார்த்தாள். அதைக் காதுக்கு அருகே எடுத்துச்சென்று வைத்துப்பார்த்தாள்.

'ஏன்' என்று அந்த உயிரினம் கிசுகிசுத்தது, குழப்பத்துடன், நீங்கள் இதற்குமுன் இசைத்தட்டைப் பார்த்ததேயில்லையா?' என்று கேட்டது.

பீனேப் தலையை ஆட்டினாள். ஆனால், என்னை ஆச்சரியப்படுத்தும்படி, அதை கவனமாகத் திருப்பிக் கொடுத்தாள். 'இது ஒரு பொய். ஆனால், அழகாக இருக்கிறது. அதனால் மறுபடியும் பாட முடியுமா?' என்று முணுமுணுத்தாள்.

அந்த உயிரினம் இறுதியாகப் புன்னகைத்தது.

எனக்கு அதை அப்படியே திரும்பச் செய்யப் பிடித்திருந்தது: இயல்பாக முகத்தை மலர்த்தி, பிறகு இதழ்களைப் பிரிக்க வேண்டும்.

⁂

இது என்ன கனவா? அதிலும் குறிப்பாக, விலங்கில்லாத அந்தப் பொருளை மீண்டும் மீண்டும் சுழலவைத்துவிட்டு, நாங்கள் கேட்டுக்கொண்டிருந்தபோது, அது ஏன் எங்களுக்குக் கைநிறைய கருஞ்சீரக விதைகளை உண்பதற்குக் கொடுக்க வேண்டும்? பிறகு, கதவு திறந்தது. இன்னொரு உயிரினம் ஜாடியுடன் நடந்துவந்தது.

'நீங்கள் தனியாகத்தானே இருக்கிறீர்கள் என்றீர்கள் ?', பீனேப் ஏளனத்துடன் கேட்டாள்.

எங்களுக்கு அறிமுகமான உயிரினம் பதற்றமடைந்தது. ஆனால், புதிதாக வந்தவர் அமைதியாக எங்களை நோக்கி நடந்து வந்து, 'எங்கள் அண்டை வீட்டுக்காரர் உங்களைப் பற்றிச் சொன்னார்,' என்று கூறி எங்களிடம் ஜாடியைக் கொடுத்தார். தண்ணீர்! உடனடியாக பீனேப் அதைப் பிடித்துக் குடிக்கத் தொடங்கினாள். ஆனால், ஒரு மடக்கிற்கு மேல் குடிக்கவில்லை. 'எனக்கு இந்தச் சுவை தெரியும் – உவர்ப்பு' என்று சொல்லி தன் இதழ்களை மெதுவாக நக்கினாள்.

'ஆமாம்', என்று ஜாடியை எடுத்து வந்தது சொன்னது.

'ஆமாம், எனக்கு இந்தச் சுவை தெரியும். குகையிலிருந்த பெண்–'

வேறு எந்தக் குறுக்கீடுகளும் வேண்டாம் என்று சொல்வதுபோல ஒரு கை அசைந்தது. அதற்குப் பிறகு, அந்த உயிரினம் என்னிடம் திரும்பியது. 'இப்போது சொல்லுங்கள், நீங்கள் யார், குட்டிமா, உங்கள் முகத்திற்கு என்னவாயிற்று?'

அதுவே என்னைவிடச் சிறியதாக இருக்கும்போது, 'குட்டிமா' என்று அது என்னை அழைத்தது வித்தியாசமாக இருந்தது. பெரிய நீளமான வெள்ளை முடி அதன் கழுத்தைச் சுற்றியிருந்தது. அது தொந்தரவு செய்யக் கூடாது என்பதற்காக அப்படிச் சுற்றப்பட்டிருந்தது. அதுவும் அந்த இன்னொரு உயிரினத்தைப் போலச் சுருங்கிப்போயிருந்தது. ஆனால், அடர்ந்த தோலுடன் பீனேப் மாதிரி ஆடையணிந்திருந்தது. குறைந்தபட்சம் என்னால் அதன் கண்களைப் பார்க்க முடிந்தது. அந்த நிறம், சில நாட்களுக்கு முன் நான் கண்டுபிடித்த கிண்ணத்தைப் பற்றி என்னை நினைக்கவைத்தது.

'அவள் பீனா. பீனேப் என்ற என் பெயரிலிருந்து அவளுக்குப் பெயர் வைத்தேன். ஏனென்றால், அவளை நான்தான் கண்டுபிடித்தேன். அவள் முகத்திற்கு எதுவும் ஆகவில்லை. நான் அப்படியேதான் அவளைக் கண்டுபிடித்தேன். நீங்கள் யார் ?'

அந்த உயிரினம் முகத்தைச் சுளித்தது. ஆனால், அப்போதும் பதிலளித்தது. 'நான் எஸ்ப்ரா, இது என்னுடைய கணவர் டேனினென்.'

'நீங்கள் பரிசுத்தமானவர். எந்தக் கலப்பும் செய்யவில்லை' என்று சொன்னீர்கள். ஆனால், உங்கள் மனைவி வேறு நிறத்தில் இருக்கிறார் !' என்று பீனேப் தடாலடியாகக் கேட்டாள்.

'பரிசுத்தம் – ஹா! பெண்ணே! அவர்கள் உன் தலையிலும் மடத்தனமான எண்ணங்களை நிரப்பிவைத்திருக்கிறார்களா?' எஸ்ப்ரா பீனேப்பைத் தள்ளிவிட்டுவிட்டு என்னை உட்கார வைத்தாள். அவள் தன் கச்சையின் ஒரு பகுதியை எடுத்து ஜாடியில் தோய்த்தாள். அவளது அசைவுகள் அளவாகவும் கச்சிதமாகவும் இருந்தன. அவள் என் முகத்தைத் துடைத்தாள். பீனேப் தடவியிருந்த மண்ணைத் துடைத்தாள். அவள் அதை உற்றுப் பார்த்தாள். டேனினெனும் உற்றுப் பார்த்தார். அவர்கள் கவனத்துடன் தங்கள் விரல்களுக்கிடையில் அதைத் துடைத்தனர். அதற்குப் பிறகு, ஒருவரையொருவர் பார்த்துக்கொண்டனர். டேனினன் ஆச்சரியத்துடன் கத்துவதை நான் கேட்டேன். எஸ்ப்ரா, அவள் கைகளில் என் முகத்தை ஏந்தினாள்.

'மணலாகவும் இல்லை, காய்ந்தும் இல்லை. இது ஆசிர்வதிக்கப்பட்ட மண்' என்று அவள் கிசுகிசுத்தாள். 'ஆ, டேனினென், இதை மீண்டும் பசுமையாக முடியலாம்.'

அவர்கள் மேலும் என்னைக் குழப்பினார்கள். வித்தியாசமான மனிதர்கள் 'ஆசிர்வதிக்கப்பட்டது' என்பதைப் பல விளக்குகளுக்கிடையில் ஓதியதை நான் நினைவுகூர்ந்தேன். அத்துடன், அழும் பெண்ணின், ஒரு காலத்தில் பசுமையாக இருந்த கிராமமும் நினைவுக்கு வந்தது. ஆனால், என்னால் சொல்ல முடிந்தது . . . பசுமை மட்டும்தான்'

'ஆ, அழகான குழந்தையே, நீ ஆசிர்வாதங்களுடன் எங்களிடம் வந்திருக்கிறாய்' என்று சொன்ன எஸ்ப்ரா, எனக்கு நிறைய கருஞ்சீரக விதைகளை உண்ணக் கொடுத்தாள்.

'பசுமை.' அதைச் சொல்வது புன்னகைப்பது மாதிரி இருந்தது. அவள் கைகளில் என் கன்னங்கள் குளிர்ச்சியாக உணர்ந்தன.

⅄

மரங்கள் பச்சையாக இருக்கின்றன. மரங்கள் உயரமாக, பெருமிதத்துடன் அழகாக இருக்கின்றன. யாரோ ஒருவர், ஒருகாலத்தில் இதே விஷயத்தை என்னிடம் சொல்லியிருந்தார்.

எஸ்ப்ரா என் உடல் முழுவதுமிருந்த மண்ணைத் துடைத்து எடுத்தபோது, டேனினென் அதை என்னுடைய பழுப்பு நிறக் கச்சையில் பிடித்தார். அப்போது அவர்கள் மரங்களைப் பற்றிப் பேசினார்கள். அவர் தயக்கத்துடன் தன் அமைதியான விலங்கைத் தள்ளிவைத்தார். பீனேப்பை அதைத் தொட வேண்டாமென்று சொன்னார். முன்னர், அவள் அதையே சுற்றிச்சுற்றி வந்துகொண்டிருந்தாள். அதைப் பார்த்து, பிறகு

என்னைப் பார்த்து முகத்தைச் சுளித்தாள். அந்தத் தம்பதியின் கண்டிப்பை அவர்கள் என் மீது காட்டிய அதீத பாசத்தை அவள் வெறுத்தாள் என்பதை உணர்ந்தேன். எஸ்ப்ரா எனக்கு நிறைய உணவளித்ததோ, என்னை 'அழகானவள்' என்று கூறியதோகூட காரணமாக இருக்கலாம்.

அப்படியா நான் இருக்கிறேன்? அவர்கள் வடுக்கள் நிரம்பிய என் உடலை உற்றுப் பார்த்தபடி, என் காதுகளில் மரங்களைப் பற்றிய வதந்திகளை நிரப்பிக்கொண்டிருந்தார்கள். என்னைக் காட்சிப்படுத்திக்கொள்ளும் படியும் மற்றவர்களின் கவனத்தை ஈர்க்கும்படியும் நிற்க வைக்கப்பட்டேன்.

உங்களால் எல்லாவற்றையும் எடுத்துவிடமுடியாது. இது மண் அல்ல. இது ஆசிர்வதிக்கப்பட்டதில்லை. வெளிறியும், கருமையாகவும் என இரண்டும் கலந்திருக்கும் இது அவளது தோல். அவள் பரிசுத்தமானவள் அல்ல.' பீனேப் இதை மிகுந்த வெறுப்புடன் சொன்னாள். நான் ஒரு தோழியை இழந்து விட்டதாக உணர்ந்தேன். 'அவள் நெற்றியிலிருக்கும் அந்த அடையாளத்தைப் பார்த்தீர்களா? பொறுத்திருந்து பாருங்கள். அது மிகவும் வேடிக்கையான ஒலிகளை எழுப்பும்.'

இந்தப் புதிய சந்திப்பின்போது என் வெட்டுக்கிளி முழுமை யாக அமைதிகாத்தது.

ஆனால், டேனினென் இதையெல்லாம் கேட்கவில்லை. அவர் தன் மரங்களுக்கிடையே தொலைந்துபோயிருந்தார். ஆ, எஸ்ப்ரா, அந்த மரங்கள் இல்லாத குறையை நான் உணர்கிறேன். பீனா, என்ன மரங்கள் உன் கிராமத்தில் வளரும் என்று சொல், அத்துடன் எங்களை அங்கே அழைத்துச்செல்வாயா?'

பீனேப் சிரித்தாள். 'மரங்களா? அவள் கிராமமே அழிந்துவிட்டது.'

அந்தத் தம்பதி ஒருவரையொருவர் பார்த்துக்கொண்டனர். அதற்குப்பிறகு, என் கச்சையில் சேகரித்திருந்த மண்ணைப் பார்த்தனர். 'நாங்களும் எங்கள் கிராமத்தை இழந்துவிட்டோம்' என்று டேனினென் சொன்னார். அதற்கு முன்னால், எங்கள் மரங்களை இழந்தோம். தலைவர்களின் வீடுகள், மேசைகள், கட்டில்கள், நாற்காலிகள், ஏன் அவர்களின் கரண்டிகளுக்காகக்கூட அவற்றை இழந்தோம். ஆ, மரங்களுக்கான, இயற்கையான, புனிதமான பொருட்களுக்கான பசி. அதனால் வெள்ளப்பெருக்கு வந்தது. அதற்குப் பிறகு, குளிர். அதற்குப் பிறகு, இந்த வறட்சியும் வெப்பமும் வந்தன. என் கண்கள் மீண்டும் மரங்களைப் பார்க்க வேண்டுமென்றுதான் இவ்வளவு காலமாக

வாழ்ந்துகொண்டிருக்கிறேன். சின்னஞ்சிறிய கண்டெடுப்பே, என்னை அவற்றிடம் அழைத்துச்செல்.'

'டேனினென், டேனினென்!' திடீரென்று குழப்பத்துடன் எஸ்ப்ரா அவரை இடித்துக் கவனத்தை ஈர்த்தாள். 'இந்தக் கருப்பு – இது வர மறுக்கிறது.' இப்போது அவள் என்னை வித்தியாசமாகப் பார்த்தாள். ஏதோ இன்னமும் என்னை விரும்பலாமா என்பது தெரியாததுபோல அந்தப் பார்வை இருந்தது.

'நான்தான் சொன்னேனே' என்று பீனேப் சொன்னாள்.

எல்லோரும் உற்றுப் பார்த்தனர். என் நிர்வாணம் அவர்களை ஏமாற்றிவிட்டது. என் உடலை ஏற்றுக்கொள்ள முடியாத சோகத்துடன் பரிசோதித்தனர். உடனடியாக, நான் கச்சையை எடுத்து, என் உடலை மூடிக்கொண்டேன். நான் சிந்திய எல்லா மண்ணும் மணல்தரையில் விழுந்திருந்தது. அவர்கள் இப்போது அதைத் தொடவில்லை. எனக்கு அவளின் பாதி ஆடையைக் கொடுத்து, என்னை அணைத்துக்கொண்டு தூங்கிய பீனேப்பின் பக்கம் திரும்பினேன். அதற்குப் பிறகு, என் வாயிலிருந்து முதல் கேள்வி வருவதைக் கேட்டேன். 'ஏ–ஏன்?'

பீனேப் அவள் கால்விரல்களை உற்றுப்பார்த்தாள். 'டேனினென், எனக்கு மரங்களைப் பற்றிச் சொல்லுங்கள்.' அறிமுகமானவர்களின் முழுகவனமும் முதன்முறையாக, அவள்மீது இருந்தது.

அது ஒரு தட்டையான, மெலிதான, பாதி மங்கிய பொருள். அதை டேனினென் கட்டிலுக்கு அடியிலிருந்து எடுத்தார். அதில் ஏதோவொரு பரிச்சயம் இருந்தது. என் கண்கள் வெப்பத்தையும், ஈரத்தையும் உணர்ந்தன.

'வா,' என்று அவர் சைகையால் பீனேப்பை அழைத்தார். உடனே, அவளும் இந்தப் பொருளைச் சுற்றி அறிமுகமானவர்களுடன் சேர்ந்துகொண்டாள். 'இதுதான் நீங்கள் கேட்ட பாடலுடைய இசைத்தட்டின் மேல்உறை. இந்த உறைதான் இசைத்தட்டை உடையாமல் பாதுகாக்கிறது. இதற்கு மேல், பாருங்கள். ஒருகாலத்திலிருந்த ஏதோவொன்றின் படம், அவர் விளக்குவதை நான் கேட்டேன். நான் அவர்களுடைய தலைகளுக்கிடையில் நுழைந்து பார்த்தேன். நான் சரியானதைப் பார்ப்பதை சரியாக நினைவுகூர்வதை உறுதிபடுத்திக்கொண்டேன்.'

'நீலம், நீல வானம்,' என்று நான் சொன்னேன்.

'அவள் சொல்வது சரி, உனக்குத் தெரியுமா,' என்று சொன்ன எஸ்ப்ரா, படத்திலிருந்த நீலப்பகுதியைச் சுட்டிக்காட்டினாள்.

‘பீனேப், இவையெல்லாம் மரங்கள். நீல வானம், பச்சை மரங்கள். ஆனால், அவை உண்மையிலேயே இருப்பதுபோல நீலமாகவும் பச்சையாகவும் இல்லை. அவை மங்கிப் போயிருக்கின்றன. இங்கே பார், நான்கு ஆண்கள் நடக்கிறார்கள். அவர்களும் மங்கலாகவும் கந்தலாகவும் இருக்கின்றனர். யாரோ அவர்களைக் கிழித்துக் கந்தலாக்கியிருக்கிறார்கள் என்று நினைக்கிறேன். ஆனால், அவர்களை உன்னால் தவறவிட முடியாது. அவர்கள் ஒருவருக்குப் பின்னால் ஒருவராாக வரிசையில் நடக்கின்றனர்.

‘ஆனால், என்னால் அவர்களின் கால்களையும் பாதங்களையும் மட்டும்தான் பார்க்க முடிகிறது – எப்படி உங்களால் அவர்கள் ஆண்கள்தாம் என்று உறுதியாகக் கூற முடிகிறது? பீனேப் விளக்கத்திற்கு மறுமொழி கூறினாள்.

பீனேப் படத்தை உன்னிப்பாக ஆராய்ந்தாள். ‘அவர்கள் ராஜ்ஜியத்தைச் சேர்ந்தவர்களா, இல்லை. சுற்றித் திரிபவர்களா? அவள் முகத்தைச் சுளித்தாள். அங்கிருக்கும் அனைத்தையும் புரிந்துகொள்ள வேண்டுமென்று முயன்றாள். ‘இங்கே பாருங்கள், எல்லா கால்களும் காலணிகள் அணிந்திருக்கின்றன. ஒன்றைத் தவிர. அந்த ஒருவர் மட்டும் நம்மைப் போல வெறுங்காலில் சுற்றித் திரிபவர் என்று நினைக்கிறேன். உம்ம் . . . நம்மைப் போல எல்லையைக் கடக்க நடப்பவர்கள் என்று நினைக்கிறேன். ஆனால், அவர்கள் பாலைவனத்தில் நடக்கவில்லை –’

‘இல்லை, அவர்கள் சாலையைக் கடக்கிறார்கள். அது ஒரு சாலை. டேனினென் விளக்கினார். அது அபீஹ் அல்லது அபாஹ் என்று அழைக்கப்படும் ஒரு பிரபலமான சாலையாக இருக்கலாம். என்னால் நினைவுகூர முடியவில்லை. நீண்ட காலமாகிவிட்டது.’

‘சாலை – அடிவானத்தை நோக்கியா?’ பீனேப் கேட்டாள்.

‘அதையும் தாண்டி,’ எஸ்ப்ரா கிசுகிசுத்தாள்.

‘அங்கே மரங்கள் இருக்கின்றன; அங்கே வானம் இங்கே மாதிரி பழுப்பு நிறத்தில் இல்லை,’ என்று டேனினென் பெருமூச்சுவிட்டார்.

‘எங்கே நம்மால் அன்பைப்பற்றி மீண்டும் பாட முடியும்.’ என்று எஸ்ப்ராவும் பெருமூச்சுவிட்டார். அன்பு, மரங்களைப் போலப் பசுமையானது. வானத்தைப்போல நீலமானது. ஆ, டேனினென், அவை இல்லாத குறையை உணர்கிறேன்.’

அவர்களின் வட்டம். மிகவும் நெருக்கமானதாக இருந்தது. அதற்குள் அத்துமீறி நுழைவது சரியில்லை. ஆனால், என்

நெற்றி வேறு மாதிரி நினைத்தது. அது ரீங்காரமிடத் தொடங்கியது. பிறகு, பாடியது. முதலில், தாளத்துடன் இசைத்தது. பிறகு, எப்படி நாம் அன்பைக் கொடுக்கவும் பெறவும் வேண்டும் என்பது குறித்துப் பாடகர்களின் கூட்டுப்பாடல் நம்பிக்கையளித்தது. இல்லை நம்மை எச்சரித்தது. பிறகு, பெருமூச்சு சற்று நேரம் நீடித்தது.

அந்த வட்டம் சீக்கிரமாக உடைந்தது. டேனினென் அந்த விலங்கிடம் அவசரமாகச் சென்றார். அது பாடிக்கொண் டிருந்ததா? ஆனால், அது அமைதியாகவும் அசையாமலும் இருந்தது. எப்படி அப்படி இருக்கிறது? அவர் அந்த வட்டமான, கருப்புப் பொருளை கவனத்துடன் எடுக்கும்போது, குழப்பத்துடன் காணப்பட்டார். அவர் அதன் முகத்தைத் தொடாமல் எடுப்பதை உறுதிபடுத்திக்கொண்டார்.

நான் சொன்னேன் இல்லையா, அவள் நெற்றியிலிருக்கும் அடையாளம்தான் பாடிக்கொண்டிருக்கிறது. பீனேப் உள்ளூரச் சிரித்தாள். 'அது எல்லா ஒலிகளையும் பிரதியெடுக்கும். அதனால், நீங்கள் கவனமாக இருங்கள்.'

என்னை விரும்பலாமா, வேண்டாமா என்பதில் எஸ்ப்ரா இன்னும் உறுதியாக இல்லை என்பது தெரிந்தது. ஆனால், டேனினென் இப்போது என்னைப் பார்க்கவில்லை. நான்கு மனிதர்கள் வானத்துக்குக் கீழே, மரங்களுக்குக் கீழே அடிவானத்தை நோக்கி நடந்து செல்லும் படத்துக்குள் அந்தப் பாடும் விலங்கை அவர் நுழைத்தார்.

⁂

மீண்டும் அந்த வட்டம். மீண்டும் அதை விட்டு நான் வெளியே இருக்கிறேன். அவர்களின் கிசுகிசுப்பை என்னால் கேட்க முடிந்தது. அதற்குப்பிறகு, அவர்கள் பீனேப்பைக் கட்டியணைத்து வழியனுப்பினார்கள். ஆனால், என்னிடமிருந்து தள்ளியே இருந்தார்கள். அவர்களின் சோகமான, ஆர்வமான பார்வைகளை நான் தவறவிடவில்லை. என்னுடைய கதையைப் பீனேப் அவர்களுக்குச் சொல்லியிருப்பாளோ என்று சந்தேகப்பட்டேன். ஆனால், எங்கள் கால்தடங்களை அப்படியே விட்டுவிட்டு, பின்னால் திரும்பிப் பார்க்க வேண்டாம் என்றுதானே அவள் சொன்னாள்? அடிவானம்தான் நாங்கள் நடப்பதற்கான ஒரே காரணம். அதை நோக்கி நடந்து செல்வதுதான் எங்களுடைய ஒரே கதை.

பீனேப் காட்டிய வழியில் நாங்கள் மேலும் ஐந்து நாட்கள் நடந்து சென்றோம். அவளின் புதுப்பிக்கப்பட்ட ஆற்றலுடன், ஏதோ

வெட்டுக்கிளிப் பெண்

எங்கே செல்ல வேண்டும் என்பது அவளுக்குத் தெரிந்ததுபோல, அவள் குறிக்கோளுடன் எடுத்துவைத்த அடிகளை நான் கவனித்தேன். நாங்கள் ஒரே மாதிரியான ஒழுங்கு முறைகளில் நடந்தோம். அவற்றை நான் எப்படிக் கண்டுபிடித்தேன் என்பது தெரியவில்லை. பீனேப் வளர்ந்து என்னை விட்டு மிகவும் விலகி சென்றுவிட்டது காரணமாக இருக்கலாம். தனிமையில் என்னால் அதிகம் பார்க்க முடிந்தது. சில நேரங்களில் நாங்கள் எங்கள் தடங்களில் பெரிய வட்டங்களை வரைந்தோம். அதற்குப் பிறகு, சதுரங்கள், முக்கோணங்கள்; அவை விரைவில் மெல்லிய மணல்பாறைகளாகின. அவை பலவீனமான காவலாளிகளைப் போல நின்றிருந்தன. அவற்றிடம் ஏதோவொரு வாசம் இருந்தது. பீனேப் அந்தக் காற்றை நுகர்ந்து பார்த்துவிட்டுத் தனக்குத்தானே தலையை ஆட்டிக்கொண்டாள்.

இரவுகள் குளிரத் தொடங்கின. பீனேப் தூக்கத்தில் என்னை அணைத்துக்கொள்வதை நிறுத்தியிருந்தாள். அப்படியோர் இரவில், அவள் எஸ்ப்ராவிடமிருந்து வாங்கிவந்த கருஞ்சீரகங்களை ரகசியமாகக் கொறிப்பதைப் பார்த்தேன். அவள் அழகாக இருப்பதை அவளிடம் சொல்ல வேண்டுமென்று நினைத்தேன். ஆனால், என் நாக்கினால் அந்தச் சொல்லை இன்னும் சரியாக உச்சரிக்க முடியவில்லை.

'இது தனியாக உண்ணும் நேரம்
மிகச் சில விதைகளே இருக்கின்றன
இது தனியாக உறங்கும் நேரம்
கைகால்கள் மிகவும் களைத்திருக்கின்றன'

எங்களுடைய வீட்டுக்குச் செல்வதற்கு அவர் வழிகாட்டுவார் என்று டேனினென்னும் எஸ்ப்ராவும் எங்களை அவரிடம் அனுப்பியிருப்பதாக பீனேப் கூறியபோதும், அவர் அவளுடைய குறுக்கீடுகளைக் கண்டுகொள்ளவில்லை. அவருடைய பெயர் ஃபா-அஸ். அவரிடம் ஆலோசனை கேட்பதற்காக நாங்கள் அனுப்பிவைக்கப்பட்டோம். அப்படித்தான் அவர் சொன்னார்.

நாங்கள் மிக உயரமான பாறைக்குள் நடந்து சென்றோம். அது ஏதோ நுண்துளைகள் கொண்டதுபோலவும், எங்கள் உடல்கள் காற்றைப்போலவும் இருந்தன. ஓர் ஒளி வட்டத்துக்குள் அந்த முதியவர் அமர்ந்திருந்தார். அவர் பார்ப்பதற்கு டேனினென்போல இருந்தார். ஆனால், அவரின் முடி கருப்பாக இருந்தது. எங்களால் அவர் கண்களைப் பார்க்க முடிந்தது. அவை மரங்களின் நிறத்திலும் வானத்தின் நிறத்திலும் இருந்தன.

‘ஆஹா, குழந்தைகளே,’ என்று அவர் எங்களை வரவேற்றார். ‘நீங்கள் எங்களுக்கு இந்தப் பாலைவனத்திலிருந்து வெளியேற வழிகாட்டுவீர்கள்.’

ஃபா–அஸ்ஸிடமிருந்து மணற்பாறைகளின் வாசம் வீசியது. நறநறப்பும் நறுமணமும் என ஏதோ இரண்டும் அதில் கலந்திருந்தது. அது எங்களை விறைப்பாக நிற்க வைத்தது. அதே சமயம் மயங்கவும் வைத்தது. எங்கள் கால்களின் பலவீனத்திற்கு விட்டுக்கொடுத்துவிடக்கூடாது என்று ஒரு விரலைத் தூக்கி எச்சரிப்பதைப்போல அவர் செய்தார். குறிக்கோளுடன் அடிகளை எடுத்துவைப்பதால், முன்னேறியிருக்கும் பீனேப்பை வருமாறு சைகை காட்டினார். அவள் தன் விடுதலைக்கு இதுதான் வாய்ப்பு என்று உறுதியாக இருந்தாள். தான் சொல்வதை அவள் கேட்க வேண்டும் என்பதுதான் முதியவரின் எதிர்பார்ப்பு. அவர் என்ன ரகசியங்களை அவளிடம் சொன்னார் என்பது ஒரு போதும் எனக்குத் தெரியப்போவதில்லை. என் முறை வந்தபோது, நான் எதைக் கேட்டனோ, அதைத்தான் என்னால் மீண்டும் சொல்ல முடியும்.

முதலில் அவர் என் வலது காதைத் தேய்த்தார், அதற்குப் பிறகு, பின்னாலிருந்தத் தோலைத் தேய்த்தார். ‘இங்கே இதற்கு முன்னால் ஏதோ இருந்திருக்கிறது. ஏதோ நீல நிறத்தில் எழுதியிருந்திருக்கிறது... உம்ம்ம ... ஆனால், அது போய்விட்டது’ என்று முணுமுணுத்தார்.

‘நீலம் ... போய்விட்டது ...’ என்று திரும்ப நானும் முணுமுணுத்தேன். என் காதுக்குப் பின்னாலிருந்த எது மறைந்து போயிருக்கிறது என்பதை நினைவுபடுத்த முயன்றுகொண் டிருந்தேன்.

அதற்குப் பிறகு, அவரின் செய்தியை என் காதுக்குள் மெதுவாகக் கிசுகிசுத்தார். ஒவ்வொரு சொல்லும் அதை அவர் சொல்வதற்கு முன், முதலில் அவரின் வாயில் அளவிடப்பட்டு, அவரின் வாசத்தோடு வந்தமாதிரி தோன்றியது.

‘குழந்தாய், இதை நினைவில் வைத்துக்கொள். நாம் வதந்திகளால் பணயம் வைக்கப்பட்டிருக்கிறோம். தண்ணீர், நிறங்கள், பூமி, மரங்கள் பற்றிய வதந்திகள். பாடல்கள்கூட வதந்திகள்தாம். எல்லாம் ஆசிர்வதிக்கப்பட்ட வதந்திகள். கவனம், நீ, உன் வாழ்க்கைக்கூட வதந்திதான் என்று நினைக்கலாம். நீ, உன் வாழ்க்கை ஆசிர்வதிக்கப்பட்டதில்லை என்று நினைக்க லாம். வாழ்க்கைகள் வதந்திகள் கிடையாது. அவை

வெளிப்படையாகப் சொல்ல வேண்டியவை. வாழ்க்கை கதைகள் என்பவை. இங்கிருக்கும் எல்லா மக்களிடையிலும், சிறிய குடிசைகள், பெரிய கூடங்கள், நிலத்தில், கோபுரங்களில் வசிப்பவர்களுக்கு, வயதானவர்களுக்கு, இளையவர்களுக்கு, முடிந்தவர்களுக்கு, முடியாதவர்களுக்கு என அனைவருக்கும் அவை வெளிப்படையாகப் பாட வேண்டியவை. அவர்களைப் பாடல்களால் தொந்தரவு செய்ய வேண்டும். வதந்திகளால் அல்ல. குழந்தாய், வதந்திகள் கதைகள் அல்ல. பாடல்கள் அல்ல. வதந்திகள் காற்றில் இருக்கின்றன. நாம் அவற்றைப் பிடித்து பிரதியெடுக்கத்தான் செய்கிறோம். ஆனால், பாடல்கள் காற்றைத்தேடி வெளியே வந்தாலும் நுரையீரலிலும் தொண்டையிலும்கூட இருக்கின்றன. அத்துடன், கதைகள் எலும்புகளில் வாழ்கின்றன.

நான் வந்த இடத்திலிருந்த எலும்புகளைக் கற்பனை செய்தேன். அவர் என் முகத்தைத் தன் கைகளைத் தடவினார். அவரின் நறுமணத்தால் என்னைத் தொல்லைப்படுத்தினார். என் கால்கள் உறுதியாக நிலைகொண்டிருந்தன. ஆனால், முழங்கால்கள் மேலும் பலவீனமாகின. என் கன்னங்கள் கதகதப்பாக இருந்தன. அவரின் கைகளால் அவை மென்மையாகிவிட்டதாக நான் நினைத்தேன். அவை என் முகத்தின் ஒவ்வொரு மூலையையும் தேடிச்சென்றன. அதற்குப் பிறகுதான் எனக்குப் புரிந்தது: அவரின் கைகள்தாம் அவரின் கண்கள். அவர் பார்வையற்றவர்.

மிக நீண்ட நேரம், அவர் தன் இதழ்களால் என் நெற்றியைத் தொட்டார். பிறகு, புன்னகைத்தார். 'குழந்தாய், நீ எங்களைத் தொந்தரவு செய்வாய், நீ எங்களை விடுதலை செய்வாய்.'

என்னுடைய வெட்டுக்கிளி என் நெற்றியில் மெதுவாக அசைந்தது.

'இப்போது, போ. உன்னைப் பற்றிக் கனவு காண்பதை இறுதியாக என்னால் நிறுத்த முடியும். இறுதியாக என்னால் விழித்துக்கொள்ள முடியும்.'

அதற்குப் பிறகு இரவாகியது. நாங்கள் மீண்டும் மெல்லிய பாறைகளிடம் வந்திருந்தோம். இப்போதும் நாங்கள் நடந்து சென்றுகொண்டிருந்தோம். ஆனால், ஒழுங்குமுறைகளில் இல்லை. இப்போது வெறும் நேர்க்கோட்டில் நடந்தோம். ஏதோ நாங்கள் வீட்டுக்குப் போகும் வழியில் இருக்கிறோம் என்பதை அறிந்திருந்தைப்போல எங்கள் கால்கள் இருந்தன.

நிச்சயத்தன்மையில் ஓர் அழகு இருக்கிறது. மணல், கற்கள், குத்துக்காலிட்டு அமர்ந்திருக்கும் பெண்ணைப் போலவே இருக்கும் பாறையைக்கூட அவள் அடையாளம் காணத் தொடங்கினாள். அந்தப் பாறையை அவள் முத்தமிட்டாள். அவள் புன்னகை மேலும் விரிந்தது. என்னுடையதும்தான். என் தலைக்குள் தெளிவாகக் கேட்ட சொல்லைச் சொல்லிவிட வேண்டுமென்று எவ்வளவு ஆசைப்பட்டேன். *அழகானவள்* – என்று அவளை அழைக்க வேண்டுமென்று எவ்வளவு ஆசைப்பட்டேன்.

அவள் கைகள் அவள் வீட்டைத் தழுவிக்கொள்ளத் தயாராக இருந்தன. ஆமாம், அது அங்கே இருந்தது. அவள் தன்னைத் தூக்கிக் காற்றில் மிதக்க வைத்துக்கொள்வாள். என்று நினைத்தேன்.

ஆ, என் அழகான பீனேப்!

அதற்குப் பிறகு, அந்தப் பழுப்பு நிற வானம் வெளிச்சமானது. அவள் தன் கால்தடங்களில் உறைந்துபோயிருந்தாள். விளக்குகள், விளக்குகள்! அவற்றை நாங்கள் பார்த்தோம். அவை வெடிப்பதை விரைவில் கேட்டோம். விளக்குகள், வெடிக்கும் விளக்குகள். எங்கள் கண்கள், காதுகள், நாக்குகள், மூக்குகள் ஆகியவற்றை அவற்றின் நெருப்பால் பாதித்தன. விளக்குகள், கண்ணைக்கூச வைக்கும் விளக்குகள்.

அவள் அவற்றை நோக்கி ஓடத் தொடங்கினாள். எனக்கு மிகவும் பயமாக இருந்தது.

⅄

அந்தப் பனிப் புகையில் என் முதல் நினைவே, அவள் கிராமத்தின் வாசம் பரிச்சயமாக இருக்கிறது என்பதுதான்.

சிறிது நேரம் கழித்துக் கருப்பு உடல்களைப் பார்த்தேன்.

கருகிய மனிதர் ஒருவர், ஒற்றைக் காலை இழுத்துக்கொண்டு நடந்தார். நான் அவரிடம் ஒரு கேள்வி கேட்க வேண்டுமென்று விரும்பினேன். ஆனால், என்னால் என் வாயைத் திறக்க முடியவில்லை.

அவருக்குப் பின்னால் ஒரு பெண். அவள் தன் கைகளைத் தொட்டிலைப்போல வைத்திருந்தாள். ஆனால், அது காலியாக இருந்தது.

அவர்கள் பனிப் புகையில் மறைந்தனர்.

நான் இன்னும் சிலரைப் பார்த்தேன். விளக்குகள் அவர்கள் குரல்களை எரித்துவிட்ட மாதிரி, அவர்கள் அமைதியாக

நடந்தார்கள். என் நுரையீரல் பெருமூச்சு விட்டபோது என் தொண்டையைப்போல என் நெற்றி அரித்தது. எனக்கு ஒரு பெயர் நினைவுக்கு வந்தது. 'அபராமா, அபராமா,' என் கிசுகிசுப்பதை நானே கேட்டேன். என் கண்களுக்கும் கன்னங்களுக்கும் ஏதோ ஆயிற்று. அது மிகவும் பரிச்சயமானதாக இருந்தது.

'பேசாத தந்தைகள்
என்னைப் பேசவைக்கிறார்கள்
அழாத தாய்மார்கள்
என்னை அழவைக்கிறார்கள்'

பாடுதல்

♪

மூன்று ஆண்டுகளுக்குப் பிறகு

நட்சத்திரங்கள் வெளியே வந்திருந்தன. அவற்றை மீண்டும் பார்க்கும் அதிர்ச்சியிலிருந்து மீண்டுவிடுவேனா என்று என்று சந்தேகப்பட்டேன். முதல்முறை, அவை என் பயணத்திற்கு ஒளியைத் தருவதற்காகத் தோன்றத் தொடங்கின. நான் கரண்டிகள் மோதி எழும் இசையைக் கேட்டேன். ஆனால், அதற்கு மேல் என்னால் எதுவும் நினைவுகூர முடியவில்லை. பாடல்கள், பெயர்கள், கடந்த காலத்தின் சிறிய பல்லவிகளை எப்போதும் கேட்டேன். உடனடியாக அவற்றைத் துரத்திய வெளிச்சத்தின் திடீரொளிகள், அத்துடன், ஒரு பெருந்தீயைக் கைகளை விரித்து வரவேற்கும் ஒரு பெண்.

பீனேப் இல்லாததை உணர்ந்தேன். சில நேரங்களில் அது தாங்க முடியாமல் இருந்தது. என் தலைக்குள்ளே அவள்தான் என்னுடைய ஒரே கதை, என்னுடைய ஒரே சோகம். என்னுடைய பழைய சோகங்கள் எல்லாம் அவளுடைய கதைக்குள் சேகரிக்கப்பட்டிருக்கும் என்பதை எப்படி என்னால் தெரிந்துகொண்டிருக்க முடியும்? என் பழைய சோகங்கள் இல்லாதக் குறையை இன்னும் கூடுதலாக உணர்கிறேன் என்பது எப்படி எனக்குத் தெரிந்திருக்க முடியும்?

என் முகம், நெற்றியைத் தவிரக் கிட்டத்தட்டத் தெளிவாக ஆகியிருந்தது. கண்ணீர்த் துளிகள் என் வடுக்களை அடித்துச் சென்றுவிட்டன. பீனேப்பின் எரிந்துகொண்டிருந்த கிராமத்தை விட்டுவிட்டு வந்தவுடன், நான் சோ-சோளியின் குகைக்குத் திரும்பச் சென்றேன். அவளுடன் சேர்ந்து அழுவதற்காகச் சென்றது மூன்று ஆண்டுகள்வரை நீடித்தது. அவள் பெருமூச்சு விடுவதின் அடிப்படைக் கூறுகளையும் கண்களின் நீரோட்டத்தின் தாள

வெட்டுக்கிளிப் பெண் 87

லயத்தையும் எனக்குக் கற்றுக்கொடுத்தாள். அவள், அவற்றை அழுதுதீர்த்து காலியான குழிகளாக்கி வைத்திருந்தாள். ஆனால், அழுகையின் நினைவை அகற்றவில்லை. அவள் காலத்தின் ஒரு கட்டத்தினுடைய நினைவுகளையோ தண்ணீர், நிலம், மரங்கள், வண்ணங்களின் அன்றாட தோற்றங்கள் ஆகியவை வறண்டுபோனது குறித்த தம்முடைய கதைகளை அழுது தீர்த்த அவள் அம்மாவின், பாட்டியின், பிற பெண்களின் நினைவுகளையோ அவள் அகற்றவில்லை. அந்த அழுகைக்குக் காரணம், இந்த எல்லா வனங்களும் வீணடிக்கப்பட்டிருந்தன அல்லது இல்லாமலாக்கப்பட்டன. காரணம், முட்டாள்தனமான போர்கள். காரணம், வானிலிருந்து விழுந்த, அல்லது பூமியிலிருந்து வெடித்து முளைத்த பெருந்தீ, அது அவர்களின் உள்ளங்களையும், கருப்பைகளையும் வறண்டுபோகச்செய்தது. அதற்குப் பிறகு, அவர்களின் இதயங்களையும் வறண்டுபோகச்செய்தது. அது காதலர்கள் இடையேயான காதலைக்கூட வறண்டுபோகச் செய்தது.

சோ–சோளி, அவளின் கண்ணீர்க் குளத்தைப்போல ஆழமாகச் சிந்திக்க எனக்குக் கற்றுக்கொடுத்திருந்தாள். வானின் அளவுக்கு உயரக்கூடிய சொற்களை வைத்து எப்படிப் பேச வேண்டும் என்று சொல்லிக் கொடுத்தாள். அதற்குப் பிறகு, எப்படி எல்லா எண்ணத்தையும் பேச்சையும் ஏன் அவளுடைய கதைகளையும்கூட எப்படிக் கேள்வி கேட்பது என்று கற்றுக் கொடுத்திருந்தாள். நாங்கள் அழுது, எங்கள் கண்ணீர்த் துளிகளைக் குடித்து, குகையை வெள்ளமாக்கியபோது இவற்றை யெல்லாம் எனக்குக் கற்றுக்கொடுத்தாள். நாங்கள் மூழ்கி விடக்கூடாது என்பதற்காகத் தொடர்ந்து மேற்பரப்பிற்கு நகர வேண்டியிருந்தது. அத்துடன், நாங்கள் தொடர்ந்து ஏன் என்று கேட்டுக்கொண்டிருந்தோம். என் நெற்றியிலிருந்த உயிரினம் அமைதியாக என்னைக் கண்டித்துக்கொண்டிருந்தது. என் சிறு சுகங்களுக்கு எதிராக சிறிய பாடல்களைப் பாடிக்கொண்டிருந்தது. ஆனால், என் தலைக்குள் மட்டும்தான். முதலில் பரிவிரக்கப் பாடல்கள், அழுபவர்களுக்கான ஆறுதல் பாடல்களைத்தாம் உரக்கப் பாடிக்கொண்டிருந்தது. அதற்குப் பிறகு, அது சோர்வும் களைப்பும் அடைந்தது. என்னை அங்கிருந்து போகச் சொல்லி, என் நெற்றிக்குள் முடிவில்லாமல் சுழன்றது. தன்னுடைய சோகமான ஆட்சேபணைகளுக்கு இடையேயும் என்னைப் போக அனுமதிக்கும் முன்பாக என் நெற்றியைச் சுற்றி ஒரு துண்டுத் துணியைக் கட்டினாள். வெட்டுக்கிளி என்னைக் காட்டிக் கொடுத்து விடலாம் என்றாள்.

♪

இப்படியொரு ஒரு வித்தியாசமான இடத்தில் மீண்டும் நட்சத்திரங்கள். வர்த்தகம் கிசுகிசுப்புகளாகத் தொடங்கியபோது, அந்திவேளையிலேயே நட்சத்திரங்கள் தெரிந்தன. ஒரு முதியவர் அவரின் வாயை ஓர் இளைஞனின் காதுக்கு மிக அருகில் வைத்திருந்தார். அந்த இளைஞன் மீதமிருந்த சுவரின் உயரத்துக்கு இருந்தான். அந்த முதியவர் அவனை எட்டுவதற்கு இடிபாடுகளின் குவியல் மீதேறிக் கட்டைவிரல் நுனியில் நடக்கவேண்டியிருந்தது. இருவரும் ஓர் ஓரத்தில் இடிபாடுகளின் இடுக்கத்தில் மறைந்திருந்தனர். ஆனால், அந்த உயரமானவன் முழு கொடுக்கல் வாங்கலின் போதும் என்னைப் பார்த்துக்கொண்டிருந்தான் என்பதை என்னால் சொல்ல முடியும். பார்ப்பதற்கு மிளிரும் கல்லைப் போன்றிருந்த ஒன்றுக்குப் பதிலாக, அவன் அந்த முதியவிரின் பையில் இரண்டு கை நிறைய விதைகளைப் போட்டான். அவனே அந்தக் கல்லை அவருடைய பையிலிருந்து எடுத்துக்கொண்டான். ஏனென்றால் முதியவருக்குக் கைகள் இல்லை.

அவர்கள் இருவரும் கறாராக வர்த்தகம் செய்தனர். இருவரும் ஒருவருக்கொருவர் பார்த்துக்கொள்வதைத் தவிர்த்தனர். யாரும் சிரிக்கவில்லை. என் முகம் அந்த சைகையைத் தவறவிட்டது. ஒரு குளிரான அந்திப்பொழுதில், அது ஒரு குளிர்ச்சியான இடம். வணிகர்கள் இருவரும் பழுப்பு நிறப் போர்வைகளைத் தங்களைச் சுற்றி கட்டிப் பிடித்திருந்தனர். எல்லா இடங்களிலும் இந்தச் சடங்கு அமைதியாக நடைபெற்றது: வாய்க்கும் காதுக்கும் மட்டும். அதற்குப் பிறகு, ஒளிவுமறைவான பரிமாற்றம். ஒரு ஜாடித் தண்ணீருக்குப் பழுப்பு நிற மணிகள். இரண்டு மண் கிண்ணங்களுக்குப் பதிலாக விதைகள். ஒரு ஜாடித் தண்ணீரைப் பெற்ற பெண், அதிலிருந்து சிறு மடக்கைக் குடித்தாள். ஆனால், குற்றவுணர்வுடன் இரண்டாவது மடக்கை நிறுத்திவிட்டாள். உடனடியாக அந்த ஜாடி, அவளின் போர்வைக்கடியில் மறைந்தது. அவளும் இடிபாடுகளுக்கிடையே மறைந்தாள். கிண்ணங்களைக் கொடுத்தவள், செல்வதற்கு நீண்ட நேரமானது. அவள் தன் மனத்தை மாற்றிக்கொள்ளலாம் என்று நினைத்துபோல இருந்தது. அவள் எப்படித் தன் கிண்ணங்களை மென்மையாகத் தடவினாள் என்று நான் பார்த்தேன். அவை, அவளின் கடைசிப் பாத்திரங்களாக இருக்கலாம். இந்தக் கைப்பிடி விதைகளை இப்போது எங்கு பயன்படுத்துவது?

நான் அந்த முகத்தைச் சரியாகப் பார்க்கவில்லை. அவர்கள் இடிபாடுகளுக்குள் உள்ளே நுழைந்ததும் வெளியே சென்றதும் விரைவாகவும் அமைதியாகவும் நடந்தன. நான் நேற்றிரவு தங்குமிடத்திற்காக இங்கே வந்து நின்றேன். என் இரண்டாம்

இரவுக்கு முன்னால், அவர்கள் பேய்கள் மாதிரி அவசரமாக வந்துகொண்டும் போய்க்கொண்டும் இருக்கத் தொடங்கினர். கைகள் பழைய உடைமைகளைப் பிடித்திருந்தன. அதற்குப்பிறகு, சொற்பமான கொள்முதல். அவர்கள் என் மொழியைப் பேசினார்களா என்று எனக்குத் தெரியவில்லை.

இடிபாடுகளுக்குப் பின்னாலிருந்து நான் ஒற்றுக் கேட்டேன். எப்போதாவது வரும் நாக்கின் சடக்கொலியும் பற்களுக்கிடையே உண்டான 'உஸ்' சத்தத்தையும் கேட்டேன். நான் சிதைந்திருந்த ஜன்னலுக்குப் பக்கத்தில் கவனமாக நின்றிருந்தேன். நான் நிழல்களின் வரிசையைக் கண்டுபிடித்திருந்தேன். ஆண்களா? பெண்களா? எல்லாத் தலைகளும் முழுமையாக மொட்டையடிக்கப்பட்டிருந்தன. அத்துடன், ஏதோ வதந்திகளை வர்த்தகம் செய்வதுபோலவும் ரகசியங்களின் சங்கிலிபோலவும் வாய்க்கும் காதுக்கும் வாய்க்கும் தலைகள் இணைக்கப்பட்டிருந்தன. நான் ஓர் அழுகையைக் கேட்டேன். ஆனால், உடனடியாக அது அமைதியாக்கப்பட்டது. ஆனால், அது எதிரொலித்தது. நான் கட்டுப்போடப்பட்டிருந்த என் நெற்றியை விரைவாக அழுத்தினேன். ஷ், நான் தலைக்குள் கிசுகிசுத்தேன். விரக்தியைப் போலிசெய்து காட்டுவது மரியாதை கிடையாது. வேவு பார்ப்பதும் மரியாதை கிடையாது. ஆனால், என் நெற்றி அசையக்கூட இல்லை. நான் ஜன்னலை விட்டுவிட்டு வந்தேன். ஒருவேளை, இன்னொரு நாள் இரவும் நான் இங்கேயே தூங்கலாம். ஆனால், இன்னொரு அழுகை, இந்த முறை இன்னும் சத்தமாக இருந்தது. அது என்னை நினைவுக்குக் கொண்டு வந்தது. அந்த நிழல்கள் இப்போது தங்களை அசைத்துக்கொண்டிருந்தன. அந்த அழுகை சிணுங்கலாகும்வரை; இது என்ன பரிவர்த்தனை? சிறிது நேரத்துக்கு, அவர்களின் ஒரே வணிகம் அமைதி என்றுதான் நான் கற்பனை செய்திருந்தேன்.

அதற்குப் பிறகு, அவர்களை என்னால் பார்க்க முடியவில்லை. யாரோ ஒருவர் தன் முதுகால் ஜன்னலை மறைத்துவிட்டார். அது முன்னர் வர்த்தகம் செய்த உயரமான மனிதன். அவன் தொண்டையைச் செருமுவதைக் கேட்டேன். அவ்வளவுதான். அதற்குப் பிறகு நான் எதையும் கேட்கவில்லை, நான் எதையும் பார்க்கவில்லை. அந்த இடிபாடுகள் பாடத் தொடங்கும் வரை.

'நாம் மறந்துவிடக் கூடாது –
ஒரேயொரு கதை மட்டும்தான் இருக்கிறது
ஒரேயொரு பாடல் மட்டும்தான் இருக்கிறது
நாம் மனதில் கொள்ள வேண்டியது அதுதான்'

♪

மெர்லிண்டா பாபிஸ்

எல்லாவற்றையும் அதன் போக்கில் தாக்கும் ஒரு பாடல், எலும்புகளில் அடிக்கடி தங்கிவிடுகிறது. நீங்கள் இதை நம்புவீர்கள், ஏனென்றால், உங்களுக்கு வேறு வழியில்லை. சொற்களின் தெளிவான ஏற்ற இறக்கத்தைப் பற்றி இப்படித்தான் நான் நினைத்தேன். இதை நான் உடனடியாகப் புரிந்துகொண்டேன். அப்படியென்றால், இந்த வணிகர்கள் என் மொழியைப் பேசுகிறார்களா? நான் என்னுடைய வீட்டுக்கு, என் மக்களிடம் வந்துவிட்டேனா?

என் பாதங்களுக்கடியில், சிதைக்கப்பட்டிருந்த தரைத்தளம் அதிர்ந்தது. அந்தப் பாடல், அதன் துளைகளிலிருந்து எழுவதுபோல இருந்தது. நான் அப்படி உணர்ந்தேன் என்றும் சொல்லலாம். என் தலையில் சுற்றப்பட்டிருந்த கட்டை இறுக்கினேன். என் நெற்றி பதில் கொடுப்பதற்காகத் தயாராகிக்கொண்டிருந்தது. அதை என்னால் அனுமதிக்க முடியாது. பிறகு, அவற்றை நான் கேட்டேன்.

'ஒரு கதை, ஒரு பாடல்.' நிழல்களின் வரிசையிலிருந்து ஒரு தணிந்த எதிரொலி. ஆனால், அவை ஒன்றாகக் கிசுகிசுக்கப்பட வில்லை. ஒவ்வொருவரும் தனியாக, ஆசைகளுக்கு என்று ஒதுக்கப்பட்டிருந்த கவனமான உச்சரிப்புடன் சொல்ல வேண்டும்.

நான் மீண்டும் எட்டிப் பார்த்தேன். அந்த உயரமான மனிதன் ஜன்னலிலிருந்து சென்றுவிட்டான். சாட்டையைப்போல இருந்த ஏதோவொன்றால் நிழல்களின் சங்கிலியை உடைத்தான். அவன் எதுவும் பேசாமல் அதைச் செய்தான். அந்த நிழல்களும் அரவமின்றி இடிபாடுகளைவிட்டு அவசரமாகச் சென்றன. அந்த அமைதியான வன்முறை உறுதியைக் குலைப்பதாக இருந்தது. ஏதோ அந்தச் சாட்டை என்னையும் பின்தொடர்வதுபோல என் கால்களும் கிட்டத்தட்ட அவர்களுடன் அவசரமாக வெளியே செல்ல யத்தனித்தன. அதற்குப் பிறகு, அந்த வன்முறைக்குக் காரணமானதைப் பார்த்தேன்: ஒரு மனிதனின் தலை அளவிலான ஒரு பெட்டி. நீலம்! நான் உணர்ச்சிவசப்பட்டேன். பழைய பாடல்களை உணர்ந்தேன். *யாரும் பார்க்கக் கூடாது... யாரும் நடக்கக் கூடாது...* கண்களை மூடிக்கொண்டேன். நடப்பதை நிறுத்தினேன்.

அந்த நீலப் பெட்டி, எல்லாப் பாடல்களையும் பாடி முடித்ததும் இடிபாடுகளிலிருந்து பதுங்கியபடி வெளியே வந்தேன். என் போர்வையைக்கூடப் பாதுகாப்பாக ஒன்று சேர்த்து, அது அமைதியாக இருப்பதை உறுதிப்படுத்திக்கொண்டேன்.

♪

வானத்தைப் பற்றிச் சிந்திப்பதா, இல்லை நிழல்களைப் பின்தொடர்வதா என்ற இரண்டுக்குமிடையில் சிறிது நேரத்துக்கு நான் சிக்கிக்கொண்டேன். ஏனென்றால், அவர்கள் இடிபாடுகளுக்குள் மீண்டும் பதுங்கியபடி சென்றனர். நான் இறுதியில் தடுமாற்றத்துடன் அவர்களைப் பின்தொடர்ந்துகொண்டிருந்தேன். வாய்க்கும் காதுக்கும் இடையில் என்ன கடந்து சென்றது என்று எனக்குத் தெரிய வேண்டியிருந்தது. என் நெற்றிக்குத் தெரிய வேண்டியிருந்தது. என் அலைந்து திரிதல்களில் இருக்கும் இந்த ஒரே வழித்துணை எப்போதும் என்னை அதன் அந்தரங்கமான பணிக்கு இட்டுச் சென்றது: ஒலி, அதன் சாத்தியம், ஏன் அதன் இல்லாமைகூட. ஏன் அல்லது ஏன் கூடாது என்பதை அது கேட்க விரும்பியது. இந்த நாட்களில், அது பாடியதைவிட அதிகமாகக் கேட்டது. என்னுடன் விவாதித்தது. என்னை கேலிகூடச் செய்தது.

சீக்கிரமே நான் ஒரு குழிக்குள் இறங்கிக்கொண்டிருப்பதை உணர்ந்தேன். நான் இதற்குப் பழக்கப்பட்டிருந்தேன். நான் என்னிடமே அதை சொல்லிக்கொண்டேன். ஆனால், என் தொண்டை, நுரையீரல்கள், அதிகக் காற்றுக்கு, மேலும் அதிகக் காற்றுக்கு ஏங்கின. நாக்குகளைச் சொடுக்கும் சத்தமும், பற்களுக்கிடையிலான 'ஸ்' என்ற ஒலியும் மேலும் தொலைவுக்கு நகர்ந்து செல்வதைக் கேட்டேன். அதற்குப் பிறகு, மேலே கூடுதலான காலடிகள், என் கைக்கு நெருக்கத்தில், ஆதரவுக்காக விளிம்பை நான் அவ நம்பிக்கையுடன் பிடித்துக்கொண்டிருந்ததற்கு அருகில் கேட்டன. நான் நீண்ட நேரமாகத் திறந்த வெளியில் இருந்தேன். என் நெற்றி என்னைக் கேலி செய்தது.

யாரோ ஒருவர், நடந்துகொண்டிருந்தார். அவர் கீழே இறங்கலாமா வேண்டாமா என்பதை முடிவெடுப்பதற்கு முயன்று கொண்டிருந்தார். நான் மூச்சை அடக்கிக்கொண்டேன். அந்த நடை அதிகரித்தது. மெதுவாகவும் கூடுதலாகவும் நிறைய காலடிகள் வந்துவிட்டன, ஏதோ இந்தப் புதியவர், ஏதோ பாரத்தால் அழுத்தப்படுவதுபோல அது இருந்தது. அந்த நேரத்தில், என் பிடி விளிம்பிலிருந்து நழுவியது. உள்ளுணர்வோடு என் இன்னொரு கை என்னை நிலைநிறுத்திக்கொள்ள நீண்டது. அது தவிர்க்க முடியாதது. நான் பிடித்திருந்த போர்வை விழுந்தது, சீக்கிரத்தில் நானும் அதைத் தொடர்ந்து விழுந்தேன்.

காட்டிக் கொடுப்பதைப்போல ஒலி காப்பாற்றவும் செய்யும் மேலே அந்தப் புதியவன் பாரத்தை அப்போதுதான் வைத்தான். அதனால், நான் விழுந்தது அதில் மறைந்துபோனது. அதற்குப்பிறகு, நான் விதைகள் கொட்டும் சத்தத்தைக் கேட்டேன். கொஞ்சமும் தவறவிடாமல் கேட்டேன். அதைத் தொடர்ந்து தண்ணீர். அது சிறிய ஜாடிகளுக்குள் நீர் ஊற்றப்படும் ஒலியாக இருக்க வேண்டும்.

மெர்லிண்டா பாபிஸ்

வேறு என்னவாக இருக்க முடியும்?, நான் ஐந்து ராஜ்ஜியங்களை அடைவதற்கு முன்னால், எனக்கு வெறும் அடிப்படைக் கட்டணம் மட்டும்தான் தெரியவரும். அதையும் தாண்டி வேறு ஏதாவது இருக்கும் என்பது எனக்குத் தோன்றவேயில்லை.

என் கண்கள் காரிருளுக்கு ஏற்றவாறு தங்களை அமைத்துக் கொண்டவுடன், நான் சுரங்கப் பாதைகளுக்குள் இருப்பதை உணர்ந்தேன். இல்லை, நுணுக்கமான கூரைத்தகடுகளைக் கொண்ட வாசல்களாக அவை தெரிந்தன. நான் இங்கே நுழைய வில்லை, இந்த விளக்குகள் கதகதப்பாகவும் வரவேற்பதாகவும் இருந்தாலும்கூட; அதற்குப் பதிலாக, நான் அடுத்ததாகயிருந்த சுரங்கப் பாதைக்குத் தவழ்ந்து சென்றேன். ஏனென்றால், அதில் விரிசல்கள் இருந்தன. அவற்றின் வழியாக எட்டிப் பார்க்கலாம் என்று நினைத்தேன். இந்தச் சுரங்கப் பாதையின் சுவர்கள் சீராக இல்லை. என் கைகளுக்கு அடியில் அவை சற்று இடம்பெயர்வதுபோல இருந்ததால், நான் உடனடியாக என் கைகளை எடுத்துக்கொண்டேன்.

நான் அவர்களை மீண்டும் பார்த்தேன். அவர்களின் தலை இன்னும் மொட்டையடிக்கப்பட்டுதானிருந்தது. அவர்கள் கண்கள் மூடியிருந்தன. அவர்களுக்கு முன்னால், எனக்குப் பரிச்சயமாகியிருந்த நீலக்குப்பி விளக்கு இருந்தது. ஒளியும் நிழலும் சீராக வடிவமைக்கப்பட்டிருந்த மண்டையோடுகளில் விளையாடின. எல்லா அழகான அம்சங்களும் நேர்த்தியாகச் செதுக்கப்பட்டிருந்தன. என் மார்பகம் இறுக்கத்தை உணர்ந்தது. அது மூச்சுவிடுவதற்குக் கஷ்டப்பட்டது. நான் அவர்களில் பீனேப் இருப்பதாகக் கற்பனை செய்தேன்.

அந்தக் கிசுகிசுப்புகள் காதில் கேட்கும் அளவுக்கு மாறுவதற்கு நீண்ட நேரமாகவில்லை. அவர்கள் ஆறு பேர் இருந்தனர். அவர்கள் வதந்திகளை வர்த்தகம் செய்துகொண்டிருந்தனர். வதந்திகள் மட்டுமே. அப்படியில்லாவிட்டால், பெரும்பாலும் மங்கலாக இருக்கும் இந்தப் பழுப்பு நிலப்பரப்பில் அவர்களுக்கு எப்படி இவ்வளவு தெரிந்திருக்கும்?

'சிவப்பு,' முதல் வாய் இரண்டாம் காதுக்குக் கிசுகிசுத்தது. கிசுகிசுப்பைக் கேட்டவர் திரும்பக் கிசுகிசுத்தார், 'சிவப்பு மலர்கள்'. அதற்குப் பிறகு, அடுத்த நிறத்தை மூன்றாவதாக வரிசையிலிருந்தவருக்குக் கடத்தினார்: 'ஆரஞ்சு.'

'ஆரஞ்சு பறவைகள்,' மூன்றாவது வாய் மீண்டும் அதைக் கிசுகிசுத்தது. அத்துடன், நான்காவதாக வரிசையிலிருந்தவருக்குக் கடத்தியது: 'நீலம்.'

‘நீல வானம்,’ நான்காவது வாய் மீண்டும் அதைக் கிசுகிசுத்தது. ஐந்தாவதற்குக் கடத்தியது: ‘மஞ்சள்.’

‘மஞ்சள் வயல்கள்,’ ஐந்தாவது வாய் கிசுகிசுத்தது. அத்துடன் கடைசியாக இருந்தவருக்குக் கிசுகிசுத்தது: ‘பச்சை.’

எல்லோரும் அமைதியாயினர்.

‘பச்சை மரங்கள்,’ யாரோ ஒருவர் முடிவில் பதிலளித்தார். எல்லோரும் தங்கள் கண்களைத் திறந்தனர். பயத்துடன் அவர்கள் சுற்றும்முற்றும் பார்த்தனர். அதற்குப் பிறகு, ‘திருடு’, ‘கனவுகள்’ ஆகிய உடலற்ற சொற்கள் எந்த வாயுமே அவற்றைப் பேசாதவாறு காற்றில் அலைந்துகொண்டிருந்தன. அதற்குப் பிறகு, விவேகத்துடன் விளக்கு அணைக்கப்பட்டது.

எவை சொல்லப்படவில்லையோ, அவற்றை என் நெற்றி தொடர்ந்து கேட்டுக்கொண்டிருந்தது.

♪

அந்தக் காலடிகள் இறங்கத் தொடங்கியதும், மந்திரவாதிகள் உடனடியாக வர்த்தகத்தைத் தொடங்கினர். அவர்களின் வதந்திகள் கதைகளாக விரைந்து சென்று, அனைவரும் பாடலாக அவற்றைக் கிசுகிசுத்தனர். ஆரஞ்சுப் பறவைகள் நீல வானத்தின் வழியாகவும் சிவப்பு மலர்களுக்கு மேலேயும் பச்சை மரங்கள் வரிசையாக இருந்த மஞ்சள் வயல்களின் மேலேயும் பறக்கத்தொடங்கின. அந்த இருளில் வண்ணங்களைப் பற்றிய பாடத்தை நான் பெற்றேன். அந்தக் கதைகள் நிற்கும்வரை பாடம் தொடர்ந்தது. ஒரு குட்டையான ஆனால், பருமனான உடல்வாகு கொண்ட அந்த மனிதன் அப்போதுதான் இறங்கினான். அவன் மிகத் தீவிரமான கதைசொல்லியை அறைந்து அமைதியாக்கினான். பதிலுக்கு யாரோ அவனைக் குத்தினார்கள். அந்தச் சுவர் உயரத்துக்கு இருந்த அந்த மனிதன், அதற்குப்பிறகு, அடிக்கப்பட்ட கன்னத்தை ஆற்றுவதற்காக, பையிலிருந்து எடுத்த ஏதோவொரு எண்ணெய்யைத் தடவினான். அப்போது சிறிது நேரத்துக்கு மட்டும், நறநறப்பு, நறுமணம் என இரண்டுமுள்ள ஏதோ வொன்றின் வாடையை உணர்ந்தேன்.

மற்ற கிசுகிசுப்பாளர்கள் தலைகளைத் தாழ்த்தியிருந்தார்கள். அவர்களால், காயப்பட்டவரைப் பார்க்கச் சகிக்கவில்லை. அந்த மனிதர்கள் வந்தபோது, அவள் நீலக்கடலை வசியம் செய்துகொண்டிருந்தாள். அத்துடன், அதில் எப்படி அவர்கள் கடற்பயணம் செய்ய முடியும் என்றும்.

அந்த மனிதர்கள் தங்களுக்குச் சொந்தமான குப்பி விளக்குகளை வைத்திருந்தனர். அது மினுக்குமினுக்கென ஒளிவிட்டுக்கொண்டிருந்தது. அத்துடன், நிழல்களையும் விழவைத்துக்கொண்டிருந்தது. அந்த உயரமானவன், முட்டி போட்டிருந்தபோதுகூட, இன்னும் உயரமாகத் தெரிந்தான். காயம்பட்ட கன்னத்துக்கு அருகில் அவன் விளக்கைக் கொண்டு வந்தான். சிறுமியா அல்லது சிறுவனா? அவன் காயம்பட்டவனின் கண்களை மூடிவிட்டுக் காயத்துக்கு மருந்துபோட்டான். காயம்பட்டவனின் கண்களைப் பார்க்க முடியாமல் அவன் அப்படிச் செய்ததுபோல இருந்தது. நான் குழப்பமடைந்தேன். சற்றுநேரத்துக்குமுன் சாட்டையைப் பிடித்தவனிடம் இப்படியொரு இரக்கக் குணமா? அவன் தன் தொண்டையைச் செருமியபடி, தன் விரல்களை மீண்டும் மீண்டும் காயத்தின் மீது படரச்செய்தான். அதை அழிக்க முயன்றான் என்று நான் நினைத்தேன். இன்னொரு மனிதன் பார்த்துக்கொண்டிருந்தான். ஆனால், அவன் தன் கைகளைத் தன்னிடமே வைத்துக் கொண்டான். அதற்குப் பின், அவன்தான் அந்த இளைஞர் கூட்டத்தை ஒன்று சேர்த்து இடிபாடுகளுக்கு மேலே அழைத்து செல்வதற்கு இருந்தான். அந்த உயரமான கூட்டாளி, அவர்களுக்கு விளக்கால் வழிகாட்டினான்.

♪

நான் சத்தம்கேட்டு எழுந்தேன். கிசுகிசுக்க மறுத்த முதல் குரல்கள். அவர்கள் வேறு ஏதோ மொழி பேசுவதாக நான் நினைத்தேன். என் நெற்றி, இன்னும் நன்றாகக் கேட்பதற்காக என் கண்களை மூடிக்கொள்ள வேண்டும் என்று அறிவுறுத்தியது. விரைவில், அந்தச் சொற்கள், அவர்களின் வித்தியாசமான தாளம் ஆகியவற்றைக் கேட்க ஆரம்பித்தேன்.

‘அதை என்னிடம் கொடு, குரிமர் – என்னிடம் பை இருக்கிறது.’

‘ஆனால், என்னிடம் இரண்டு கைகள் இருக்கின்றன’.

‘நிச்சயமாக. ஆனால், நீ ஏன் என்னை எப்போதும் ஊனமுற்றவளைப் போல நடத்துகிறாய்?’

ஏதோ அந்தக் கேள்வி மிகவும் வேடிக்கையான நகைச்சுவையைப்போல இருவரிடமிருந்தும் நகைப்பொலி. அதற்குப்பிறகு, யாரோ எதையோ இடிப்பதுபோலவோ ஏதோ உடைவதுபோலவோ மீண்டும் ஒரு சத்தம். நான் அங்கிருந்த துளைகளில் ஒன்றின் வழியாக எட்டிப்பார்த்தேன். ஆனால், அடுத்த சுரங்கப்பாதையைப் பார்ப்பதற்குக்குப்பைமேடுகளைப்

போன்று இருந்தவற்றைத் தவிர வேறு எதுவும் இல்லாமல் காலியாக இருந்தது. நான் இருந்த சுரங்கப்பாதையின் சுவரும் கூரை அளவுக்கு உயர்ந்திருந்தக் குப்பைமேட்டைக் கொண்டிருப்பதை உணர்ந்தேன்.

'ஓ, இங்கே பார், ஹர-ஹாரன், அவை நிறைய இருக்கின்றன. நாம் அதிர்ஷ்டசாலிகள்தாம், இல்லையா?'

'அதிர்ஷ்டசாலி, ஆமாம், அவை பழையதாக இருக்கின்றன, ஆனால், இன்னும் அவற்றில் துளிகள் இருக்கின்றன – போ, போய் உன்னுடைய இரண்டு கைகளால் ஊற்று,' அவள் நமட்டுச் சிரிப்பு சிரித்தாள்.

ஊற்றப்படும் ஒலி எதையும் நான் கேட்கவில்லை. ஏதோவொன்றை இழுத்துபோகும் சத்தத்தைத்தான் கேட்டேன். நான் தெளிவாகக் கேட்பதற்காகக் கண்களை மூடிக்கொண்டேன். நான் தூங்கி எழுந்துபார்த்தால், எல்லா இடத்திலும் குப்பைக்கூளம் இருப்பதுபோல இருந்தது. கூரையிலிருந்து துளைகளின் வழியாக வந்துகொண்டிருந்த சிறிதளவு ஒளியால் அதைப் பார்க்க முடிந்தது. அந்தக் கரடுமுரடான சுரங்கப்பாதையின் சுவர்கள் சிறிய எரிந்துபோன கருப்புப் பெட்டிகளின் குவியல்களாக இருந்தன. அங்கே குப்பிகளும் இருந்தன. அவையும் பார்ப்பதற்கு எரிந்துபோன இடிபாடுகள்போல இருந்தன. நேற்றைய இரவின் நுணுக்கமான கூரைத்தகடுகள் எதுவுமில்லை. அவை பழைய சிலந்திவலைகள் தாம். நான் நிலத்தடி குப்பைக்கூளத்தில் தூங்கியிருந்தேன்.

'அவற்றுடன் விளையாடுவதை நிறுத்து, ஹர-ஹாரன்.'

'அவை அழகாக இருக்கின்றன.'

விளக்கின் ஒளிக்கீற்றுகளைத் தவிர்த்தபடி, என்னை மறைத்துக்கொண்டு, மெதுவாக, அந்தக் குரல்களை நோக்கித் தவழ்ந்து சென்றேன். அங்கிருந்த குப்பைக்கூளத்தில், ஒரு சிறுவன், ஒரு சிறுமி, பெட்டிகளின் குவியல் இருந்தன. பெட்டிகள் ஒவ்வொன்றும் மூடிய கைவிரல்களின் அளவிலிருந்தன. அவள் அவற்றைத் தன் ஒற்றைக் கையில், நிச்சயமற்ற வகையில் நிலைநிறுத்த முயன்றுகொண்டிருந்தாள். அதற்குப் பிறகு, அவள் தன்னுடைய கை வினைகளை ரசித்தபடி, மெதுவாக நகர்ந்தாள். அவளுடைய கீழ்முட்டுகள், முழங்கால்களுடனே முடிவடைந்துவிட்டன.

'பார், ஒரு கோபுரம், குரிமர். ஐயோ, நான் புத்திசாலியாக இருக்கிறேன்.'

'சரி, வா, இதை முடிக்கலாம்,' குப்பைக்கூளத்தில் தேடிக்கொண்டிருந்த சிறுவன் சொன்னான். அவன் பெட்டி

அல்லது குப்பியை எடுத்து தன் காதில் வைத்து ஆட்டிப்பார்த்தான். அப்படியில்லாவிட்டால், அதை வளைந்த உலோகக் கோலால் உடைத்தான். 'இங்கே இன்னும் அதிகமாக இருக்கலாம்.'

இருவரும் நீளமான, கிழிந்த, கிட்டத்தட்ட குப்பைப்போல கருத்திருந்தச் சட்டைகளை அணிந்திருந்தனர். கல்லைப்போலக் கடினமாக இருந்த குத்துச் செடிகளாக முடி அவர்கள் தலைகளில் ஒட்டிக்கொண்டிருந்தது.

'இங்கே பார், ஹர–ஹாரன்? இன்னும் பாதி நிறைந்திருக்கிறது. யாரோ ஒருவர் இதைக் கீழே போட்டிருக்க வேண்டும்.'

'இன்னும் வாசமும் வீசுகிறது, உனக்கு அப்படித் தோன்ற வில்லையா?'

'உம்... அப்படித் தெரியவில்லை. ஆனால், பரவாயில்லை யாகத் தெரிகிறது.'

இது கிசுகிசுப்பாளர்களின் விளக்குக் குப்பி. ஏதோ எரிந்துபோன மாதிரி, அது கருத்திருக்கிறது. அந்தச் சிறுவன் அதை உடைத்து, அதில் மீதமிருந்த எண்ணெய்யை அந்தச் சிறுமியின் பைக்குள் ஊற்றினான். அவர்களின் முகங்கள் ஒளிமயமாக இருந்தன. அது அந்த நாளின் மிக மதிப்புமிக்க கண்டுபிடிப்பாக இருந்தது.

♪

'நீ எங்களை வேவு பார்க்கிறாயா?' அந்தச் சிறுவன் தன் கோலால் அடிக்கத் தயாராக இருந்தான். அவன் எனக்குப் பின்னால் பதுங்கிவந்த சத்தத்தைக் கேட்கவில்லை. அதற்கு மிகவும் தாமதமாகிவிட்டிருந்தது.

'யார் நீ, அத்துடன், யார் உன்னை அனுப்பினார்கள்?' அந்தச் சிறுமி என் மீதிருந்த போர்வையை இழுத்துக்கொண்டாள். அதைத் தன்னைச் சுற்றிப் போர்த்திக் கொண்டிருந்தாள். 'இவள் மிகவும் அசிங்கமாக இருக்கிறாள், இல்லையா?' அவள் என்னைக் கேலி செய்தாள். அவள் கண்கள், வடுக்கள் நிறைந்த என் கை கால்கள் மீது இருந்தன.

'அவளுக்குப் பதில் சொல்,' அந்தச் சிறுவன் அதிகாரத்தோடு கேட்டான். அவன் என்னைச் சுற்றிக் குதித்துக்கொண்டிருந்தான். கோல் தயாராக இருந்தது. அவனுக்கு ஒரேயொரு கால்தான் இருந்தது.

'சீக்கிரம், பதில் சொல்!' அந்தச் சிறுமி, அவனை உசுப்பேற்றும்விதமாக, முஷ்டியை நிலத்தில் அடித்தாள். அந்தக்

கோல் பயன்படுத்தப்பட வேண்டும் என்று அவள் நினைக்கிறாள் என்று அவள் கண்கள் எனக்குக் கூறின.

அந்தக் குழந்தைகள் துணிச்சலான, கோபம் மிக்க ஜோடியாக இருந்தனர். ஒருவேளை இருவருக்கும் அவர்களுடைய எல்லாக் கைகால்களும் இருந்திருந்தால், என்னுடைய உயரத்தில் இருந்திருப்பார்கள். 'யாருடைய உளவாளி நீ?' அவர்கள் கேட்டார்கள்.

'பீனா, நான் பீனா, யாரும் என்னை அனுப்பிவைக்கவில்லை.'

'என்ன மாதிரியான பெயர் இது?' அந்தச் சிறுவன் கேட்டான்.

'ஏனென்றால், நான் வேறொரு இடத்தைச் சேர்ந்தவள். ஆனால், நான் உளவு பார்க்கவில்லை.'

இது அந்தச் சிறுமியை மேலும் கோபப்படுத்தியது. அவள் தன் கைகளை மூடியபடி அடித்தால் நிலத்தில் பள்ளம் உருவானது. அவள் கட்டுப்போடப்பட்டிருந்த என் நெற்றியைச் சுட்டிக்காட்டினாள். 'இது என்ன? அந்தப் பழுப்பு நிறத்துக்குக் கீழே என்ன இருக்கிறது?' எனக்கு ஆச்சரியம் ஏற்படுத்தும் விதமாக, அது ரீங்காரமிடத் தொடங்கியது. அது அமைதியான ஊடலில் இருக்கத் தொடங்கி ஓராண்டாகிவிட்டது. பாடல்கள் எதுவும் இல்லை. என் எண்ணங்களுக்குள் பதிந்து வெறுமனே அமைதியாகக் கேலிசெய்துகொண்டிருந்தது. அரிப்பு இல்லாத குறையைக்கூட நான் உணர்ந்தேன்.

'நீ எதையோ மறைக்கிறாய்.' அந்தச் சிறுவன் பின்வாங்கினான். அவன் அந்தச் சிறுமியைத் தன்னுடன் இழுத்துக்கொண்டு சென்றான். ரீங்காரம், நான் இதுவரை ஒருபோதும் கேட்டிராத இசையாக ஆனவுடன் அவர்கள் இருவருக்கும் திடீரென்று சந்தேகம் வந்தது. 'இது என்ன?'

நான் என்ன சொல்ல முடியும்?

அந்த இசை முழுப்பாடலாக மாறியவுடன், குழந்தைகள் இருவரும் பரஸ்பரம் தங்கள் காதுகளுக்குள் விவாதங்களை கிசுகிசுத்தபடி விலகிச்சென்றனர். அவர்களால் ஒருவரையொருவர் ஒப்புக்கொள்ள முடியவில்லை. அவர்கள் இருவரும் அசைத்துக்கொண்டிருக்கும் முஷ்டிகளால், ஒருவரையொருவர் தாக்கிக்கொள்வார்கள் என்று நினைத்தேன்.

அந்தச் சிறுமிதான் முதலில் அமைதியானாள். அவள் தன்னை சிறுவனிடமிருந்து நகர்த்திக்கொண்டாள். அவள் ஒரு கையில் தன் முகத்தைப் புதைத்துக்கொண்டாள். அதற்குப்பிறகு, என்னிடம் கேட்டாள், 'எப்படி உனக்கு இந்தப் பாடல் தெரியும்?'

அந்தச் சிறுவன், தன் சகோதரியின் துரோகத்தை எதிர்த்தான். அந்தப் பாடலைப் பற்றி யாரிடமும் சொல்ல வேண்டாமென்று ஒருவருக்கொருவர் வாக்களித்திருந்தனர். இதற்குப்பிறகு, அவன் ஒருபோதும் மீண்டும் பேசமாட்டான் என்பதுபோல, அவன் வாய் இறுக்கமாக மூடப்பட்டிருந்தது.

♪

அது தாலாட்டுக்கு மிகவும் முன்கூட்டிய நேரம். ஆனால், என்னுடைய நெற்றி எங்களைத் தாலாட்டித் தூங்க வைத்தது.

'உனக்கு ஒரு கதை வேண்டுமா?
ஆனால், மௌனங்கள் இல்லாமல்
உனக்கு ஒரு பாடல் வேண்டுமா?
அந்த மௌனங்களைப் பாடுவதற்கு'

ஏதோ அந்தப் பாடல் ஏற்கெனவே முடிந்துவிட்டதைப் போல, எல்லாக் கேள்விகளும் காற்றில் ஊசலாடிக்கொண்டிருந்தன. அல்லது அந்த மௌனம் உண்மையிலேயே அடுத்த வரிக்கு முன்னால் பாடப்பட்டுக்கொண்டிருந்ததைப்போல தாலாட்டு களில் இருக்கும் இடைவெளிகள், நம்முடைய கனவுகளைப் பாடுவதாக இருக்கலாம். என் கண்கள் மூடுவதற்கு முன்னால், அவள் தன் சகோதரனை என்னுடைய போர்வையால் போர்த்திக் கதகதப்புக்காகத் தன்னோடு நெருக்கிச் சேர்த்தாள்.

'அம்மா அதை அழகாகப் பாடியது நினைவிருக்கிறதா?'

குரிமரிடமிருந்து வந்தது. அமைதிதான்.

'அவள் செல்வதற்கு முன், மௌனங்களைப் பாடினாளா?'

அவள் கேள்விகள் காற்றில் தொங்கிக்கொண்டிருந்தன. அவன் தூங்கிக்கொண்டிருந்தான்.

♪

'தள்ள வேண்டாம், தள்ள வேண்டாம், இதை ஒழுங்காகச் செய்யலாம் – இப்போது கேளுங்கள். நான் உங்களை எச்சரிக்கிறேன்!'

அந்த உத்தரவால், மேலே இருந்த இரைச்சலை அடக்க முடியவில்லை. அது குழந்தைகளை முதலில் எழுப்பியது. அவர்கள் கட்டுப்பாடில்லாமல் நடந்துகொண்டார்கள். 'பங்கீடு நேரம், பங்கீடு நேரம்!' அவர்கள் இருவரும் துளையிலிருந்து பந்தயத்தில் ஓடுவதைப்போல மேலே ஓடினர். அவர்கள் என்னை ஒரு பார்வைகூடப் பார்க்கவில்லை.

வெட்டுக்கிளிப் பெண்

மீண்டும் காரிருளானது. அது என் மூன்றாம் நாள் இரவு. நான் என் போர்வையை இழந்துவிட்டிருந்தேன். சோ-சோளியின் இந்த விடைபெறல் பரிசு, தொலைதூர இடங்களின் குளிரை எச்சரிக்கையாக வைத்து அளிக்கப்பட்டது. குளிரை அனுபவித்ததால் நடுங்கிக்கொண்டிருந்தேன். அதற்குப் பிறகு, மற்றவர்களின் குளிரான உறுத்தும் பார்வைக்கு ஆளானேன். என் வடுக்களை உணர்ந்தேன். நான் அழகாக இல்லை. அதனால், நான் மேலே செல்வது பாதுகாப்பாக இருக்குமா? என் தாகமும் பசியும் செவி சாய்க்கப்பட்டுள்ளன. எனக்கு உணவுப் பங்கீடுகள் வேண்டும். இங்கிருக்கும் மணல் தூய்மையான வகையாக இல்லை. அது என் வயிற்றுக்கு இரக்கம்காட்டுவதாக இல்லை. எப்படியோ இருளுக்கு இரக்கம் இருந்தது. என்னை மறைத்துக் கொள்ள முடிந்தது.

இரைச்சலான நிழல்களின் ஒருநீண்ட வரிசை பாலைவனத்தை இரண்டாகப் பிரித்திருந்தது. வரிசையில் நுழைவதற்கு முயன்று கொண்டிருந்த நியதி மீறியவர்களால் அவர்கள் தொந்தரவுக்கு உள்ளாகிக்கொண்டிருந்தனர். மினுமினுக்கும் விளக்கைக் கைகளில் சுற்றி வந்துகொண்டிருந்தார்கள். நொறுங்கியிருந்த ஜன்னலிலிருந்து இவைதான் நான் பார்த்த முதல் காட்சிகள். இந்த இடிபாடுகளில், சாக்குப்பைகள், பீப்பாய்கள், ஜாடிகள் ஆகியவற்றை மனிதர்கள் சந்தடியில்லாமல் சரிபார்த்தார்கள். அவர்களில் இருவரை என்னால் அடையாளம் காணமுடிந்தது. அந்த உயரமான மனிதனும், அவனது குட்டையான பணியாளும் வழக்கமான மங்கலான பழுப்பு நிறத்தில் ஆடையணிந்திருந்தனர். இடைஞ்சலான போர்வையில்லாமல் இருந்தனர். ஆனால், தங்கள் கழுத்துகளில் தங்களுக்குச் சொந்தமான விளக்குகளை அணிந்திருந்தனர். அந்தச் சிறிய குப்பி.

திடீரென்று அந்தப் பணியாள் அமைதியான குரலில் வசைபாடியபடி, ஒரு சாக்குப்பையை அடிக்க ஆரம்பித்தான். அந்த சாக்குப்பை அசைந்தது, அழுதது. அதற்குள் அது இடிபாடுகளிலிருந்து தூக்கியெறியப்பட்டது. அதன் முடிச்சு அவிழ்ந்துவந்துவிட்டது. சிந்தியிருந்த விதைகளுக்கு மத்தியில், நான் ஒரு முதியவரைப் பார்த்தேன். அவர்தான் முந்தைய இரவு மிளிறும் கல்லுக்காக விதைகள் பெற்றவர். அந்த உயர்ந்த மனிதன் உடனடியாக முழங்காலிட்டு ரத்தம் வழிந்துகொண் டிருந்த அவரது தலையில் தன்னுடைய ஜாடி ஒன்றிலிருந்து எண்ணெய்யை எடுத்து தடவி காயத்தை ஆற்றுப்படுத்தினான். அதைச் செய்யும்போது அவன் தன் தொண்டையைச் செருமிக் கொண்டிருந்தான்.

ஆ, அந்த நறநறப்பான, நறுமணமுள்ள வாசனை, நிச்சயமாக ஃபா–அஸ்ஸின் வாசனையான கைகள்தாம்! நேராக நிற்க விரும்பிய போது என் முழங்கால்களில் உணர்ந்த அதே பலவீனத்தையும் அந்த நறுமணத்தையும் நினைவுகூர்ந்தேன். நான் ஜன்னலின் வெளியே சாய்ந்துபார்த்தேன். என் நுரையீரலில் இரவின் தென்றலை நிரப்பினேன். என் கண்களில் நட்சத்திரங்களை நிரப்பினேன். நான் சமநிலைக்குவர முயன்றுகொண்டிருந்தேன். ஆனால், அங்கேயும்கூட மினுமினுக்கும் விளக்குகளின் நீண்ட, நீண்ட வரிசையிலிருந்து வாசம் வீசியது. நிலமட்டத்தில் அமைதியிழந்த நட்சத்திரங்கள் ஒன்றையொன்று முட்டித்தள்ளிக் கொள்வதைப் போல அவர்கள் இருந்தனர். அந்த முதியவர் சாக்குப்பையிலிருந்து தவழ்ந்து வெளியே வருவதைப் பார்த்தேன். அவர் கூட்டத்துக்குள் சென்று மறைந்துவிட்டார்.

'தள்ள வேண்டாம், தள்ள வேண்டாம், நீ வரிசையின் கடைசிக்குப் போ. நீயும் போ..!' அந்த உயரமான மனிதன் சாட்டையைச் சுவரில் அடித்து வரிசையில் நுழைபவர்களுக்கு உத்தரவிட்டான். அவன் கழுத்தில் அந்த மிளிறும் கல் தொங்கியது. அருகிலிருந்த ஒளியைவிட பிரகாசமாக ஒளிர்ந்துகொண்டிருந்தது அந்த கருநீலக் கல். ஆ, கைகளில்லாத அந்த முதியவரிடம்பெற்ற கல்; அது பழுப்புநிற விதைகளால் கோர்க்கப்பட்டிருந்த அட்டிகையுடன் இணைக்கப்பட்டிருந்தது. உணவும் நெருப்பும் என்று நான் நினைத்தேன்.

அமைதியாக விவாதித்தபடி நியதியை மீறுபவர்கள் உள்ளே நுழைவதற்கு முயன்றுகொண்டிருந்தனர்.

'நான் சொல்வது கேட்கிறதா? பின்னால், பின்னால் – வரிசையின் கடைசிக்குச் செல்லுங்கள்! வரிசையை மீறினால், இன்றிரவு உங்களுக்கு எதுவும் கிடைக்காது – உங்களை எச்சரிக்கிறேன்!'

இன்றிரவா? அவர்கள் எப்படி வரிசையின் கடைசியைச் சென்று அடைவார்கள்?

இந்தப் பணியை முடிக்க ஆறு இரவுகள் தேவைப்படும். இரவுகளில் மட்டும் அந்த வேலை நடக்கும். பகல்கள் தூங்குவதற்காகவும் மறைந்துகொள்வதற்காகவும்; ஒவ்வொரு முறை சூரியன் வரும்போதும், அனைவரும் தங்கள் போர்வைகளுக்கு அடியில் தவழ்ந்துசென்று தூங்கினர். பகல் என்னுடைய இதயத்தில் கூர்மையான நடுக்கத்தைக் கொண்டுவந்தது. பழுப்புநிற சடலங்களின் வரிசை அடிவானத்தை நோக்கி

நீள்வதைப் பார்ப்பதுபோல இருந்தது. உண்மையிலேயே இருள் இரக்கம் நிறைந்தது.

♪

முடியில்லாத தலைகள், கண்கள் இல்லாத குழிகள், புஜங்கள் இல்லாத தோள்கள், முழங்கைகள், கைகள் இல்லாத புஜங்கள், கால்கள் இல்லாத முழங்கால்கள், இரண்டு காதுகளற்ற முகங்கூட இருந்தன. பூமியிலிருந்து இன்னுமும் முளைத்துக்கொண்டிருந்த நெருப்புகள்தாம் அதற்குக்காரணம் என்பதைக் கேள்விப்படுவேன். எனினும் அவை ஒருகாலத்தில் அங்கே நடப்பட்டவை. நான் எல்லா இடத்திலும் பார்த்தேன். ஓர் உடல்கூட முழுமையாக இல்லை. அவர்களின் விளக்குக் குப்பிகள் அவர்களைக் காட்சிப்படுத்தின. ஆனால், எரியும் எண்ணெய்களின் வாசனை இந்தக் காட்சிப்படுத்தலை மென்மையாக்கியது. வடுக்களோடு இருந்தும்கூட நான் அமைதியை உணர்ந்தேன். ஆனால், இந்தத் துயரத்தின் அதிர்ச்சியை அப்படி உணரமுடியவில்லை. அது என்னுளிருந்து முட்டிமோதி வெளியே வந்தது. நறநறப்பான, நறுமணமான நடுக்கத்தில் நியதியை மீறுபவர்களால் நான் வரிசையில் கடைசிக்கு இழுத்துச்செல்லப்பட்டேன். பாதியில் ஒரு கை என் புஜத்தைப்பிடித்து, என்னைப் போர்வைக்குக் கீழே தள்ளும்வரை இழுத்துச்செல்லப்பட்டேன். நான் இப்போது வரிசையில் இருந்தேன். யாரோ ஒருவர் முணுமுணுத்தார். அதற்குப்பிறகு, வலியால் வேதனைக்குரல் எழுப்பினார். குரிமர் அந்த எதிர்ப்பாளரை முழங்கையால் குத்தினான்.

‘இப்போது மகிழ்ச்சியடையாதே’, அவன் என்னிடம் கிசுகிசுத்தான். ‘நீ இங்கே அந்தப் பாடலின் காரணத்தால்தான் இருக்கிறாய். உனக்கு எப்படி அந்தப் பாடலைத் தெரியுமென்று எங்களுக்குச் சொல்ல வேண்டும். ஆனால், இங்கே இல்லை.’

நான் இரண்டு குழந்தைகளுடன் போர்வைக்குக் கீழே இருப்பதைப் பார்த்தேன். சீக்கிரமே, ஹர–ஹாரன் எனக்கு நெறிமுறைகளை கிசுகிசுக்கத் தொடங்கினான். ‘தயாராக இரு, நான் முதலில் போவேன். பிறகு குரிமர். நீ இந்தத் தந்திரத்தைப் புரிந்துகொள்வாய். இது சரியாக வேலை செய்யும்’, என்றாள். அதற்குப்பிறகு அவள் என் தோள்களின்மீது ஏறிக்கொண்டாள். அவளின் கால்களின் மீதிப்பகுதியை என் கழுத்தைச் சுற்றிப் போட்டுக்கொண்டாள். நான் கிட்டத்தட்ட விழுந்துவிட்டேன்.

அவள் போர்வையை இழுத்துவிட்ட விதத்தில் வரிசையில் நாங்கள் ஒரே உடலாகத் தெரிந்தோம். அவளின் முகம், புஜங்கள் மட்டுமே வெளியே தெரிந்தன. ‘நகர்,’ அவள் என்னை முன்னால்

செல்லும்படி வலியுறுத்தினாள். 'உன்னைக் காட்டிக்கொள்வதற்கு மட்டும் முனையாதே.'

'என்னைக் காட்டிக்கொள்ள முனையக் கூடாதா?' என்று எங்களுக்குப் பின்னாலிருந்த ஓர் ஆண்குரல் எதிர்ப்புத் தெரிவித்தது. 'இந்தக் கைவிடப்பட்ட இடத்தில் இருக்க எனக்கும் உரிமை இருக்கிறது –'

'வாயை மூடு, நான் என்னுடன் பேசிக்கொண்டிருக்கிறேன்!' ஹர–ஹாரன் கடுகடுத்தாள். பிறகு, மனம்மாறியவளாகத் தோழமையான தொனியில், 'அங்கிருக்கும் தலைவனைப் பார், சாட்டையைச் சுழற்றிக் கொண்டிருக்கிறான், கழுத்தில் நீலக் கல்லால் அழகுப்படுத்திக்கொண்டிருக்கிறான். ஏதோ அதை அவன் எங்கிருந்து பெற்றான் என்பது நமக்குத் தெரியாததைப் போல; நான் அவனை நன்றாக அடிக்க விரும்புகிறேன். அவள் தன் சொற்களை மறைத்துப்பேசவில்லை. 'நம்முடைய பங்கீடுகளைப் பயனற்ற பொருட்களுக்காக வர்த்தகம் செய்கிறான், அந்த வீணான விலங்கு!'

'ஏதோ நம்முடைய ஆன்மாக்களை நமக்கே விற்பது மாதிரி,' அந்த மனிதன் ஒப்புக்கொண்டான்.

நேற்றிரவு நடந்த வர்த்தகம் இப்போதுதான் எனக்குப் புரிந்தது. 'நான் பார்த்தேன்,' என்று கிசுகிசுத்தேன். ஆனால், அதற்குமேல் எதுவும் சொல்லமுடியவில்லை. குரிமரின் கை என் வாயை அழுத்தியது. குழந்தைகளின் வெறுப்பை என்னால் அறிய முடிந்தது. அதனால் என் தலை வலித்தது.

'வண்ணங்களிலும் சில வர்த்தகம் இருக்கிறது. நிலத்தடியில் நான் கேள்விபட்டேன்.' அந்த மனிதன் தோழமையான அமைதியைத் தொடர்ந்தான்.

'முட்டாள்தனமான கனவுகள்!' ஹர–ஹாரன் கோபமாகச் சொன்னாள். 'வண்ணங்களாம்!'

'நாங்கள் பழுப்பு நிறத்தில் மட்டுமே கனவுகளை வைத்து வர்த்தகம் செய்வது மறுக்கிறோம். நாங்களும் மனிதர்கள்தாம்!'

'*நாங்களா*, ஏன் – நீயும் அந்தக் கனவு காண்பவர்களுடன் இருந்தாயா?'

'நான் என்ன சொல்ல வந்தேன் என்றால், அந்த மாதிரியான வர்த்தகம் ஒரு குற்றம். ஆனால் –'

'என்ன குற்றம்?' ஹர–ஹாரனின் கை என் தோளில் கடினமாகக் குடைந்தது. நமக்கு உரிமையானவற்றை நம்மிடமே

விற்பதைத் தவிர வேறு என்ன பெரிய குற்றச்செயல் இருக்க முடியும்?'

விசித்திரமாக, அவள் மிகவும் லேசாக இருந்தாள். அல்லது நான் மிகவும் வலிமையாக இருந்ததனால் அப்படித் தெரிந்ததா? நிறைய பயணங்களால் வலிமையாக்கப்பட்டேனா?

சிறிதுநேரம் கழித்து, அந்த மனிதன் கிசுகிசுத்தான். 'வண்ணங்களைப் பற்றிய அந்தக் கதைகள் யாரை வேண்டுமானாலும் விரக்தியடையாமல் இருக்க வைக்க முடியும், உனக்குத் தெரியுமா?'

'வண்ணம் என்றால் என்ன? ஹர–ஹாரன் தனக்குத்தானே முணுமுணுத்துக்கொண்டாள். நான் ஒருவித ஏக்கக்குறிப்பை உணர்ந்தேன்.

'வண்ணங்கள் என்றால் . . . நான் விரும்புவது–'

'வாயை மூடு, அவள் கடுகடுத்தாள். அவள் தன் ஏக்கத்தை மூடிமறைத்துக்கொள்வதற்காக;

ஆனால், அவன் தொடர்ந்தான், கிராமம் எதுவுமில்லாமல் திக்கற்றவராக இருப்பது கடினம்.'

'உனக்காகப் பேசிக்கொள். என்னிடம் கிராமம் இருந்தது'.

'நேற்றிரவு, என் மனைவி அவளின் கடைசி உணவுக்கலன்களை இழந்தாள்.'

'நான் அவனை அடிக்க விரும்புகிறேன்.'

அவளது மூச்சு என் மேலேயிருந்த முடியை கதகதப்பாக்கியது. அங்கே வடுக்கள் மறைந்துகொண்டிருந்தன.

♪

நாம் மறந்துவிடக் கூடாது –
ஒரேயொரு கதைதான் இருக்கிறது
ஒரேயொரு பாடல்தான் இருக்கிறது
நாம் மனதில் கொள்ள வேண்டியது அதுதான்'

அது பங்கீடுகளுக்கு முன்னால் ஒலிக்கவிடப்பட்டது. கடமையுணர்வுள்ள கூட்டம் எதிரொலித்தது, 'ஒரு கதை, ஒரு பாடல்.' ஆனால், அவர்களின் பதில் உறுதியானதாக இல்லை.

வழிநடத்திக்கொண்டிருந்த உயரமான மனிதன் அவனது சாட்டையைச் சுழற்றினான். 'நீங்கள் சொன்னது எனக்குக் கேட்கவில்லை,' அவன் கத்தினான்.

இந்த முறை கூட்டம் உறுதிப்பாட்டுடன் பாடியது. 'ஒரு கதை! ஒரு பாடல்!'

'நல்லது, நல்லது. இப்போது கேளுங்கள், நாம் ஆரம்பிப்பதற்கு முன்னால் நீங்கள் நேர்மையாகவும் உண்மையாகவும் நடந்து கொள்ள வேண்டும். அப்படியில்லாவிட்டால், உங்களுக்கு எதுவும் கிடைக்காது!'

வரிசையில் முழுக்க உணர்ச்சிகரமான முணுமுணுப்புகள் இருந்தன. பிறகு, அது பயமாக மாறியது.

'உங்களில் நியதியை மீறி எங்களை ஏமாற்றிய ஆறு பேர் இருக்கிறார்கள், என்று எங்கள் அனைவருக்கும் தெரியும். நேற்றிரவு, அவர்கள் எல்லைக்கு நடந்து செல்ல முயன்றிருக்கிறார்கள்.'

அந்த அமைதி இன்னும் பரிவற்ற நடுக்கமாக இருந்தது. அவ்வளவு ஏன், மூச்சுவிடுவதுகூட நின்றுவிட்டது.

'நீங்கள் அவர்களை உங்களிலிருந்து களையெடுக்க வேண்டும். இன்றிரவு நீங்கள் உங்கள் பங்கீடுகளைக் காலதாமதமின்றி பெறவிடாமல் அவர்கள் ஏமாற்றியிருக்கிறார்கள். உங்களால் அவற்றைப் பெற முடியாமல்கூட போகலாம்!'

மொட்டையடித்திருந்த அழகான இளைஞர்களை வரிசையிலிருந்து தள்ளுவதற்கு நீண்ட நேரமாகவில்லை. அவர்கள் வாய்க்கும் காதுக்கும், வாய்க்கும் காதுக்கும் சங்கிலியால் சேர்த்துக் கட்டப்பட்டிருந்தனர். விமோசனத்துக்கான வதந்திகளைப் பகிர்ந்துகொண்டிருந்தனர். விரைவில் அவர்கள் குட்டையான மனிதனால் அகற்றப்பட்டனர். அவன் அவர்களில் ஓர் இளைஞனை அடித்திருந்தான்.

கோபமும் குற்றவுணர்வும் வரிசை முழுக்கத் தணிந்தும் பொங்கியும் பரவின.

'மரங்கள்', ஹர–ஹாரன் மறையும் இளைஞர்களைப் பார்த்துப் பெருமூச்சுவிட்டாள்.

'அழகும் பசுமையும்,' அவளுடன் சேர்ந்து வரிசையிலிருந்த யாரோ ஒருவரும் பெருமுச்சுவிட்டார்.

என் நெற்றியிலிருந்து, கிசுகிசுப்பாளர்கள் மீண்டும் வண்ணங்களில் வர்த்தகம் செய்வதைக் கேட்டேன். அவர்கள் 'பச்சை' என்றவுடன் பயத்துடன் வர்த்தகத்தை நிறுத்திவிட்டதை யும் கேட்டேன். டேனினெனின் மரங்களைப் பற்றிய வதந்தியைக் கேட்டேன். 'ஆ, மரங்களுக்கான, இயற்கைக்கான, புனிதமான

பொருட்களுக்கான பசி'. அதற்குப்பிறகு, தொலைதூரக் குரல் ஒன்று யாரோயொருவர் மரங்களைப் போல நடனமாடிய அழகான பெண்களுடன் நடனமாடியதைப் பற்றி கதைகள் சொன்னது. அவர்கள் காதுகளின் பின்னால் காற்றின் வாசனை இருந்ததாம். என் குழப்பம் துன்பம் தந்தது

♪

நாங்கள் எதுவாக அது இருக்க வேண்டுமென்று நினைக்கிறோமோ, அவையெல்லாமே எங்களுக்குப் பச்சைதான். வறண்ட கன்னங்கள், வறண்ட கண்கள் அல்லது கண்கள் கொண்ட முகங்கள், சூடான பார்லி சூப் அல்லது ஆசீர்வதிக்கப்பட்ட பூமியில் பார்லி முளைகட்டியிருப்பது ஆகியவற்றைப்போல அது இருக்கும். எங்களுடைய தாகத்தையும் பசியையும் தணித்துக்கொள்ள நானும் பீனேப்பும் எப்படி இந்த நிறத்தைப் பற்றி ஒன்றாகக் கனவு கண்டோம் என்பது நினைவுக்கு வந்தது. கனவுகளைத் திருட முடியும், மாற்ற முடியும், எனவே, நாங்கள் ஒரு கெட்ட கனவு கண்டு விழித்துக்கொள்வோம் என்பது எப்படி எனக்குத் தெரியும்?

இனிகே அப்புறமாகக் கெட்ட கனவைப் பற்றிச் சொல்வாள். அவள் கிசுகிசுக்கும் அறுவரில் ஒருத்தி. பங்கீடு வரிசையிலிருந்து வெளியே தள்ளப்பட்ட பிறகு, அவள் எல்லை வழியாகக் கடத்தப்படவிருப்பவள். அவர்கள் வரிசையில் நிற்கவேண்டியவர்கள்கூட இல்லை. அவர்கள் களையெடுப்பு, தீ ஆகியவை நிகழும் என எச்சரிக்கை விடப்பட்ட தங்கள் கிராமத்தை விட்டு, கடந்து அந்தப் பக்கமாக நடந்து சென்றுகொண்டிருந்தனர். அவர்கள் நடந்து சென்றுகொண்டிருக்கும்போது கைது செய்யப்பட்டனர். அவர்கள் விதியை மீறிவிட்டிருந்தனர். எந்தத் திக்கற்றவர்களும் எல்லைக்கு நடந்து செல்ல முடியாது.

பிறகு, இனிகே தப்பிவந்து, பச்சையைப் பற்றிய அவள் சொந்தக் கதையைச் சொல்வாள். அவள் ஒரு பச்சை மரம். கன்னிப் பெண் என்பதால் 'பச்சை.' பச்சை மரம் என்பது மணமாகாத இளையோரைக் குறிக்கும். அப்போதுதான் மொட்டுவிடத் தொடங்கும் மார்பகங்களையும் கருப்பைகள் சுழற்சியைத் தொடங்குவதையும் பச்சை குறிக்கும். அப்போதுதான் உடையத் தொடங்கியிருக்கும் குரல்களும் பச்சையைக் குறிக்கும். பச்சை என்பது புனிதமும் தூய்மையும். அத்துடன், களங்கமின்மை. எல்லையைத் தாண்டிய பிறகு, பச்சை என்பது ஒவ்வொன்றும் எதுவாக இருக்க வேண்டும் என அவர்கள் விரும்பினார்களோ அது.

இனிகே ஒரு நல்ல, பச்சை மரம். அவளால் ஒரு நல்ல விலையைக் கொண்டுவரமுடியும். ஒரு சாக்கு விதைகள். இரண்டு பீப்பாய்களில் தண்ணீர். ஒரு ஜாடி எண்ணெய். அவள் கன்னத்தில் காயம்பட்டிருந்தது ஓர் அவமானம். இரண்டு ஜாடி எண்ணெய் என்பது நல்ல பேரமாக இருந்திருக்கும்.

♪

மூன்றாம் நாள் வரிசையில், நாங்கள் மிகச் சிறந்த முறையில் நடந்துகொள்ள வேண்டும் என்று எங்களைச் சுற்றியிருந்த ஒலிகளால் எச்சரிக்கப்பட்டோம். கண்டனங்களும் பலவீனமான வேண்டுகோள்களும் இருந்தன.

'உன்னுடைய அம்மா எங்கே?'

'அவள் சென்றுவிட்டாள்', ஒரு சிறிய குரல் மேலே பார்த்துப் பதிலளித்தது.

'உன்னுடைய அப்பா – ?'

'அவரும் சென்றுவிட்டார் – தயவுசெய்து –'

'எங்கே? எல்லைக்கா?'

'இல்லை, ஐயா, இல்லை – அவர்கள் – அவர்கள் – ஒருவேளை இறந்திருக்கலாம்.'

'எங்கிருந்தோ ஒரு மூச்சு உள்ளே இழுக்கப்பட்டது, அதற்குப் பிறகு, காலடிகள் மாற்றிவைக்கப்பட்டன, அமைதியற்ற கைகள் காலிப் பைகளையும் ஜாடிகளையும் தேய்த்தன.

'உனக்கு விதிமுறை தெரியும்,' அந்த நீலக்கல் மனிதன் தன் தொண்டையை ஏதோ அவனுக்கு அங்கே வலிப்பது போலச் சத்தமாகச் செருமினான். 'பங்கீடுகள் குழந்தை விளையாட்டு அல்ல – என்ன விதி அது?'

'வீணாக்கக் கூடாது, குழந்தைகள் வரிசையில் இருக்கக் கூடாது,' பசித்த வாய்கள் உடனடியாக பதிலளித்தன. அதற்குப் பிறகு, காலி பை, ஜாடியுடன் தனியாக வந்த அந்தச் சிறுவனை அவை திட்டின. திடீரென்று குரிமரும் ஹர ஹாரனும் திட்டமிட்டிருந்த தந்திரம் எனக்குப் புரிந்தது. நான் என் தோள்களைத் தயார்ப்படுத்திக்கொண்டேன். எங்கள் முறை வரும்போது, குழந்தைகள் என் முதுகின்மீது நின்று உயரமாக, வளர்ந்துவிடுவார்கள்.

'தயவுசெய்து ஐயா – கொஞ்சமே கொஞ்சம் –'

அதற்குப் பிறகு, அந்த வரிசையில் வேறு எந்தக் குழந்தையும் இல்லை என்பதை உணர்ந்தேன். அந்தத் துயர் மிகுந்த இடத்திலும் காலத்திலும் குழந்தைகள் எங்குமே இல்லை என்பது எனக்கு எப்படித் தெரிந்திருக்கும்? இந்த உட்புறமான வறட்சியைப் பற்றி சோ–சோளி எதுவும் பேசியிருக்கவில்லையா?

'உன்னைத்தான், தள்ளிப் போ! உன்னால் எங்களுக்குத் தாமதமாகிறது.' காத்திருக்கும் வாய்கள் விரக்தியை உமிழ்ந்தன. பெரும்பாலான பெண்களின் கருப்பைகள் வறண்டுபோயிருந்தன, பெரும்பாலான ஆண்களின் விதைகள் வறண்டிருந்தன. இத்தனை வலியோடு அவர்களுக்கு அதை நினைவுபடுத்த இந்தச் சிறுவனுக்கு எவ்வளவு தைரியம் இருக்கும்?'

'வெறும் ஒரு சிட்டிகை விதைகள், வெறும் ஒரு மடக்கு தண்ணீர், என் வாயை நனைத்துக்கொள்ள மட்டும், ஐயா –'

'மன்னித்துவிடு, சிறுவனே, நாங்கள் நியாயமாக நடந்து கொள்ள வேண்டும்.' அன்பும் வலியும் தன்னிடத்தில் அடர்ந்திருக்க வேண்டும் என்பதை அந்தக் குரல் உறுதி செய்துகொண்டது. நான் உன் விருப்பத்திற்கு இடங்கொடுத்திருந்தால் எவ்வளவு சோகமாக இருந்திருக்கும் – உம் – விதி எல்லோருக்கும்தான் – யாருடைய பார்வையிலும் யாரும் குறைவானவர்கள் இல்லை. யாரும் உயர்வானவர்களும் இல்லை. நாம் அனைவரும் சமம் – உம் – இந்த விதைகள் அளவிலும் வடிவத்திலும் எப்படிச் சமமாக இருக்கின்றனவோ அப்படி–உம் – அதனால்தான் நம்மால் வெறும் பங்கீட்டைப் பெற முடிகிறது.' அதற்குப் பிறகு, தன்னம்பிக்கையுடன் இதை அறிவிப்பதற்கு முன், அவன் நீலக்கல்லைச் சிந்தனையுடன் அன்பாகத் தடவினான்: '*சமச்சீர். சமத்துவம். நீதி.* ஆமாம், ஆமாம், நாங்கள் அவற்றை மதிக்கிறோம். அவற்றுடன் வாழ்கிறோம்.'

அந்தச் சொற்கள். இதற்கு முன்னால் அவற்றை நான் எங்கே கேட்டிருக்கிறேன்? என் நெற்றி அவற்றை என் காதில் வரிசைப்படுத்தியது. என் வாய் அவற்றைச் சோதித்தது. மிகவும் பிரம்மாண்டமானது, கடினமானது, மிகவும் வறட்சியானது.

♪

'நான் என் – உம் – வேலையை மட்டும்தான் செய்கிறேன். நான் மட்டும் – உம் – உன்மீது அக்கறை காட்டுகிறேன். அத்துடன், ஐந்து ராஜ்ஜியங்களின் ஆசீர்வாதங்களையும், அக்கறையையும் கடத்துகிறேன். அவர்கள் உன்னை மறக்கவில்லை. நான் மட்டும் – உம் – ஒருபோதும் மறக்க மாட்டேன். நான் என்ன

மெர்லிண்டா பாபிஸ்

கொண்டுவந்திருக்கிறேன் என்று பார்த்தாயா? மிகச் சிறந்த விதைகளின் சாக்குகள், இனிப்பான நீரின் பீப்பாய்கள், நறுமணமுள்ள எண்ணெய் ஜாடிகள். நம்முடைய எண்ணெய்யின் அருள், சமையலுக்கு, விளக்குக்கு, காயங்கள், வலிகளுக்குப் பூசுவதற்கு – இவை எல்லாம் இலவசம், நான் மட்டும் – உம் – அதைப் பார்த்துக்கொள்வேன். அதனால், நாம் நன்றியுடன் நடந்துகொள்ள வேண்டும்!'

'நான் – மட்டும் – உம், நான் – மட்டும் – உம், நான் – மட்டும் – உம்!' மந்திரம்போல் இப்படி ஓதிவிட்டு ஹர – ஹாரன் மெதுவாக இளித்தாள்.

யாரோ அவளை அமைதியாக்குவதற்கு முயன்றனர். 'நீயும் வரிசையிலிருந்து தூக்கியெறியப்பட வேண்டுமா?'

'நான் – மட்டும் – உம். நாங்கள் அவனை அப்படித்தான் அழைத்தோம். அவனுடைய தொண்டைக்குள் இருக்கும் அதே சத்தங்களுடன்.'

'நான் இதற்காக வருந்துகிறேன் – உம் – விதியின் மோசமான திருப்புமுனைகள். ஆனால் அந்தக் குழந்தை சென்றாக வேண்டும், அந்தக் கிசுகிசுப்பாளர்களும் சென்றாக வேண்டும். நான் கட்டாயமாக – உம் – நாம் கட்டாயமாக வயிற்றுக்கு உதவாத அசுத்தங்களையும் ஆன்மாவுக்கு மோசமானவற்றையும் வெளியேற்ற வேண்டும். நாம் அனைவரையும் பாதுகாக்கும் இந்தப் பங்கீடு வரிசையில், நாம் புனிதத்தைக் குறிப்பாக நிலைநிறுத்த வேண்டும். நாம் விதிகளைப் பின்பற்றுவோம், அத்துடன், விதிகள் அனைவருக்கும்தான். மோசமான, தவறான விதைகள் வரிசையில் இருக்கக்கூடாது. ஐந்து ராஜ்ஜியங்கள் உங்களுக்கு வெறும் நல்ல விதைகளைத் தானே அளிக்கிறது?'

நான் மேலும் குழப்பமடையத் தொடங்கினேன். 'நான் – மட்டும் – உம்' – ன் பெரிய சொற்களைப் பின்தொடர்வது மிகவும் கடினமாக இருந்தது. ஆனால், அவை காற்றைத் தொந்தரவு செய்த விதம், அனைவரையும் அமைதியில் நடுங்கவைக்கப் போதுமானதாக இருந்தது. குழந்தைகளைத் தவிர.

ஹர – ஹாரன் என் முதுகில் மீண்டும் தன் கைகளால் குடைந்தாள். 'அவனுக்கு எப்போதுமே நன்றாக, அன்பாகப் பேச வேண்டும் – நான் – மட்டும் நல்லவன், நான் – மட்டும் அன்பானவன் – ஹா!'

நான் – மட்டும் – உம். நிறைய முடிகளையுடைய அழகான மனிதன். எண்ணெய் தடவி, தங்க நிறத்தில், கழுத்தைச் சுற்றி இன்னும் கூடுதலாக ஒளியுடன் இருந்தான். எல்லோரையும்விட

வெட்டுக்கிளிப் பெண்

உயரமாக இருந்தான். அவன் எல்லையின் வழியாகத் தொடர்ந்து பயணங்கள் மேற்கொண்டான். அவன் நன்றாக உணவருந்தவும் ஆடை அணியவும் தன் தந்தையால் நன்றாகப் பயிற்றுவிக்கப்பட்டிருந்தான். அவன் ஐந்து ராஜ்ஜியங்களின் முறைதவறிப் பிறந்த மகன். அவன் தாய் ஒரு பச்சை மரமாக இருந்தாள். அவள் வாய்களுக்கான அமைச்சரின் ஆதரவு பெற்றிருந்தாள். ஆனால், சிறுவன் சிக்கலின்றி ஆனந்தமாக இருக்கும்வரைதான் அமைச்சர் அவளை வைத்திருந்தார். நான் – மட்டும் – உம் எப்போதும் தாயின் விதிக்கு நன்றியுடன் இருந்தேன். நான் யாராக இருக்கிறேன் என்று இப்போது பார்க்கிறாயா? அதனால் அவன் எல்லையில் ஒரு பக்கத்திலிருந்து இன்னொரு பக்கத்துக்குப் பச்சை மரங்களைக் கடத்தினான். அவன் அவர்களுக்குச் சகாயம் செய்கிறான். பாவப்பட்ட இந்த முட்டாள் எப்போதுதான் இதைப் புரிந்துகொள்வார்கள்?

வரிசையிலிருந்த வதந்திகளிலிருந்து அவனைப் பற்றி நிறையத் தெரிந்துகொண்டேன். ராஜ்ஜியங்களுக்கு வெளியே அவன் வாய்களின் அமைச்சராகக் காட்டிக்கொள்ள ஆசைப்பட்டான். அவனுக்கு ஐந்து வயது இருக்கும்போதே, ராஜ்ஜியங்களின் கட்டளைப் பணிகளை மனப்பாடம் செய்துகொண்டான். அவனுடைய தந்தை அதை அன்றாடம் பாடினார், அதற்குப்பிறகு, சிறிய பெட்டிகளின் வழியாக அவை அனுப்பப்பட்டன. ஒருகாலத்தில் அவையும் பங்கீடு செய்யப்பட்டன. அவன் இப்போது பாணியில் இல்லாத கட்டளைப் பணிகளின் குறையை உணர்ந்தான். அவன் தற்காப்பு இசை இல்லாத குறையை உணர்ந்தான். அவற்றை இப்போது பாடுவது விவேகமற்றதாகப் பட்டது. நான் – மட்டும் – உம் சந்தேகப்பட்டான். கொஞ்சமும் வலி ஏதும் இல்லாமல் இல்லை, அவன் தந்தையின் பாடுதல் மற்ற அமைச்சர்களைச் சங்கடப்படுத்துவதாக சந்தேகப்பட்டான். அவன் அவரை ஆறு வயதுக்குப் பிறகு பார்க்கவே இல்லை. வாய்களின் அமைச்சர் விளக்கம் அளிப்பதற்கு மெனக்செடாமல் முறைதவறிப் பிறந்த தன் மகனை ராஜ்ஜியங்களைவிட்டு வெளியேற்றிவிட்டார். அவர் அவனின் ஆர்வங்களைத் தொடர்ந்து கவனித்துவந்தார். எல்லைக்கு வெளியே பங்கீடு செய்யும் வேலையை அவனுக்கு ஒதுக்கினார்.

பின்னர், அவனைப் பற்றி நான் இன்னும் நிறையத் தெரிந்து கொள்வேன். நான் – மட்டும் – உம் எப்படித் தன் தலைக்குள் மட்டும் மனப்பாடம் செய்து வைத்திருந்த கட்டளைப் பணிகள் குறையை உணர்ந்தான். அவனால் பாட முடியாது; சுரங்களை அவனால் கேட்க முடியாது. இந்தப் பெருந்துன்பத்திலிருந்து அவனுடைய தந்தை ஒருபோதும் மீளவில்லை. எனவே,

அவனையும் அவன் தாயையும் அனுப்பிவிட்டார். அதுதான் உண்மைக் கதை: விதியின் மோசமான திருப்புமுனை. ஆனால், நான் – மட்டும் – உம் விசுவாசமுடன் நடந்துகொண்டான். எப்போதெல்லாம் மோசமான திருப்புமுனைகள் ஏற்பட்டனவோ அப்போதெல்லாம் மன்னிப்புக் கேட்கும் வகையில் அவன் தொண்டையைச் செருமிக்கொண்டிருந்தான். அவன் ஒருபோதும் மோசமான கட்டளைப் பணிகளையும் அவற்றின் ஆறுதலளிக்கும் தர்க்கத்தையும் மறக்கவில்லை. அவன் தன் தலைக்குள் அதைப் பாடினான். அவன் தன் தந்தைக்குரியவன் என்பதை அது உறுதிப்படுத்தியது.

நாங்கள் உன்னை பாதுகாப்போம்
நாங்கள் உன்மீது அக்கறை கொள்வோம்
நாங்கள் உனக்காக யோசிப்போம்
நாங்கள் உனக்காகச் செயல்புரிவோம்
நாங்கள் நீயாக இருப்போம்
எது உன்னுடையதோ அது எங்களுடையது
மகிழ்ச்சிகொள், மகிழ்ச்சிகொள்! நீ எங்களுடையவன்
நீ எங்கள் ராஜ்ஜியக் கட்டமைப்பின் பகுதி.

♪

அது எங்கள் முறை. இறுதியாக அவன் உண்மையிலேயே எவ்வளவு அழகாக இருந்தான் என்பதைப் பார்த்தேன். அவன் எண்ணெய் தடவியிருந்த சுருட்டை முடி மின்னியது. அவன் கன்னங்கள் எவ்வளவு மென்மையாக இருந்தன. அவன் கடமையை ஒரு சிறுவனைப்போல எவ்வளவு உள்ளார்ந்து செய்துகொண்டிருந்தான். என் போர்வையிலிருந்த ஓட்டைகளுக்கு நான் நன்றிக் கடன்பட்டிருந்தேன். அவன் கணகள் நீலக் கல்லைப் போல மின்னுவதைப் பார்த்தேன். ஹர – ஹாரன் என் தோள்களின் மீது கச்சிதமாகச் செயல்படுவதைப் பார்த்தவுடன் அவை இன்னும் மென்மையாகின.

'மகிழ்ச்சி கொள், மகிழ்ச்சி கொள், என் இதயம் உங்களுக்குச் சொல்கிறது. நன்மையடைக, ஐயா. உங்கள் அக்கறை என்னை உங்களுடையவளாக ஆக்கியிருக்கிறது. என் உறுப்புகள் அனைத்தும் உங்களுக்குத்தான். உங்களுக்கு அது பிடித்திருந்தால், என் தலை, என் இதயமும் உங்களுக்குத்தான்.'

பின்னர், எப்படி ராஜ்ஜியங்களின் கட்டளைப் பணிகளைத் தங்கள் தந்தையிடமிருந்து கேட்டோம் என்பதைக் குழந்தைகள் என்னிடம் சொல்வார்கள். அவர் அதை அவருடைய தந்தையிட மிருந்து; அவர் அதை அவருடைய தந்தையிடமிருந்தும்; அவர் ஒரு காலத்தில் ஒரு சிறிய பெட்டியிலிருந்து அதைக் கேட்டிருந்தார்.

பங்கீடு நேரத்தில், கட்டளைப் பணிகளைத் தூண்டியது அடிப்படையான தந்திரம். அது ஒருபோதும் தோல்வியடைந்த தில்லை. அந்த மனிதனின் கண்கள் இன்னும் அதிகமாக மின்னின. 'நல்ல பெண்ணே, நான் உன்னுடைய ஆனந்தம், கை – கால், தலை, இதயம், அனைத்தையும் ஏற்றுக்கொள்கிறேன். ஐந்து ராஜ்ஜியங்களின் ஆணைகளை நீ எவ்வளவு நன்றாக தெரிந்து வைத்துள்ளாய் – உன் பையைத் திறந்து ஆசீர்வாதங்களை வாங்கிக்கொள்.

அவள் அப்படியே செய்தாள். அதற்குள் விதைகள் கொட்டின. அவளது ஜாடிக்குள் தண்ணீர் கலகலவெனப் பாய்ந்தது. எண்ணெய் இன்னொரு பைக்குள் மென்மையாக நழுவிச் சென்றது. அவள் தயாராக வந்திருந்தாள். அவளது நாக்கு மேலும் மென்மையாக இருந்தது.

'மகிழ்ச்சி கொள்க, நல்லது ஐயா. நீங்கள் ராஜ்ஜியக் கட்டமைப்பின் ஒரு பகுதி. நீங்கள் ஓர் உண்மையான ராஜ்ஜியக் கட்டிட அமைப்பாளர். நான் உங்கள் சேவகி'.

இன்னொரு கைநிறைய விதைகள். கலகலவெனப் பாயும் இன்னொரு நீரொலி. எல்லாமே பின்வரும் காலத்துக்குச் சேமிக்கப்பட்டது. மேலும் அவசரமான தேவை ஏற்படும்போது தேவைப்படும் என்பதால் குழந்தைகள் பசியோடு இருக்க முடிவு செய்தனர்.

பின்னர் ஏற்பட்ட யோசனையால், அந்த ராஜ்ஜியத்தைக் கட்டுபவன் இன்னும் சில துளிகள் எண்ணெய்யைச் சேர்த்தான். ஹர – ஹாரன் கிட்டத்தட்ட அவன் கையை முத்தமிட்டுவிட்டாள். அதை அவன் தன் சட்டைப் பைக்குள் மறைத்துக்கொண்டான். தான் யாரையும் தொடாமல் இருப்பதையும், திக்கற்றவர்கள் யாரும் தன்னைப் பொது இடத்தில் தொடாமல் இருப்பதையும் செய்துகொண்டான். வழக்கமாக மற்றவர்கள் பங்கீடுகளையும், மற்ற கடமைகளையும் செய்தார்கள். அதைப் பற்றி நான் பிறகு தெரிந்துகொள்ளவிருந்தேன். ஆனால், அவன் உத்தரவுகள் கொடுத்தான். தான் 'நியாயமாக' நடந்துகொள்வதாக அவன் உறுதியாக நம்பினான். யாருக்கெல்லாம் வெகுமதி அளிக்க வேண்டுமோ அவர்களுக்கெல்லாம் அதைக் கொடுத்தான்.

சிறிது நேரம் கழித்து, நாங்கள் இரண்டாம் முறையாக எங்களை வரிசையில் நுழைத்துக்கொண்டபோது, குரிமருக்கு அவனுடைய வெகுமதிகளின் பங்குகள் கிடைத்தன.

வெகுமதிகள் சரிசமமாகப் பகிர்ந்துகொள்ளப்பட வேண்டும். பரஸ்பரமாக இருக்க வேண்டும். இது பெரிய வார்த்தை.

இதை ராஜ்ஜியங்களிடமிருந்து பிறகு கேட்பேன். அதை நான் பங்கீடுகளின் ஆறாம் நாள் பணியின்போது பார்ப்பேன். அதற்கு முந்தைய நாள் இரவு உறைந்திருந்தது, அத்துடன் மிகவும் அருவருப்பான புதிய வாசனை ஒன்று தொந்தரவு செய்து கொண்டிருந்தது. நாங்கள் எங்கள் மூக்கை மூடிக்கொள்ள வேண்டியிருந்தது. மீதமிருந்த பசித்த வாய்கள் வதந்திகளைக் கிசுகிசுத்தன. அது காற்றை ஆறுதல்படுத்த முடியாத அளவுக்குப் புலம்ப வைத்தது. கலங்கிய வாயிலிருந்து கலங்கிய காது என அது சென்றுகொண்டேயிருந்தது. ஒரு புதிய வதந்தி என் அதிர்ச்சியடைந்த காதுகளை அடையும்வரை. அந்த வதந்தி ஐந்து ராஜ்ஜியங்களால் ரகசியமாக ஆசீர்வதிக்கப்பட்டது. ஆறாம் நாள் சூரியன் உதித்தபோது அந்த வதந்தி உண்மைக் கதையாக விரிந்திருந்தது. கூட்டத்தினர் தங்கள் உடலுறுப்பை மறைத்துக்கொள்வதற்காகப் போர்வைகளுக்கு அடியில் தவழ்ந்து சென்றனர். இருந்தபோதும் அவை பெருந்தீயால் விழுங்கப் படவில்லை. வரிசையில் இருந்த மிக ஆரோக்கியமானவர்களைத் தேர்ந்தெடுப்பதற்காக இடிபாடுகளைவிட்டு அமைதியான மனிதர்கள் சென்றனர்.

வெகுமதிகள் பரஸ்பரமாக இருந்தன. வெகுமதிகள் போர்வைகளுக்கு அடியில் அறுவடை செய்யப்பட்டன. கண்கள் இங்கே, நல்ல கால் அங்கே, மோதிரத்துடன் இருக்கும் கையாகக்கூட இருக்கலாம். அத்துடன், இன்னும் ஆழத்துக்கும் கீழே, இன்னும் மதிப்புமிக்க பாகங்களை எல்லைக்கு அப்பால் வர்த்தகம் செய்ய முடியும்.

எது உன்னுடையதோ, அது எங்களுடையது.

சூரியனுடன் பயத்தின் வாசனையும் உதித்தது. இதயம், கல்லீரல், சிறுநீரகம் ஆகியவற்றை தேடிக்கொண்டிருந்த மனிதர்களின் மத்தியில், என் நெற்றி என்னைக் காட்டிக்கொடுக்க முடிவெடுத்தது. எல்லோரும் கேட்கும்படி இப்போது பாட்டு வெளியே வந்தது. எந்தவொரு தாலாட்டும் இந்த அளவுக்கு சோகமாக இருந்திருக்க முடியாது.

'எது என்னுடையதோ, அது உன்னுடையதாகும்
என் குழந்தையே மகிழ்ந்திரு, மகிழ்ந்திரு
அதனால்தான் தந்தையின் இதயம்
இந்தத் தூங்கும் விஷயத்துக்குப் பாடுகிறது'

♪

நட்டம். என் பாதங்கள் இவ்வளவு வலிக்கும், சுற்றி அவ்வளவு காற்று இருந்தாலும், என் மார்பில் மூச்சுக்காற்று இல்லாமல்

போக முடியும் என்பதெல்லாம் ஒருபோதும் எனக்குத் தெரிந்திருக்கவில்லை. நாங்கள் செங்குத்தான மணற்குன்றுகளில் உருண்டு கீழே விழுந்துகொண்டிருந்தபோது, காற்று வேகமாகத் தொடங்கியிருந்தது. எங்கள் உடல்களை மணலால் புதைத்தது. மணற்புயலுக்குப் பயந்து, இடிபாடுகளிலிருந்து வந்த மனிதர்கள் பின்தொடர்வதைக் கைவிடும்வரை நாங்கள் அப்படியே இருந்தோம். நாங்கள் காப்பாற்றப்பட்டோம். ஆனால், தண்ணீர் ஜாடிகளைக் காப்பாற்ற முடியவில்லை. எங்கள் அவசரத்தால் அவை உடைந்துவிட்டன.

'நீ ஏன் பாட வேண்டியிருந்தது? ஏன் நீ அமைதியாக இல்லை? ஏன் எங்களைக் காட்டிக்கொடுத்தாய்?'

ஹர–ஹாரனின் மார்பு கோபத்தால் வெடித்துவிடும் என்று நினைத்தேன். அவளைப் பொறுத்தவரை, நான் பாடியதுதான் பெரிய விஷயமாக இருந்தது. நான் என்ன பாடினேன் என்பதில்லை. அவள் தன்னுடைய ஒரேயொரு கையைத் தேய்த்துக் கொண்டிருந்தாள். அது அங்கிருந்த மனிதர்களில் ஒருவனின் கண்ணில் பட்டது. அதன் இழைவுக்காகவும் எடைக்காகவும் அதை அன்புடன் தடவ வேண்டியிருந்தது. ஆனால், அது குழந்தையுடையது! குரிமர் அவனை அடித்து, அவளை என் தோள்களின் மீது தள்ளும்வரை அது தொடர்ந்தது. அதற்குப் பிறகு, நாங்கள் ஓடுவதை நிறுத்தவில்லை.

'அவள் பாடல்களை அந்தக் கட்டுக்குக் கீழே மறைத்து வைத்திருக்கிறாள். அந்தப் பெட்டிகளில் ஒன்றை அவள் மறைத்து வைத்திருக்கிறாள்!'

'அவளை நாம் இதற்காகக் கட்டாயம் தண்டிக்க வேண்டும், அவளை ஏன் என்று நம்மிடம் சொல்லவைப்போம்.'

'நம்மிடமா? உனக்கு ஏற்கெனவே தெரியாததையா அவள் சொல்லிவிடப்போகிறாள், குரிமர்?'

'நீ என்ன சொல்கிறாய்?'

'அம்மாவின் பாடல் – உன்னுடையது? நீ அவளுக்குப் பிடித்தவன். அவளைப் பற்றிய உண்மையை ஒருபோதும் நீ சொல்லப்போவதில்லை. நான் கேட்டபோதெல்லாம் நீ பதிலளித்ததேயில்லை. நான் கேட்கிறேன், கேட்கிறேன், தினமும் கேட்கிறேன். ஆனால், நீ உன் வாயை மூடிக்கொண்டு திரும்பிச் செல்கிறாய்.' அவள் இப்போது அலறிக்கொண்டிருந்தாள். 'அவள் இல்லாமல் வீட்டுக்கு வந்ததிலிருந்தே நீ அமைதியாகவே இருக்கிறாய். அவள் வீட்டுக்கு வரவேயில்லை, அவள் வீட்டுக்கு வரவேயில்லை. அது ஏனென்று ஒருபோதும் நீ என்னிடம்

சொன்னதில்லை.' அவள் ஒற்றை முஷ்டி மணலைப் பலமாகத் தாக்கியது. அது சுழல்களாக சுழலத் தொடங்கியது.

குரிமரின் வாயில் இறுக்கமான கோடு இருந்தது.

அவள் உன்னால் முடியும் என்று உன்னை மட்டும் நடக்க அழைத்துச் சென்றாள். அத்துடன், அவள் வாக்குறுதி கொடுத்த மாதிரி வீட்டுக்குத் திரும்பி வரவேயில்லை. அதனால், எனக்கான உண்மையை நானே கண்டுபிடித்துக்கொள்வேன். என்னிடம் சொல்லும்படி இந்த அசிங்கமான பெண்ணைக் கட்டாயப்படுத்துவேன். அவள் திடீரென்று முன்னால் வந்து என் கட்டைப்பிடித்து இழுத்தாள்.

அது ரீங்காரமிட்டது. அது இறகுகளைச் சீர்செய்து கொண்டது. அது சிறகுகளை படபடத்தது.

அதிர்ச்சி, அதன் பிறகு, அலறல்கள். 'கொள்ளை நோய், கொள்ளை நோய்!' அவர்கள் மீண்டும் என்னை விட்டு ஓடினார்கள்.

மிக விரைவில், காற்று அந்த அலறல்களை மூழ்கடித்தது. அது மணலைப் பிடித்துக்கொண்டது. அத்துடன், காற்று மணலானது. மிக விரைவில், குழந்தைகள் புயலில் காணாமல்போனார்கள். ஆனால், அவர்களின் வெறுப்புணர்வு அங்கேதான் இருந்தது. அது காற்றுடன் பின்னால் இழுத்துச் செல்லப்பட்டது. அது சுழன்றடித்தது. கொள்ளை நோய், கொள்ளை நோய்!

பீனேப், ஓ பீனேப், நான் அழகாக இல்லை.

அந்தப் பாலைவனமும் எழுந்தது. அது என் தோளை அறுத்தது. என் வடுக்களைத் திறந்தது, என் கண்களை அறுத்தது. அழுவதற்கு ஒரு காரணமாவது இருந்தது.

'அதி சீக்கிரமே இழப்பு
அன்புக்கு முன்னால்
அதி சீக்கிரத்துக்கு முன்னால்
அமைதி உடைந்தது'

♪

அந்தப் பாலைவனம் அமைதியானவுடன், அது வேறொரு இடமாக இருப்பதைப் பார்த்தேன். காற்று பூமியை மாற்றி யமைத்தது. பழைய கதைகள் ஒருபோதும் நடந்ததில்லை என்று பீனேப் சொன்னது சரியாக இருக்கலாம். நான் மீண்டும் தனியாக நடந்தேன். அவளைப் போலவே அடிவானத்தை நோக்கி நடக்க வேண்டும் என்று எனக்கு நானே வாக்குறுதி அளித்துக் கொண்டேன். திரும்பிப் பார்க்காமல் இருக்கக் கற்றுக்கொள்ளலாம்.

வெட்டுக்கிளிப் பெண்

இப்போது குளிராக இருக்கிறது. கொடுமையான குளிராக இருக்கிறது. ஏனென்றால் எனக்கு வெதுவெதுப்பு எப்படி இருக்கும் என்பது தெரிந்திருந்தது. அதை நான் இப்போது மறந்தாக வேண்டும். இடையறாத குளிர் கனிவானது. அதேமாதிரிதான் உடையாத அமைதியும். அப்படியென்றால், தற்காலக் கதை ஒன்றை மட்டும் கவனத்தில் வைத்துக்கொள்ளுங்கள். இந்தப் புதிய மணற்குன்றுக்கு அதன் பழைய வடிவத்தின் நினைவு என்ன செய்துவிடப் போகிறது?

அது குன்றே இல்லை. இப்போது அது ஒரு பெரிய மலை. பீனேப்பின் மலையைப்போல; அவள் அதன்மீது ஏறி அடுத்த பக்கத்தைப் பார்ப்பதற்கு முன் அதுவும் பெரிதாக இருந்தது. அதில் ஏறுவதற்கு எனக்கு ஒருநாள் ஆகலாம்.

அந்த சிகரத்திலிருந்து நான் நிறையக் குன்றுகளைப் பார்த்தேன். ஆனால் சிறியதாக, முடிவில்லாமல் வடிவம் மாறக் கூடியவை. காற்று இன்னும் அமைதியற்றிருந்தது. அடிவானத்தின் நேர்க்கோடு இல்லாத குறையை எவ்வளவு உணர்ந்தேன். மீண்டும் நிச்சயத்தன்மைக்காக ஆசைப்பட்டபடி நான் இறங்கத் தொடங்கியிருந்தேன்.

நான் மணற்குன்றுகளை அடைந்தபோது, சூரியன் கிட்டத்தட்ட அஸ்தமனமாகியிருந்தது. அவற்றின் நிழல்கள் என்மேல் பெரிதாகப் படர்ந்திருந்தன. நான் வேகமாக நடக்கத் தொடங்கினேன். ஆனால், மணற்குன்றுகள் பெருகிக்கொண்டே வருவதைப்போல இருந்தன. அதேமாதிரிதான் நிழல்களும்; என்னால் முடிந்த அளவுக்கு வேகமாக நடந்தேன். அவை பின்தொடர்வதை என்னால் கேட்க முடிந்தது என்பதை உறுதியாகக் கூறுவேன். நான் ஓடத் தொடங்கினேன்.

மிக விரைவில் எல்லாமே ஒரே நிழலானது. இரவு ஆகிவிட்டது. நான் இன்னும் ஓடிக்கொண்டிருந்தேன். அறிமுகமானதொரு சத்தம் கேட்டவுடன் தான் வேகத்தைக் குறைத்தேன். கரண்டி களைத் தட்டுகிறார்களா? அதற்குப் பிறகு, தூரத்தில் முதலில் தெரியும் விளக்குகளைப் பார்த்தேன். அவை முன்னும் பின்னும் சென்று வந்தன. தொடர்ந்து வீசிக்கொண்டிருந்த அமைதியற்ற காற்றைப்போலவே அவை தங்கள் மனங்களை மாற்றிக்கொள்வது போல இருந்தன. அவை இரவைக் காட்டிலும் அதிக இருண்மை யுடன் நிழல்களிடம் வந்துவிட்டும் சென்றுகொண்டும் இருப்பதைப்போல இருந்தன. நான் நெருங்கிச் சென்றேன். ஆனால், ஒரு நீளமான, நீளமான முறுக்கப்பட்ட உலோகக் கோடு என்னைத் தடுத்து நிறுத்தியது. நான் அங்கே சென்றேன். என்னை அறுத்துக்கொண்டேன். முள் கம்பி. அது ஒரு விசித்திரமான,

அபாரமான காயம். என் நினைவில் விழுந்த ஒரு வெட்டு. நான் ஒரு கூர்மையான எல்லையின் மீதேறி வரவேற்கத்தக்க காட்சியை நோக்கிச் சென்றேன். சமமான வடிவங்கள் கொண்ட மணற்குன்றுகள் ஒன்றுடன் ஒன்று பிணைந்திருப்பதைப் போல. இன்னும் நிழல்கள் இருந்தன. இல்லை, அவை கூடாரங்கள். என் நெற்றி என்னை நினைவுபடுத்திக்கொள்ளத் தூண்டியது. என் மார்பகம் துள்ளியது. இதமானது. ஒரு பழைய சொல் அங்கே நடந்துசென்றது. வீடு, வீடு. அதற்குப் பிறகு, அது மீண்டும் தூங்கப்போனது. ஏனென்றால், அங்கே கூடாரங்களிலிருந்து நான் அன்னிய மொழியை மட்டுமே கேட்டேன். அத்துடன் அங்கிருந்து வெளியே வந்து, மீண்டும் உள்ளே செல்லும் மனிதர்கள் கையில் விளக்குகளைப் பிடித்திருந்தார்கள். ஆனால், அவர்கள் இருந்த விதத்தைப் பார்த்தால், என் உறவினர்கள்தாம் என்று நம்பும்படி இருந்தது. அவர்கள் செரிமானமாவதற்கு உதவ நட்சத்திரங்களை நம்பியிருந்தார்கள் அல்லவா? யாரோ ஒருவர் அதை எனக்குச் சொல்லியிருந்தார். யார்? எப்போது?

நான் கூடாரத்தை நோக்கி நகர்ந்து சென்று உள்ளே எட்டிப்பார்த்தேன். ஒரு முதிய பெண்மணி கிண்ணத்தைக் கரண்டியால் அடித்துக்கொண்டிருந்தாள். அப்போது, இளையவள், அவளுடைய மகளாக இருக்கலாம், சுத்தமாக அதை நக்கிக் கொண்டிருந்தாள். கண்கள் மூடியிருந்தன, உடல்கள் தாளத்துக்கு ஆடிக்கொண்டிருந்தன. திடீரென்று நான் அவர்களுக்காகவும் நடந்துவரும் மனிதர்களுக்காகவும் பயந்தேன். நான் அவர்களை எப்படியாவது எச்சரிக்க வேண்டும் என்ற பரிதவிப்பில் இருந்தேன். ஆனால், எப்படி? எதைப் பற்றி?

நான் மீண்டும் ஒரு நிழலை உணர்ந்தேன். அது எனக்குப் பின்னால் பதுங்கியிருந்தது. அது என் கையைப் பிடித்துக் கீழே இழுத்தது. என் அலறலை வாயில் கை வைத்து மூடியது. 'ஷ், ஷ்... ஷ், ஷ்..' அது என்னை அமைதியாக்கியது. நான் ஒருவழியாக அமைதியானவுடன் அது தன் பிடியைத் தளர்த்தியது.

இந்த உயிரினம் ஈரமாகவும், கரடுமுரடாகவும் இருப்பதாக உணர்ந்தேன். அதன் பேச்சை என்னால் புரிந்துகொள்ள முடியவில்லை. அதன் கழுத்தைச் சுற்றி விளக்கு ஒளி வந்தவுடன், அது புண்களால் பாதிக்கப்பட்டிருப்பது தெரிந்தது. அதன் பிடியிலிருந்து நான் விலகாததைப் பார்த்து அது ஆச்சரியப்பட்டது. அதன் போர்வைக்கடியிலிருந்து உடனடியாக ஒரு ஜாடி தோன்றியது. அது எனக்குக் கொடுக்கப்பட்டது. அதை நான் நன்றியுடன் குடித்தேன். அந்த உயிரினம் பெரிய ஆச்சரியத்தில் ஏன் ஆனந்தத்தில் கிட்டத்தட்ட அழுதுவிட்டது. நான் நன்றி கூறினேன்.

அது அதன் மார்பைத் துடிக்கவைத்தது. 'கரிடேஸ், கரிகடஸ்', என்று கிசுகிசுத்தபடி, அது என் கைகளையும் கால்களையும் கழுவியது. அதற்குப் பிறகுதான், நான் தாண்டியபோது, ஏற்பட்ட வெட்டுகளில் ரத்தம் கசிந்துகொண்டிருப்பதை உணர்ந்தேன்.

காலையில் நான் இன்னும் அதிகமாகப் புரிந்துகொண்டேன். கூடாரங்களுக்கு செல்லும் சாலையில் அந்தப் பாதிக்கப்பட்ட பெண்ணுடன் நான் சென்றுகொண்டிருப்பதைப் பார்த்தேன். அவள் அங்கே அமர்ந்து அனைவருக்கும் ஜாடியிலிருந்த தண்ணீரைக் கொடுத்துக்கொண்டிருந்தாள். ஆனால், யாரும் குடிக்கவில்லை. புண்களுடன் இருந்த கரிடேஸை யாரும் பார்க்கத் துணியவில்லை. எல்லோரும் தங்கள் போர்வைகளை இறுக்கி அணைத்தபடி, பின்வாங்கிச் சென்றுகொண்டிருந்தனர். ஆனால், அந்த பாதிக்கப்பட்ட பெண் அதைப் பொருட்படுத்தவில்லை. அவள் என் நெற்றியிலிருந்து வந்த பாடலைக் கேட்டுக்கொண்டிருந்தாள். அவளுக்கு அது புரியவில்லையென்றாலும்கூட.

'தயவுசெய்து அஞ்ச வேண்டாம்
கொடுக்கும் கையை எடுத்துக் கொள்
உன் தாகம், உன் தாகம்
அது மட்டும்தான் என் துன்பம்'

♪

ஒருவருக்கொருவர் புரிந்துகொள்ள முடியாத எங்கள் அன்னிய மொழிகளைக் காட்டிலும் உரத்த வகையில் எங்கள் கைகள் தாறுமாறாக அலைந்து புரிந்துகொண்டன. நாங்கள் நண்பர்களானோம். நான் உனக்குத் தீங்கிழைக்கமாட்டேன். நான் இதில் உன்னுடன் இருக்கிறேன்.

இது எங்கள் உரையாடலுக்கான விருப்பம். அந்நியர் யாரையாவது எதிர்கொண்டால், உரையாடல் வழியாகத்தான் பயத்தை விரட்டுவோம். பரிமாறிக்கொள்ளச் சொற்களைக் கண்டுபிடித்துவிட்டால், நம்முடைய இதயங்கள் அவ்வளவாகத் துடிக்காது. நிழல்கள் மீண்டும் நீளமாகும்போது, எங்கள் இதயங்கள் இளைப்பாற முடியலாம் என்ற நம்பிக்கையில், கரிடேஸ் என்னைக் கூடாரத்துக்கு அழைத்துச்சென்றாள். நாங்கள் வெளியே சில காலடிகளை மறைத்துவைத்துவிட்டு, எல்லாமே ஒரே நிழலாவதற்காகக் காத்திருந்தோம். இருள் அதிகமான நட்புணர்வுடன் இருப்பதாக என்னைப் போலவே அவளுக்கும் தோன்றியது. யாரும் வெறுப்புணர்வோடு முறைத்துப் பார்ப்பதில்லை, பார்க்காமல் போவதுமில்லை. இங்கே, என் நெற்றியில் பாடும் வெட்டுக்கிளியை நான் அணிந்திருக்கவில்லை

என்று அவளால் பாசாங்கு செய்துகொள்ள முடியும். அதைப் பற்றி அவள் இன்னும் எச்சரிக்கையுடனே இருக்கிறாள். முன்னர், அவள் பிரமிப்புடன் அதைப் பார்த்தாள். அதற்குப் பிறகு, பின்வாங்கிக்கொண்டாள். ஆனால், ஒரு கணம்தான். அதற்குப் பிறகு, அவள் தன் விரல்களை உராய்வதற்கு அதை அனுமதித்தாள். ஆனால், கொஞ்ச நேரத்துக்குத்தான். நாங்கள் அப்போதுதான் ஒருவரையொருவர் தெரிந்துகொள்ள ஆரம்பித்திருந்தோம்.

கூடாரத்துக்கு அருகில் இப்போது இருந்தோம். உள்ளேயிருந்து குறைந்த ஒளி வரும்வரை நாங்கள் காத்திருந்தோம். இப்போது எனக்கு நன்றாகத் தெரிந்திருந்த எண்ணெய்யின் வாசத்துடன் அது இருந்தது. கூடாரத்துக்கு உள்ளேயும் வெளியேயும் நிழல்கள் நகர்ந்துசெல்வதை நாங்கள் பார்த்தோம். என் சொந்த மொழி உட்பட வெவ்வேறு மொழிகளும் கிசுகிசுக்கப்பட்டன. எல்லா நிழல்களும் சென்றுவிட்ட பின், கரிடேஸ் கெஞ்சும் தொனியில் அழைக்கத் தொடங்கினாள். உள்ளேயிருந்து ஒரு பெண்ணின் குரல் பதிலளித்தது. கரிடேஸ் என்னை உள்ளே தள்ளினாள்.

நான் என் தலையைக் குனிந்தபடியே இருந்தேன். நான் என்னைக் குறுக்கி வைத்திருந்தேன். என்னால் யாரெல்லாம் உள்ளே இருக்கிறார்கள், என்னவெல்லாம் உள்ளே இருக்கிறது என்பதைப் பார்க்க முடியவில்லை. இன்னும் முடியவில்லை.

என்னிடம் பேசிய பெண், என் மொழியில் பேசவில்லை. ஆனால், வினவும் தொனியை அதில் உணர்ந்தேன்.

நான் தலையை ஆட்டினேன்.

வேறொரு அந்நிய மொழிக்கு மாறி, அவள் மீண்டும் கேட்டாள். அதற்குப் பிறகு, வேறொன்று, கடைசியில் சரியான மொழியை அவள் கண்டுபிடித்தாள்.

'நீ இங்கே கதைக்காக வந்திருக்கிறாயா? இல்லை பாடலுக்காக வந்திருக்கிறாயா?'

'கதை – பாடல்?' நான் குழப்பத்துடன் மீண்டும் சொன்னேன்.

'ஆமாம், நான் கதையும் பாடலும் செய்கிறேன். எவ்வளவு கட்டணம் எனக்குக் கொடுப்பாய்?'

கூடாரத்துக்கு வெளியே கரிடேஸ் மீண்டும் கெஞ்சினாள். அது அந்தப் பெண்ணை ஒருவிதமான பகையுணர்வோடு கூடிய இடைவெளிக்குப் பிறகு, என்னைக் கேட்க வைத்தது, 'அப்படியென்றால் நீ பாடவும் செய்வாயா?'

குறிப்பாக எதிர்ப்புகள் மாதிரி கரிடேஸ் பேசத்தொடங்கியதும், நான் இன்னும் குழப்பமடைந்தேன். வேறொரு விளக்கு வந்து அமைதியாக்கும்வரை அவள் பேசினாள்.

என்னால் இப்போது நன்றாகப் பார்க்க முடிந்தது. நிறைந்த பைகள், ஜாடிகளுடன் கஷ்டப்பட்டு சாய்ந்து அமர்ந்திருந்த ஒரு பெரிய பெண்ணைப் பார்த்தேன். இவ்வளவு பரந்த விரிந்த செழிப்பான பெண்ணை நான் ஒருபோதும் பார்த்ததில்லை. இன்னும் நிறைய விளக்குகள் வந்தன. முதலில் அவள் முடி மீது, அதற்குப் பிறகு அவள் கணுக்கால்கள், அவள் மணிக்கட்டுகள், அவள் காதுகளில் தொங்கிக்கொண்டிருந்த மடல்களில்கூட; அவள் ஒளிக் குப்பிகளை அணிந்திருந்தாள். அவள் ஒளிவீசினாள். அவள் என்னை மேலும் கீழும் பார்த்துச் சிரித்தாள். ‘அப்படி யென்றால், நீதான் அந்தப் போட்டியா?’

இதுதான் மின்னும் லூமியும் அவளது விளக்குகளின் கூட்டமும். அவள் ஒருபோதும் தன்னுடைய கூடாரத்தை விட்டுப் பங்கீடுகளின் வரிசையில் நிற்பதற்குச் சென்றதில்லை. ஆனால், எப்போதும் நன்றாக உண்டுவந்தாள். இங்கே அவளிடம் அருகிலிருந்தும் தொலைவிலிருந்தும் பெண்கள் தங்கள் பங்கீடுகளின் பங்கைக் கட்டணமாகக் கொடுப்பதற்கு வரிசையில் நின்றிருந்தார்கள். மின்னும் லூமியிடம் ஒரு மண்டையோடு இருந்தது. அதற்கு விதைகள், எண்ணெய்கள், தண்ணீர் ஆகியவற்றை உணவாக அளிக்க வேண்டும். அப்படி அளித்துவந்தால், போர்களில் எல்லையை நோக்கி நடக்கையில், பங்கீடு வரிசையில் காணாமல்போன அன்புக்குரியவர்களின் கதைகளை அதனால் பாட முடியும். இறந்துபோனவர்களாகக்கூட இருக்கலாம்.

அந்த மண்டையோடு அவளின் மார்பின் மேல் உட்கார்ந்திருந்தது. அதன் பார்வையை நான் நன்றாக அறிந்திருந்தேன்.

‘பாடுவது குற்றம் என்று உனக்குத் தெரியும்.’

அவளது குற்றச்சாட்டும் அவளைப் போலவே ஒளிவீசியது. முதன்முறையாக நான் என் குரலைக் கண்டுபிடித்தேன். ‘இல்லை, நான் பாட மாட்டேன். உண்மையாகச் சொல்ல வேண்டு மென்றால், நான் பாடுவதில்லை.’

‘எவள் ஒருத்தி தனிமையில் பாடுகிறாளோ
அவள் பாடுவதேயில்லை
ஒரு பாடல் யாரோ ஒருவருடையது
ஒரு பாடல் யாரோ ஒருவருக்கானது’

♪

இந்தப் பாடல், மின்னும் லூமியை உடனடியாக எழுந்து நிற்க வைத்தது. அவள் பீதியடைந்து, என்னைத் தொடர்ந்து அமைதியாக இருக்கும்படி சொல்லிக்கொண்டிருந்தாள். சுற்றியிருக்கும் காட்டிக்கொடுப்பவர்களின் காதுகள், வாய்களைப் பற்றி, அவளது மண்டையோட்டின் பணிகளை நான் எடுத்துக் கொள்வது பற்றி அவள் முணுமுணுத்துக்கொண்டிருந்தாள். அது அவளது மார்பிலிருந்து சுழன்று போய் விழுந்து, என்னை நோக்கி நான் குனிந்திருந்த இடத்துக்கு வந்தது. அந்த மண்டையோடு என்னை முறைத்துப் பார்த்தது. நானும் அதை முறைத்துப் பார்த்தேன். அதன் மீதி உடல் எங்கே என்று கேட்க வேண்டும்போல இருந்தது. என்னால் மீண்டும் ஒன்றாகச் சேர்க்க முடியாத எலும்புகளைத் தொடர்ந்து நான் பார்த்துக்கொண்டிருந்தேன்.

மின்னும் லூமி, அந்த மண்டையோட்டைப் பிடுங்கி மீண்டும் தன் மார்பில் வைத்துக்கொள்வதற்குள், அவள் என் ரகசியத்தை கண்டுபிடித்துவிட்டிருந்தாள். ‘கொள்ளை நோய்’ என்று அவள் கிசுகிசுத்தாள். ‘நீ கொள்ளை நோயால் அடையாளமிடப்பட்டிருக்கிறாய்.’

வெளியே கரிடேஸ் இன்னும் நிறைய எதிர்ப்புகள், வேண்டுகோள்கள் என வெடித்துக்கொண்டிருந்தாள். ஆனால், அந்தப் பெண்மணி, ‘அவள் சொல்வது நல்லதற்குத்தானா? ஆனால், உன்னால் அவளைப் புரிந்துகொள்ளக்கூட முடிய வில்லை. அவளின் ஆலோசனை நன்றாக இருக்கிறதா? கொள்ளை நோயிடமிருந்து நல்ல பாடல்கள் வரமுடியாது.’

‘கொள்ளை நோயல்ல, உணவு. நாங்கள் அதை நீண்ட நாட்களுக்கு முன் உண்டு வந்தோம்.’ எச்சில் வெள்ளத்துடனும் வெட்டுக்கிளிகளை மெல்லும் நினைவுடனும் அவற்றின் புளிப்பு – இனிப்புச் சுவையுடனும், மணலின் நினைவுக் குறிப்புடனும் என் சொற்கள் வெளியே வந்தன. திடீரென்று சின்னஞ்சிறிய சிறகுகள் என் நெற்றியில் அடித்துக்கொள்வதை உணர்ந்தேன். அவை பறப்பதற்கான வெறியுடன் இருந்தன. ஆனால், என்னைப் போலவே வெட்டுக்கிளியும் மாட்டிக்கொண்டிருந்தது. மாற்ற முடியாத இந்தச் சொந்தம் எப்படி அல்லது ஏன் தொடங்கியது என்பதைக்கூட என்னால் நினைவுகூர முடியவில்லை.

‘கொள்ளை நோய்க்கு உரமூட்டுபவர்களும் கொள்ளை நோய்தான்.’ மின்னும் லூமி, என்னுடைய ஒப்புதலால் நடுங்கிபோயிருந்தாள். ‘நீ எதைச் சாப்பிடுகிறாயோ அதுதான் நீ.’ அவளது ஏராளமான சதை, வெறுப்பால் அதிர்வுற்றது. அதற்குப் பிறகு, நிறைய குற்றச்சாட்டுகள். ‘அப்படியென்றால்,

வெட்டுக்கிளிப் பெண்ணே, நீ என்னிடம் சவால்விட இங்கே வந்திருக்கிறாயா?'

மின்னும் லூமி இந்தக் கேள்வியைக் கேட்டவுடன் நான் பீனாவாக இருப்பதை நிறுத்திவிட்டேன். நான் வெட்டுக்கிளிப் பெண்ணாகிவிட்டேன். இந்தப் பெயர் மாற்றத்துக்குப் பிறகு, என்னுடைய பழைய பெயரை யாரும் மீண்டும் கேட்க விரும்பவில்லை. எனக்குப் பழைய கதைகள் நினைவுக்கு வரத் தொடங்கியதும், குறிப்பாக, என் உண்மையான பெயரைக் கேட்க யாரும் விரும்பவில்லை.

பதிலளிக்க முடியாமல், நான் என்னுடைய சொந்த கேள்வியைக் கேட்க வேண்டியிருந்தது. 'பாடுவது ஏன் குற்றமாக இருக்கிறது?'

'அது ஏன் பாடுகிறது?' அவள் எதிர்க்கேள்வி கேட்டாள்.

'ஒருவர் எதற்காகப் பாடுகிறார்?' அந்த நேரத்தில், எல்லாரிடமும் நுரையீரல்களிலும் தொண்டையிலும் சுரங்கள் இருப்பதாகவும் அவற்றைக் காற்றைப்போல இயல்பாக வெளியேற்ற முடியும் என்றும் நான் நம்பிக்கொண்டிருந்தேன். நான் என் குழியிலிருந்து எழுந்ததிலிருந்து என் நெற்றி, பெட்டிகள், இடிபாடுகளில் கிசுகிசுத்த இளைஞர்களைத் தவிர, வேறு யாரும் பாடிக் கேட்டதில்லை என்பது அதுவரை எனக்கு உறைக்க வில்லை.

'நீ என்ன பாடுவாய்? நான் உண்மையைப் பாடுகிறேன். நாம் அதை மறந்துவிடக் கூடாது. தான், யாரைப் பற்றிப் பாடுகிறாய்? நான் இழந்தவர்களைப் பற்றி பாடுகிறேன். அவர்களை மறந்துவிடக் கூடாது. யாருக்காகப் பாடுகிறாய்? அவர்களைத் தேடுபவர்களுக்காகப் பாடுகிறேன், அவர்களை நாம் மறந்துவிடக் கூடாது. இப்போது உன்னால் ஏதேனும் நல்லதாகப் பாட முடியுமா?' மின்னும் லூமி, அச்சத்தில் இருந்தாலும் தன்னுடைய மதிப்புவாய்ந்த வர்த்தகத்தின் போட்டியாளரிடம் எதைப் பார்த்தாளோ, அதை அடித்து நொறுக்கிக்கொண்டிருந்தாள்.

ஆனால், உண்மையில் எந்தப் பாடலும் இந்தக் கூடாரத்தில் பாடப்படவில்லை. மண்டையோடு தயாரானவுடன், நாளைக்கு, அல்லது நாளைக்குப் பாடப்படலாம் என்ற வாக்குறுதிகளே பாடல்களாக இருந்தன. இன்னும் சொல்லப்போனால், வாக்குறுதிகளைக்கூட மின்னும் லூமி பாடவில்லை. வாயிலிருந்து காதிற்குச் செல்லும் சடங்காக மட்டுமே அது இருந்தது. 'இது

வெறும் உனக்கும், எனக்கும் இடையில் மட்டும்தான். அதனால், இதை ரகசியமாக வைத்துக்கொள்' என்று அவள் கட்டளையிடுவாள். அதனால், கெஞ்சி வேண்ட வந்திருப்பவர் ஒவ்வொருவரும் தனக்கு முன்னால் இருந்தவளுக்குத் தாங்கள் இழந்துவிட்ட அன்புக்குரியவரின் சிறப்புப் பாடல் கடத்தப்பட்டிருப்பதாக நம்பினார்கள். மண்டையோடு தயாராக இருக்கும்போது, அவளுடைய முறை வரும்; இன்று இல்லாவிட்டாலும் நாளைக்கு அல்லது நாளைக்கு வரும் என்று நம்பினார்கள். நம்பிக்கை, நிறைய நாளைகளால் பெருகியது.

மின்னும் லுமிக்கு வர்த்தகம் எப்போதும் நன்றாக இருந்தது. நம்பிக்கைகள் வந்துகொண்டேயிருந்தன. அவளது ஜாடிகள் நிறைந்திருந்தன, பைகள் வீங்கியிருந்தன.

'ஒரு பாடலுக்கு ஒரு விதை, என் அன்பே
தொண்டையை மென்மையாக்குவதற்காக எண்ணெய்
எங்கே நான் உன்னைப் பாதுகாப்பாகக் கண்டுபிடிப்பேன்
இன்னும் சுவாசிக்கிறேன், இன்னும் சுவாசிக்கிறேன்'

♪

வேண்ட வந்திருந்தவர்களில் மார்ட்டிரஸஸ், நார்ட்டிரஸஸ் ஆகியோர் தான் என் வெட்டுக்கிளியின் பாடலை முதலில் கேட்டார்கள். மின்னும் லுமி என் நோக்கங்களைத் தெளிவுபடுத்த முயன்றுகொண்டிருக்கும்போது, அவர்கள் இருவரும் கூடாரத்துக்கு வெளியே காத்திருந்தார்கள். தாங்கள் இருவரும் சேர்ந்து அந்தப் பாடலைக் கேட்டதை அவர்களால் நம்ப முடியவில்லை. அத்துடன், அது உரக்கப் பாடப்பட்டதையும் நம்ப முடியவில்லை. அது வேறொரு மொழியில் பாடியது ஒரு பொருட்டாக இல்லை. மண்டையோடு எல்லா எச்சரிக்கை உணர்வையும் இழந்துவிட்டதா? காட்டிக்கொடுப்பவர்கள் யாராவது ஒருவரின் காதும் இதைக் கேட்டிருந்தால் என்ன ஆகும்? அது ஒருவேளை பிடிபட்டுவிட்டால் என்ன ஆகும்? அவர்கள் அனைவரும் பிடிபட்டுவிட்டால் என்ன ஆகும்? அவர்கள் யாரும் உண்மையைக் கண்டுபிடிக்கவேயில்லையென்றால் என்ன ஆகும்?

இந்த இரட்டையர்கள்தாம் மண்டையோட்டிடம் அதீத வெறித்தனத்துடன் வேண்ட வந்திருந்தவர்கள். எல்லைக்குச் சென்று ஒருபோதும் திரும்பி வராத தங்கள் தந்தையின் கதையைக் கேட்க அவர்கள் வந்திருந்தார்கள். ஒருவேளை, இந்தக் கதை அவர்களின் நோய்வாய்ப்பட்ட தாத்தா, மகனைத் தேடி இரவில் நட்சத்திரங்களுக்குக் கீழே எல்லைக்குப் போய்வருவதற்கான

நடையைத் திட்டமிடுவதை நிறுத்தலாம். அந்த இரட்டையர்களும் அவர் திரும்பி வரவே மாட்டார் என பயந்துபோயிருந்தனர். அவர்கள் தங்களுடைய அம்மாவுக்காக இன்னொரு துயரத்தைத் தள்ளிவைக்க வேண்டியிருந்தது. அதனால், அவர்கள் இரவுப் பொழுதுகளில், தங்கள் கூடாரத்திலிருந்து பதுங்கியபடி எல்லாப் பங்கீடு வரிசைகளிலும் நிற்பதற்காக வெளியே வந்தனர். அத்துடன், இங்கே வருவதற்காகவும் மண்டையோட்டின் வாய், விதைகள், தண்ணீர், எண்ணெய்க்காக எப்போதும் பசியுடன் காத்திருந்தது. அவர்கள் எண்ணெய்க்காகத் தங்களிடம் இருந்த ஒரேயொரு நகையைக்கூட வர்த்தகம் செய்தார்கள். அது அவர்கள் இருவரும் தங்கள் அம்மாவின் கருப்பையிலிருந்து வெளியே வந்ததிலிருந்து பகிர்ந்துகொண்டது. அவர்கள் இருவரின் பிணைப்பையும் பாதுகாக்கும்விதமாக அவர்கள் தங்கள் மணிக்கட்டுகளில் அந்த சிவப்பு மணிகளின் கயிறை அணிந்திருந்தார்கள். அவர்கள் தனிச்சிறப்பு வாய்ந்தவர்கள் என்று அவர்களுடைய தாத்தா சொன்னார், அவர்கள் இரட்டையர்கள். அந்தச் சிவப்பு மணிகள் அவர் சுரங்கவேலை செய்த காலத்தி லிருந்து பாதுகாப்பாக வைக்கப்பட்டிருந்தன. தங்களில் ஒருவர் பங்கீடுகளின்போது ஒரு கையை இழக்கும்வரை, இரட்டையர்கள் அதைத் தங்கள் கைகளிலிருந்து கழட்டவேயில்லை. அவர்கள் திருமணமே செய்துகொள்ளவில்லை. அவர்கள் அரிதாகவே சாப்பிட்டார்கள். ஏனென்றால், பங்கீடுகள் பெரியவர்களுக்கும், உண்மைக் கதையைப் பாடுவதாக வாக்குறுதி அளித்த மண்டையோட்டிற்கும் சரியாக இருந்தன.

அந்தக் கூடாரத்துக்கு அன்றிரவு அவர்கள் மட்டும் வரவில்லை. தன் மகளின் திருமணத்திற்காகப் பரிசு வாங்க சென்று காணாமல்போன அம்மாவைத் தேடி ஒரு பெண் வந்திருந்தாள். வதந்திகளின் குற்றத்திற்கு எதிராகப் பிதற்றிக்கொண்டிருந்த ஒரு பெண்மணி இருந்தாள். அமைதியான சிறுமி, ஒரு குழந்தை, போர்வைக்கடியில் மறைந்திருந்தது. இவ்வளவு இளைய வயதுடையவள் அங்கே நிற்கக் கூடாது என்று மற்றவர்கள் எதிர்த்தார்கள். அவள் தன் பருத்த பைகளை ஆட்டிக்காட்டியதும் எதிர்ப்பு அடங்கியது. கைகளிலும் முகத்திலும் காயம்பட்ட, மொட்டையடித்திருந்த இளம்பெண் ஒருத்தி இருந்தாள். அவள் நடுக்கத்துடன் நடந்து வந்திருந்தாள். ஒரு சிறுவனும் ஒரு முதியவரும் இருந்தனர்.

அவர்கள் அனைவரும் பாடலைக் கேட்டனர். அந்தப் பாடலின் அர்த்தத்தைப் புரிந்துகொள்ளவும் சத்தமாகப் பாட வேண்டாம் என்று மண்டையோட்டை எச்சரிப்பதற்காகவும் அவர்கள் மீண்டும் அதைக் கேட்க விரும்பினார்கள்.

முதலில் சத்தமான எதிர்ப்புகள் இருந்தன: 'ஆண்கள் இல்லை, சிறுவர்கள் இல்லை!' ஆனால், அந்தச் சிறுவன் ஒற்றைக் காலில் நொண்டியபடி, தான் ஊன்றியிருந்த குச்சியை அசைத்துக்காட்டி தனக்கானப் பாடலுக்குக் கோரிக்கை வைத்தான். தலையில் வெட்டுகளைக்கொண்டிருந்த முதியவர், தன் கைகளற்ற புஜங்களை முறுக்கிக்கொண்டிருந்தார். இரட்டையர்கள் அவரை அமைதிப்படுத்த முயன்றுகொண்டிருந்தனர்.

அங்கே நின்றிருந்த வேண்ட வந்திருந்தவர்கள் அனைவருக்கும் கரிடேஸ், தன்னுடைய ஜாடி தண்ணீரைக் கொடுத்தாள். ஆனால், யாரும் அதை வாங்கிக்கொள்ளவில்லை. மின்னும் லூமி எனக்கு அவளுடைய மொழியைக் கற்றுக்கொடுப்பாள், நாங்கள் இருவரும் உரையாடலாம் என்பதற்குத்தான் அவள் என்னை இங்கே அழைத்து வந்தது. அதன் மூலம், நான் அவள் வழங்கிய தண்ணீரைக் குடித்த பிறகு, என் நெற்றிர பாடிய பாடலை அப்போது அவள் அறிந்துகொள்வாள். அதன் மூலம், அவள் என் பாடலைத் தெளிவாகத் தன் இதயத்தில் கேட்க முடியும்.

♪

போதுமான சதை இருந்தாலும், எலும்புக்கூடுகள் தங்கள் விளக்குகளைப் பிடித்தபடி, சேவையைக் கோருவதுபோல அனைவரும் இருந்தனர். ஒருவரையொருவர் பார்த்துக்கொள்ள மறுத்தபடி இருந்த குரிமர், ஹர–ஹாரன், நீலக்கல்லை விற்ற முதியவர், காயமான கன்னத்துடன் இருந்த இளம்பெண் ஆகியோரை நான் அடையாளம் கண்டுகொண்டேன். ஆனால், அவள் இப்போது நிறைய காயங்களுடன் இருக்கிறாள்.

'ஆக, மண்டையோடு ஒரு பாடுகிறது – ஆனால், ஏன் இவ்வளவு சத்தமாகப் பாடுகிறது? நாம் மாட்டிக்கொள்வோம்.'

'அது இப்போது தன் வாக்குறுதியைக் காப்பாற்றலாம்.'

'எனக்கு என் பாடல் இப்போது வேண்டும்.'

'என்னுடையதும் –'

'தாத்தா, உங்களால் இங்கே இருக்க முடியாது.'

வதந்திகள், பாடுவது என்னும் குற்றம் என்பவற்றுக்கு எதிராகப் பிதற்றிக்கொண்டிருந்த இன்னொரு பெண் பயங்கலந்த நம்பிக்கையை எதிர்கொள்வதைக் கேட்டேன். கூடாரத்தின் தூரத்திலிருந்த மூலையில், நிழல்களுக்கு மத்தியில் மறைந்துபோக

முயன்றேன். ஆனால், சோ–சோளி சொன்னது சரி. அது என்னைக் காட்டிக்கொடுக்கும்.

‘அன்றாடம் அவன் நீல வானங்களை நோக்கி நடந்து செல்கிறான்
இரவுப் பொழுதுகளில் அவள் மஞ்சள் தானியத்தைக்
கனவுகாண்கிறாள்
அவன் பாதங்கள் விரைவானவை, அவள் காதல் அசைவற்றது
அவர்கள் மனஉறுதியைப் போலவே ஆசையும் மாறாதது’

அனைவரும் என்னை நோக்கித் திரும்பினார்கள். என் நெற்றியைக் கைகளால் அழுத்திக்கொண்டேன். ஆனால், அது இதுவரை நான் ஒருபோதும் கேட்டிராத வகையில் பாடிக்கொண்டிருந்தது. அது குழந்தை, பெண், ஆண், முதியவள் எனக் குரலை மாற்றி பல ஒலிகளில் பாடியது. வேண்ட வந்திருந்தவர்கள் திகைத்துப்போனார்கள். அவர்கள் தாங்கள் இழந்தவர்களின் குரல்களைக் கேட்டுக்கொண்டிருந்தார்கள்! அனைவரும் என்னைச் சூழ்ந்துகொண்டார்கள். குழந்தைகள்கூட இப்போது என்னைப் பழிச் சொற்கள் சொல்லவில்லை. கண்டனம் தெரிவித்துக்கொண்டிருந்த பெண், இருமுகப் போக்குடன் ஒளிவீசிக்கொண்டிருந்த மின்னும் லூமி என அனைவரும் இருந்தனர். அவளை நிறுத்தவா, கேட்கவா?

‘யாருக்கு முதலில் கனவுகாண ஆசை?
யாருக்கு முதலில் நடக்க ஆசை?
யாருக்குப் பாடலுக்குள் மூழ்கி
ஒருபோதும் எழாமல் இருக்க ஆசை?’

‘எனக்கு என் சொந்த பாடல் வேண்டும், என் சொந்தக் கதை வேண்டும்!’ இந்தக் கோரிக்கை என்னைத் தொந்தரவு செய்தது. அதேமாதிரிதான், என் மீது முழுவதுமாகப் படர்ந்த கைகளும்; கொள்ளைநோயின் அடையாளத்தை அறிந்திருந்த மின்னும்லூமியும் குழந்தைகளும் மட்டும் என்னைத் தொடவில்லை. ஏன் அந்த முதியவர்கூட அவருடைய கட்டைகளால் என்னைத் தொடவந்தார்.

‘உன் சொந்தக் கதை உன்னுடையதுதான் – அதைச் சொல்
உன் சொந்தப் பாடல் உன்னுடையதுதான் – அதைப் பாடு
எல்லையைப் பற்றிய உன் கனவு
எவ்வளவு அழகானது, எவ்வளவு கொடுமையானது எனப் பாடு’

நிறைய கைகள் என்னைத் தொட்டுக்கொண்டிருந்தன. நிறைய தேவை, நிறைய நேசம்.

♪

குரிமர், ஹர–ஹாரன்: 4 பைகள் விதைகள், 3 பைகள் எண்ணெய், தண்ணீர் இல்லை

இனிகே: எதுவும் இல்லை (அமைதி மட்டும்)

மார்ட்டிரஸஸ், நார்ட்டிரஸஸ்: 2 பைகள் விதைகள், 2 பைகள் எண்ணெய், 1 ஜாடி எண்ணெய்

தாத்தா ஒபி: ஒன்றும் இல்லை (விரக்தி மட்டும்)

படுமனா: ஒன்றும் இல்லை (எதிர்ப்புகள் மட்டும்)

ரிரென்: பாதிப் பை எண்ணெய்

மின்னும் லூமி வருத்தத்துடன் தன் தலைக்குள் கணக்குப் போட்டாள். இந்த வரவுகள் எதுவும் இனி அவளுடையது இல்லை. அவை அனைத்தும் என் லெடியில் போடப்பட்டிருந்தன. ஏன் என் போர்வைகூட, முறைப்படி என்னிடம் திருப்பியளிக்கப்பட்டது. ஹர–ஹாரனின் மனம் மாறியிருந்ததை நான் கற்பனை செய்திருந்தேன். அதேமாதிரிதான் அவளின் சகோதரனும்; ஏனென்றால், அவர்களுக்கு என்னிடம் இருந்த வேலை பூர்த்தியடையாமல் இருந்தது. அவர்களுடைய அம்மாவின் குரலை மீண்டும் கேட்க வேண்டும், அவள் எங்கிருக்கிறாள் என்பதைத் தெரிந்துகொள்ள வேண்டும் என்பது அவர்களுடைய உரத்த கோரிக்கை. இரட்டையர்களும் தங்களது கேள்விகளை என் மீது வீசுவதில் யாருக்கும் சளைத்துவிடவில்லை. அப்போது அவர்களுடைய தாத்தா அழுதுகொண்டிருந்தார். படுமனாவின் எதிர்ப்புகளும் அதே அளவுக்கு சத்தமாகவே இருந்தன. எனவே மென்மையாகப் பேசும் ரிரெனின் குரல் கேட்கவேயில்லை. இனிகே, 'அந்தப் பச்சை மரம்', தன் முகத்தைக் கைகளால் மூடியிருந்தாள்.

போர்வைகள் இல்லாமல், சேர்த்துவைக்கப்பட்டிருந்த விளக்குகளுடன், அவர்களின் தோற்றம் எவ்வளவு வித்தியாச மாக இருந்தது என்பதை அவர்களின் தோல்களின் நிழல்களில் பார்த்தேன். அவர்கள் வெவ்வேறு தொலைதூர இடங்களிலிருந்து வந்திருந்தார்கள். இங்கே வருவதற்கு அவர்கள் எவ்வளவு தூரம் நடந்திருந்தார்கள்? கைகள் இன்னும் என் நெற்றியை மறைத்திருந்தன, நான் வியப்புடன் உற்றுப் பார்த்துக்கொண் டிருந்தேன். ஆனால், அவர்கள் அனைவரும் தீவிரமானதொரு ஒளியைப் பகிர்ந்துகொண்டிருந்தனர்.

'உங்கள் அனைவரையும் இதற்காக விசாரிக்க முடியும். பாடுவது ஒரு குற்றம்!' படுமனாவின் குரல் வெறித்தனமான

உச்சத்தை எட்டியது. 'உங்கள் அனைவருக்கும் விசாரிக்கப்படுவது எப்படியிருக்கும் என்பது தெரியவில்லை.'

'நாங்கள் ஒன்றும் பாடவில்லை, அதனால், நாங்கள் சட்டத்தை மீறவில்லை' என்று ரிரென் கிசுகிசுத்தாள். 'அவர்கள் இன்னும் உயிருடன் இருக்கிறார்களா இல்லையா என்பதை மட்டும்தான் நாங்கள் கேட்க வேண்டும். அதில் தவறு ஒன்றும் இல்லை. அம்மா, என் சகோதரியின் திருமணத்துக்குப் பரிசு தேடுவதற்காக நடந்துசென்றார். அவர் ஒருவேளை நீண்ட தூரம் நடந்துவிட்டிருக்கலாம்.'

'அவ்வளவுதான் – நாம் அனைவரும் தெரிந்துகொள்வதற்காக நீண்ட தூரம் நடக்கிறோம்' என்று படுமனா வாதிட்டாள். 'என்னை நம்புங்கள், இதை இப்படியே விட்டுவிடுவதுதான் நல்லது. –'

'நாம் எப்படி இதை அப்படியே விடமுடியும் – எப்படி உன்னால் அப்படியே விட முடியும்? ஆனால், ஆமாம், நீ ஒன்றும் உன் அம்மாவைத் தேடிப் பாலைவனத்தில் உன்னையே இழுத்துக்கொண்டு செல்ல வேண்டியதில்லை!' ஹர–ஹாரனின் சீற்றம், அவளைக் கிட்டத்தட்ட மூச்சு திணற வைத்தது.

'இதை அப்படியே விட்டுவிட வேண்டும் என்று சொல்வதாக என்மீது குற்றம் சொல்லத் துணிய வேண்டாம்!' படுமனா அந்தப் பெண்ணைப் பிடித்து உலுக்கத் தொடங்கினாள். ஆனால், குரிமர் அவளை உடனடியாகத் தள்ளிவிட்டான். அதற்குப் பிறகு, அவன் அவளை அடிக்க ஆரம்பித்தான். இறைஞ்சியோரில் பெரும்பாலானோரும் அதை ஊக்கப்படுத்தினார்கள்.

'ஆமாம், அவர்கள் அடித்த மாதிரி நீயும் அடி.' படுமனா தன்னைச் சுற்றியிருந்த கச்சையைக் கிழித்தாள். 'அடி, என் கிராமத்தினர் மாதிரி, என் குடும்பத்தினர் மாதிரி, நீ முழுவதும் களைப்படையும் வரை அடி; ஏதோ அதெல்லாம் இப்போது முக்கியம் என்பதைப் போல.'

அனைவரும் உறைந்துபோனார்கள். படுமனாவின் முதுகில் ஆழமான காயங்கள் துளையிட்டிருந்தன. அவள் எலும்பு தெரியும் அளவுக்குத் தோலுரிக்கப்பட்டிருந்தாள். வதந்திகளை நம்பியவர்களை அவளது மக்கள் கடுமையாகவே தண்டித்திருந்தார்கள்.

'தண்ணீர், விதைகள், மரங்கள், வண்ணங்களுக்கான வதந்திகள், மறுபக்கத்தைப் பற்றிய வதந்திகள், காதலர்கள், உறவினர்கள் பற்றிய வதந்திகள். இதையெல்லாம் பாடி நாம் நம்

இதயங்களை இலகுவாக்கிக்கொள்ளலாம்,' என்று உறிப்படுமனா அழுதாள்.

'அது இதயத்தின் முணுமுணுப்பு.' இனிகே கிசுகிசுத்தாள். 'வதந்தியின் குற்றம் என்பது நம்பிக்கையின் குற்றம்.'

♪

நாங்கள் அனைவரும் அமைதியாக்கப்பட்டோம். நாங்கள் கிசுகிசுப்பாளரை நோக்கித் திரும்பினோம். அவளுடைய காயங்கள் எங்களைப் பதைபதைக்கவைத்தன.

'நான் எல்லைக்குச் சென்று திரும்பி வந்திருக்கிறேன்,' இனிகே சொல்லத் தொடங்கினாள். 'நான் வதந்திகள் பரப்புவதில்லை, நான் பாடுவதும் இல்லை. ஆனால், எப்படி என்னால் இந்தக் காயங்களை மறுக்க முடியாதோ, அப்படி என்னால் இந்தக் கதைகளையும் மறுக்க முடியாது. ஒருகாலத்தில், எல்லைக்கு நடந்து செல்வதன் மூலம், காற்று பாலைவனத்தை மாற்றுவதைப் போல, என்னால் அதை மாற்ற முடியும் என்று நினைத்தேன்.'

அன்றிரவு நாங்கள் இனிகேவின் கதை வழியாக எல்லையைப் பார்த்தோம். அது எங்களுக்கு நம்பிக்கையளித்தது, அது எங்களை அழவைத்தது.

'அதன் சுவர் அடிவானத்தைப்போல, நிரந்தரமாக நீண்டு செல்கிறது. அது இயற்கையான சுவர்: உண்மையான சுவர்களை வெறுக்கும் ஐந்து ராஜ்ஜியங்களை உயர்ந்து நிற்கும் மரங்களின் வரிசை பாதுகாக்கிறது. அந்த மரங்களின் கிளைகள் அன்றாடம் கத்தரிக்கப்படுகின்றன. நீலவானின் கீழே மின்னுவதற்காக அவற்றின் இலைகள் மெருகூட்டப்படுகின்றன. ஓ, எவ்வளவு நீலம்! இந்த வேலைகள் தந்தைகளிடம் ஒப்படைக்கப்பட்டிருக்கின்றன. அவர்கள் பேசுவதற்குக்கூட நேரமில்லாமல் எப்போதும் வேலையாக இருக்கிறார்கள். எல்லையில் கைதுசெய்யப்பட்ட பிறகு அவர்கள் பேசுவதையே மறந்துவிட்டார்கள். அவர்கள் தங்கள் குழந்தைகளைத் தேடி எல்லைக்குச் சென்றிருந்தார்கள். இந்த வறண்ட காலங்களில், குழந்தைகளுக்கு ஆசைப்பட்டிருக்கலாம். ஆனால், இப்போது தந்தைகள் குழந்தைகளைப் பற்றி மறந்துவிட்டார்கள். அவர்கள் இப்போது மரங்களை நேசிக்கப் பயிற்றுவிக்கப்பட்டிருக்கிறார்கள். ஓ, எவ்வளவு பச்சை! காற்றடிக்கும்போது இலைகள் பாடுகின்றன. தந்தைகள், குழந்தைகளைப் பார்த்துக்கொள்வதைப்போல அவற்றைப் பார்த்துக்கொள்கிறார்கள். இப்போது இந்த அமைதியான வேலையைத் தாண்டி, வேறு எந்தக் கதையும் இல்லை. சில

நேரங்களில் அவர்களின் இதயம் முணுமுணுக்கும். மற்ற நேரங்களில் அவர்கள் மொழியைக் கண்டுகொண்டார்கள். அவர்கள் பழைய கதைகளைக் கிசுகிசுத்தார்கள். ஆனால், அவற்றை உடனடியாக மறைந்துபோகச் செய்தார்கள். மரங்களின் வேர்களுக்குக் கீழே அவற்றைப் புதைத்துவைத்தார்கள். அதனால், மரங்கள் நலமாக இருக்கும். அவை என்றென்றும் வாழும். எல்லை எப்போதும் பசுமையாக இருக்கும். எல்லை மாறாது.'

♪

இனிகேவின் கதையை அனைவரும் புரிந்துகொள்ள வேண்டும் என்பதற்காக மின்னும் லூமி பல மொழிகளில் பேசினாள். மின்னும் லூமிக்கு அவளது பங்குக் கட்டணம் தேவையாக இருந்தது. தனது வர்த்தகத்தை எப்படி சரிப்படுத்திக்கொள்ள வேண்டுமென்று தெரிந்திருந்தது. ஆனால், வழக்கமாகக் கிடைக்கும் இன்பத்தை அவளுக்கு அது இப்போது கொடுக்கவில்லை.

கதையைக் கேட்ட பிறகு, இரட்டையர்களால் தங்கள் விரக்தியை அடக்கிக்கொள்ளமுடியவில்லை. 'அது அழுகிப்போன வதந்தி! எங்கள் தந்தை ஒருபோதும் எங்களை மறக்க மாட்டார்.'

இனிகே பெருமூச்சுவிட்டாள். 'நான் என் தந்தையைப் பார்த்தேன். அவரால் என்னை அடையாளம் கண்டுகொள்ள முடியவில்லை.'

'ஏனென்றால், நீ ஒரு பச்சை மரம்' – எல்லாத் தந்தைகளும் உன்னைப் பார்த்துக்கொண்டிருப்பார்கள்.' குரிமர் ஏளனம் செய்தான். 'அப்படியென்றால், உன் கால்களைத் திறப்பதற்கு உனக்கு எவ்வளவு கொடுத்தார்கள்?'

'நான் ஒரு தந்தை. நான் ஒருபோதும் என் மகனை மறக்க மாட்டேன்.' தாத்தா ஒபி அழுதார். 'நீ அவனைப் பார்த்தாயா, தெளிவான கண்களுடன் நொண்டியபடி நடந்த மனிதனைப் பார்த்தாயா?'

'அப்படியென்றால் தாய்மார்கள் என்ன ஆனார்கள்?' ஹர – ஹாரன் இப்போது பயத்துடன் கேட்டாள்.

இனிகே தன்னுடைய அடுத்த கதையைக் காண்பதைத் தாங்கிக்கொள்ள முடியாது என்பதுபோலத் தன் கண்களை மூடிக்கொண்டாள். 'நிறைய மரங்களுக்கு மத்தியில் இருந்த காடுகள் என்று அழைக்கப்பட்ட இடத்தில், தாய்மார்கள் புதிதாகப் பிறந்த விலங்குகளுக்குப் பாலூட்டிக்கொண்டிருக்கிறார்கள்.

அவற்றின் சொந்தத் தாய்மார்கள் பட்டு மென்மயிர்களுக்காக வேட்டைக்காரர்களால் கொல்லப்பட்டன. அந்தத் தாய்மார்கள் அனாதைக் குட்டிகளுக்கு தங்கள் ரத்தத்தைப் பாலூட்டுகிறார்கள். ஏனென்றால், அவர்களின் மார்பகங்களில் பால் இல்லை. விரைவில் இந்த அனாதைக் குட்டிகளும் மென்மயிர்களுக்காகக் கொல்லப்படுகின்றன. தாய்மார்கள் சின்னஞ்சிறிய ரத்தம் தோய்ந்த மேடுகளில் அவற்றைப் புதைக்கிறார்கள். சிலர் ரகசியமாக அவற்றை உண்கிறார்கள். அதற்குப் பிறகு, வேட்டைக்காரர்கள் தாய்மார்களைத் தூய்மைப்படுத்திக் கொள்ளச் சொல்கிறார்கள். காடுகளில் ஆறுகள் என்ற முடிவற்ற நீர் ஒன்றுக்குள் ஒன்று பாய்ந்துகொண்டிருக்கின்றன. வேட்டைக்காரர்கள் தாய்மார்களைக் காடுகளின் ஆழத்துக்குள் அழைத்துச்செல்கிறார்கள். அவர்களின் மார்பகங்கள் இன்னும் நிறைய அனாதைக்குட்டிகளுக்குத் தீனியளிப்பதற்காக மூடப்படாமல் இருக்கின்றன. தாய்மார்கள் பாலூட்டுதல், புதைத்தல் ஆகியவற்றை மீண்டும் செய்கிறார்கள். அவர்களின் மார்பகங்கள் அவர்கள் கண்களைப்போல வறண்டிருக்கின்றன.'

♪

ஹர–ஹாரன் முதலில் செயலில் இறங்கினாள். அவள் இனிகேவின் கழுத்தைப் பிடிக்க, அலறியபடி தாவினாள். 'புளுகி!' குரிமர் தன் குச்சியை உயர்த்தினான். இரட்டையர்களும் அடிப்பதில் இணைந்துகொண்டார்கள். தாத்தா ஒபியும் ரிரென்னும் சொன்னதை மறுதலிக்குமாறு கதைசொல்லியைக் கெஞ்சினார்கள். என்று படுமனா ஜபித்துக்கொண்டிருந்தாள். 'அவளை விட்டுவிடுங்கள், அவளை விட்டுவிடுங்கள்!'

மின்னும் லூமி பார்த்துக்கொண்டிருந்தாள். ஆனால், அவளால் அதைத் தன் தலைக்குள் அப்படியே விட்டுவிட முடியவில்லை. அவள் தன் கூடாரத்தை விட்டு ஒருபோதும் சென்றதில்லை. அங்கே ஆறுதலுக்காக ஒன்றாகத் திரண்டிருந்த இறைஞ்சியோரை மட்டுமே அவள் பார்த்திருந்தாள். அவள் இவ்வளவு அசிங்கமாகவோ தாங்கிக்கொள்ள முடியாத அளவு கண்களுக்கு வலியைக் கொடுப்பதாகவோ விரக்தியை ஒருபோதும் பார்த்ததில்லை. சில நேரங்களில் அவளை அது மண்டையோட்டின் வாக்குறுதிகளை வண்ணங்களில் கிசுகிசுக்க வைத்தது: தாய்மார்கள், தந்தைமார்கள், மகன்கள், மகள்கள், எல்லா அன்புக்குரியவர்களும் நீல வானின் கீழே, பச்சை மரங்களுக்கு மத்தியில், சிவப்புப் பூக்களுக்கிடையில் நலமாக இருக்கிறார்கள். விரைவில், விரைவில் அவர்கள் வீடு திரும்புதல்களை ஆரஞ்சு பறவைகள் பாடுகின்றன.

'எப்படி உன்னால் அழுகிய வதந்திகளைப் பரப்ப முடிகிறது? யாரை முட்டாளாக்க முயல்கிறாய்? நீ ஐந்து ராஜ்ஜியங்களிடம் பணம் வாங்குபவளா? என்ன காடுகள், என்ன உயர்ந்து நிற்கும் மரங்கள்? எப்படி எங்கள் தந்தைகள் எங்களை மறப்பார்கள்? எப்படி எங்கள் தாய்மார்களின் கைகளில் ரத்தம் இருக்கும்? எப்படி நீ எங்களைக் கேலி செய்வாய்?'

இறைஞ்சியோர் இனிகேவின் முகத்தை நோக்கி மண்டையோட்டை அடித்தார்கள். பிளந்திருக்கும் வாய் கேள்விகள் கேட்பதுபோல இருந்தது. நான் அவர்களை நிறுத்துமாறு அலறிக்கொண்டிருந்தேன். ஆனால், என்னாலேயே என் குரலைக் கேட்க முடியவில்லை. கரண்டிகள் அடிக்கும் சத்தம் மீண்டும் தொடங்கியது. வெளியே, நட்சத்திரங்களுக்குக் கீழே, மனிதர்கள் உள்ளேயும் வெளியேயும் சென்றுவந்துகொண்டிருந்தார்கள்.

'நம்பிக்கை எவ்வளவு அழகானது'

'நீங்கள் புரிந்துகொள்ளவில்லை,' இனிகே அழுதாள்.

'அழகு எவ்வளவு கொடியது'

அந்த மண்டையோடு புரிந்துகொண்டதைப்போல முறைத்துப் பார்த்தது.

'நாம் எல்லையில் இருக்கிறோம்.'

கரிடேஸ் தண்ணீர் கொடுக்க நகர்ந்துவந்தாள்.

'அங்கே நாம் செல்வதற்கு முன்னால்?'

என் நெற்றி பாடியது. முதன்முறையாக, அது நம்பிக்கையற்றுப் பாடியது.

♪

அவர்கள் மீண்டும் என்னைத் திரும்பிப் பார்த்தார்கள். என்னால் இதற்குமேல் மறைக்க முடியவில்லை. என் நெற்றியிலிருந்த உயிரினத்தின் காட்சி, அடிப்பதை நிறுத்தியது. எல்லோரும் பயத்தில் பின்வாங்கினார்கள். இனிகேவை நோக்கி நான் நகர்ந்து சென்று, அவளைத் தூக்குவதற்கு முயன்றேன். அவள் இறந்துவிட்டாளோ நான் பயந்தேன். இப்போது கூடாரத்தில், கரிடேஸ் தன் ஜாடியை பாதிக்கப்பட்ட பெண்ணின் வாய்க்கு எடுத்து வந்தாள். இழந்தவர்களின் குரலில் என் நெற்றி மீண்டும் பாடத் தொடங்கியது. இயல்பான உள்ளுணர்வால், அனைவரும்

எங்களை நோக்கி ஓர் அடியை எடுத்து வைத்தார்கள். பிறகு, மீண்டும் பின்வாங்கிவிட்டார்கள். அவர்கள் அவளைக் கொன்றுவிட்டார்களா? அவர்கள் இப்போது அந்தக் கொள்ளைநோயால் தண்டிக்கப்படப் போகிறார்களா? அவர்கள் தாங்கள் அளித்த காணிக்கைகளை விரைவிலேயே திரும்ப எடுத்துக்கொண்டார்கள். அவர்களின் கண்கள் இப்போது என் நெற்றியில் பாடும் வெட்டுக்கிளியின்மீது இருந்தது.

மின்னும் லூமியால் இதற்கு மேல் அதை அப்படியேவிட முடியவில்லை. அவள் தன் எண்ணெய் ஜாடி ஒன்றை எடுத்து, இனிகேவின் புதிய காயங்களை ஆற்றுப்படுத்தினாள். கழுத்தைச் சுற்றி நீலக்கல் அணிந்திருந்த மனிதனை நான் நினைவுகூர்ந்தேன்.

இறைஞ்சியோர் அனைவரும் எங்களின் சீர்படுத்தும் சடங்கைச் சுற்றி நின்றிருந்தனர். மின்னும் லூமி அவளுக்கு எண்ணெய்யாலும் கரிடேஸ் தண்ணீராலும் மருந்திட்டாள். மின்னும் லூமி தன் விளக்குகளுடன் ஒளி வீசினாள், கரிடேஸ் நிழல்களோடு இருந்தாள். மின்னும் லூமிக்கு நம்பிக்கை தெரிந்திருந்தது. கரிடேஸுக்கு விலகல் மட்டுமே தெரிந்திருந்தது. அவர்கள் இருவரும் ஒருவரையொருவர் விரும்ப வேண்டும் என்று நினைக்கவில்லை. ஆனால் – அதைப் பற்றி யோசிக்க மறுத்தனர். இனிகேவை கவனித்துக்கொண்டிருப்பதால் அவர்கள் அறவே யோசிக்க மறுத்தனர். அவளோ நெற்றியிலிருந்த ரத்தத்தைக் கழுவும் கைகளிலிருந்த புண்களைப் பொருட்படுத்துவது மாதிரி தெரியவில்லை. மற்ற அனைவரும் இருதலைப் போக்கால் அல்லற்பட்டுக்கொண்டிருந்தனர். கொள்ளைநோய் பற்றிய பயம், இழந்தவர்கள் குறித்த நம்பிக்கை ஆகியவற்றுக்கு எதிராக அவர்கள் வாதிட்டார்கள். ஆனால், அவர்கள் ஒன்றைப் பற்றி உறுதியாக இருந்தனர். அவர்களுக்குப் 'பச்சை மரம்' உயிருடன் வேண்டியிருந்தது.

♪

இன்னும் முழுமையாக உணர்வு திரும்பாத நிலையில் இருந்த இனிகே, ஒரு விரலால் என் நெற்றியைத் தடவியபடி, கொள்ளை நோயின் இயல்பு குறித்து கேள்வி கேட்டாள். அதற்குப் பிறகு, கரிடேஸின் கையிலிருக்கும் புண்களைப் பற்றிக் கேட்டாள். தொலைவிலிருந்து வேடிக்கைப் பார்த்துக்கொண்டிருந்தவர்களின் வட்டத்திலிருந்து ஓர் அதிர்வைக் கேட்டேன். அதற்குப் பிறகு, யாரோ ஒருவர் தொண்டையைச் செருமினார். அவரைத் தொடர்ந்து இன்னொருவர், அதற்குப் பிறகு இன்னொருவர். 'நான்–மட்டும்–உம்'மின் வருத்தம் தெரிவிக்கும் ஒலிகளை நான்

நினைத்துக்கொண்டேன். மின்னும் லுமிகூடத் தொண்டையைச் செருமினாள். அந்தச் செயலுக்காகப் பொருத்தமற்ற வகையில் மன்னிப்புக் கேட்டாள். 'அது மோசமான காற்று, அத்துடன் அது வாரிக்கொண்டு வரும் மணல் இருக்கிறதே, அது தொண்டையைக் பாழாக்குகிறது.'

கரண்டிகளின் தாளம் மற்ற கூடாரங்களில் அதிர்வலைகளை ஏற்படுத்துவதைப்போல, காற்று மணற்குன்றுகளைத் தொலை தூரத்துக்கு அடித்துவிரட்டியதுபோல, அவர்களது சுவாசம் நம்பிக்கையற்றிருந்தது. நான் அவர்களைக் கேட்டேன். நான் நட்சத்திரங்களுக்குக் கீழே நம்பிக்கை போய்க்கொண்டும் வந்து கொண்டும் இருப்பதைக் கேட்டேன். காற்று இந்த வதந்திகளைப் பிடித்து, கூடாரங்களின் திரள் வழியாக, மணற்குன்றுகளின் வழியாக, இடிபாடுகளின் வழியாக, நான்–மட்டும்–உம் மின் காதுகளுக்கும் அவனுடைய ஆட்களின் காதுகளுக்கும் எடுத்துச் செல்கிறது. காற்று அனைவருக்குமான உண்மையான தூதுவன். என் எலும்புகளிலிருந்த ஏதோவொன்று இதைப் பற்றி இந்த கிராமத்திற்கு எச்சரிக்க வேண்டுமென்று சொன்னது. அல்லது காற்றின் மீது ஏறிவரும் ஏதோ ஒன்றைப் பற்றி. அது வெறும் மணல் அல்ல.

'காற்றுக்கு எல்லை எதுவும் தெரியாது
காற்றுக்குத் தரப்புகள் எதுவும் இல்லை
காற்று யாரையும் காட்டிக்கொடுப்பதில்லை
காற்று எல்லோரையும் காட்டிக்கொடுக்கிறது'

♪

மோசமான காற்று கெட்ட வதந்திகளை மட்டுமே கொண்டு வருகிறது. இடிபாடுகளுக்கிடையில் இருந்த நான்–மட்டும்–உம் அவற்றைக் கேட்டு அஞ்சினான். அவை அடுத்தடுத்து மோசமான திருப்பங்களுக்கு இட்டுச் சென்றன. அது அவனுக்குக் கடந்த காலத்திலிருந்து தெரிந்திருந்தது. பங்கீடு தொடங்கியதிலிருந்து, ஒவ்வொரு உணவின்போதும் அவன் தொண்டையை மாறாத வலியுடன் செருமினான். அவனது இந்தப் பழக்கத்தை அவனுடைய ஆட்கள் உடனடியாகப் பிடித்துக்கொண்டனர். அவனுடைய கையாள்களில் ஒருவனான குக்ஸிக் தன் தொண்டையை மற்றவர்களைவிட உரக்கச் செருமினான்.

அப்போது நான் அவற்றைக் கேட்டேன், அல்லது கேட்க வில்லையா? காற்று, அவர்களின் தொண்டைகளின் சதியையும் எங்கள் கூடாரத்துக்குத் திருப்பி எடுத்து வந்திருக்கிறதா?

கழுத்தில்லாத, குட்டையான, தடித்திருந்த குக்ஸிக், சண்டைக்காரனைப்போல வளர்ந்திருந்தான். அவன் ஒரு சண்டைக்காரன்போலவே சிந்தித்தான். அவன் யோசிப்பதில் வேகமாகவும் வேலை செய்வதில் அதைவிட வேகமாகவும் இருந்தான். தப்பித்துவிடலாம் என்று அனைவரையும் நம்பவைப்பதற்குமுன், அந்த வேடிக்கையான கிசுகிசுப்பாளரை அவன் அடித்தான் இல்லையா? ஆனால், அவளுடைய அற்பத்தனமான தலைவன் அவள் கன்னத்துக்கு மருந்துபோட வேண்டியிருந்தது – கபடதாரி! குக்ஸிக், நான் மட்டும் உம்-மின் தடுமாற்றங்களையும் அவன் வருத்தத்துடன் தொண்டையைச் செருமுவதையும் வெறுத்தான். அதை அவனாலேயே இப்போது நிறுத்த முடியவில்லை.

குக்ஸிக்கும் ஐந்து ராஜ்ஜியங்களின் முறைதவறி பிறந்த மகன். ஆனால், அவன் நான் – மட்டும் – உம்மைப் போல இல்லை. அவன் தன் தந்தையான புஜங்களின் அமைச்சருடனான உறவைத் துண்டித்துக்கொள்ளவில்லை. குக்ஸிக், அமைச்சரின் மிகவும் மதிக்கப்பட்ட உளவாளி. அவன் தன் தந்தையிடம் அனைத்தையும் சொன்னான். நான் – மட்டும் – உம் இந்த முறை எதுவும் செய்ய வேண்டாம் என்று கெஞ்சியிருந்தாலும்கூட, பல மணற்குன்றுகளுக்கு அப்பாலிருந்த மோசமான வதந்திகளை ஏற்கெனவே அவன் தன் தந்தையிடம் சொல்லியிருந்தான். ஏனென்றால், அந்தக் கெட்ட காற்று கடந்துவிடும்—என்ன ஒரு முட்டாள்தனம்! உண்மை என்னவென்றால், அவனுடைய தலைவன் 'விதியின் மோசமான திருப்புமுனைகள்' குறித்து பயந்துபோயிருந்தான்.

குக்ஸிக் தன் தந்தையின் தலைவனை மிகவும் வெறுத்தான். வாய்களின் அமைச்சர் ஆணவம் உடையவர் வெறும் குரல் மட்டும் தான் அவர். போலித்தனமான குரல்! பாடல் அமைச்சர் தன் தந்தையான புஜங்களின் அமைச்சரை, அவரிடம் பேசுவதற்கான திறமை இல்லையென்பதால் அவமதிப்பதாக குக்ஸிக் நம்பினான். தங்குதடையற்ற சமநிலை அவரிடம் இல்லை. அவருக்கு அது தேவையாயும் இல்லை. அவன் தந்தை அமைதியாக, ஆனால் துல்லியத்துடன் பணியாற்றினார். 'இப்படியொரு நேர்த்தியான மனிதர் இல்லையென்றால், நம்மைக் காப்பாற்றும் ஐந்து ராஜ்ஜியங்கள் என்ன ஆகும்?' ஒரு பொது இரவு உணவு விருந்தில், இதை மதிப்புக்குரிய தலைவர் அவனுடைய தந்தையைப் பற்றி சொன்னார் இல்லையா? ஆனால், வாய்களின் அமைச்சர் ராஜ்ஜியத்தின் குறிக்கோள்களைப் புகழ்ந்து பாடவேண்டியிருந்தது. அதன் பிறகு அனைவரும் மீண்டும் அவர் பக்கம் திரும்பிவிட்டனர்.

இத்தனைக்கும் குறிக்கோள்களை மேசையில் பாடுவது அன்றைய காலத்துக்கு ஏற்ற போக்காக இல்லை. யாராலும் அந்தக் குரலைத் தவிர்க்க முடியவில்லை.

குக்ஸிக் தன் தொண்டையைச் சீர்செய்துகொள்வதைப் போலத் தலையையும் சீர்செய்துகொண்டான். அற்பத்தனமான கதைகள் வழியில் குறுக்கிடுவதை அவன் அனுமதிக்கமாட்டான். ஐந்து ராஜ்ஜியங்களுக்கு அவன் கடமையாற்ற வேண்டியிருந்தது. திக்கற்றவர்களின் கிராமத்திலிருந்து வந்த கெட்ட காற்று பற்றிய செய்தியை அவன் தன் தந்தைக்கு அனுப்பினான்: அவர்கள் மீண்டும் நடக்கிறார்கள். பாடவும் செய்கிறார்கள். எல்லை ஆபத்தில் இருக்கிறது. ஐந்து ராஜ்ஜியங்கள் ஆபத்தில் இருக்கிறது. நாம் ஆபத்தில் இருக்கிறோம். அதனால், அமைதி என்னும் நெருப்பைக் கட்டவிழ்த்துவிடுங்கள். இந்தக் கெட்ட காற்று, அதை மணற்குன்றுகளுக்கு அப்பால் கொண்டு செல்லட்டும்.

அந்தச் செய்தியை வாய்களின் அமைச்சர் கேட்பதையும் அவன் உறுதிப்படுத்திக்கொண்டான். அந்தத் தாழ்த்தப்பட்ட மக்கள், அந்தத் திக்கற்றவர்கள், அவரின் பாடல் துறைக்குள் ஊடுருவிவிட்டார்கள் என்ற நினைப்பில் அவர் தன் தங்குதடையற்ற சமநிலையை இழக்கட்டும். கோபத்தில் கரைவதைப்போல அவர் குரல் கரையட்டும். அவர் சுருதி தவறிப் பாடட்டும்.

♪

தாத்தா ஒபி, கூடாரத்தில் மன்னிப்புக்கான எந்த அறிகுறியும் இல்லாமல், தன் தொண்டையைச் செருமினார். 'என் தொண்டை வலிக்கவில்லை, என் தொண்டை தயாராகிறது – அது பாடுவதற்காகத் தயாராகிறது. அதேமாதிரிதான் நீங்கள் அனைவரும்; நாம் அனைவரும் ஏன் செருமிக்கொண்டிருக்கிறோம் என்று உங்களுக்குத் தெரியும். ஏனென்றால், நிறைய தூசியும் அதிகமான மணலும் அங்கே இருக்கிறது. ஒரு பழைய கல்லறையைப்போல.'

கல்லறை. முதன்முறை நான் பீனேப்பிடமிருந்து கேட்ட போது, அது எப்படியொரு சொல்லே இல்லை என்பதுபோல ஒலித்தது என்பதை நான் நினைவுகூர்ந்தேன். 'இது இனிமேல் உன்னுடைய வீடு இல்லை பீனா, இது ஒரு கல்லறை.'

'அந்தக் கல்லறையைத் தோண்டு, ஐந்து ராஜ்ஜியங்கள் நம் உயிர்களைப் புதைப்பதையும், நம்மை உயிருடன் புதைப்பதையும் நிறுத்து. நான் மிகவும் முதியவன், எனக்கு வாழ்வதற்கு இன்னும் நீண்ட காலம் இல்லை, அதற்கு முன்னால் நடந்த எல்லாவற்றுடன்

புதைத்து, என் வாழ்க்கை குறைக்கப்பட்டுவிடக் கூடாது' – அந்த முதியவர் மிகக் கடினமாக மூச்சுத் திணற ஆரம்பித்து, கீழே விழுந்தார். அவர் மூச்சுக்காற்றை எழுப்புவதற்காக, எஞ்சியிருந்த கைகளால் தன் மார்பைத் துடிக்க வைத்துக்கொண்டிருந்தார்.

அவருடைய பேத்திகள், அவரைக் கடிந்துகொண்டபடி, அவரைக் காப்பாற்ற வந்தனர். 'தாத்தா, நீங்கள் இங்கே வந்திருக்கக் கூடாது, நீங்கள் வீட்டுக்குச் சென்று ஓய்வெடுக்க வேண்டும்.'

'வீடு, ஓய்வு – இதற்கு எல்லாம்தானா இந்த முதியவன் லாயக்காக இருக்கிறேன்?' மூச்சுத் திணறல்களுக்கு இடையே, அவர் தன் எஞ்சியிருந்த கைகளை அசைத்தபடி, காற்றை விழுங்கிக்கொண்டிருந்தார். 'நான் உயிருடன் புதைக்கப்பட மாட்டேன். அந்தப் பழம்பெரும் கதை என்னுடன் புதைக்கப்பட்டு விடாது.'

இரட்டையர் தாங்கள் காணிக்கையாகச் செலுத்திய தண்ணீரைத் திரும்ப எடுத்து, அவரைக் குடிக்க வைத்தனர். அவருடைய மூச்சுத் திணறல் நிற்கும்வரை, அவரது மார்பில் எண்ணெய்களை விட்டுத் தேய்த்தனர். அனைவரும் அது நிற்கும்வரை காத்திருந்தனர். நாங்கள் அனைவரும் பழம்பெரும் கதையைக் கேட்பதற்காகக் காத்திருந்தோம். இனிகேவும் அதை ஒழுங்காகக் கேட்க வேண்டும் என்று எழுந்து உட்கார்ந்து கொண்டாள். தாத்தா ஓபி, அந்தக் கதையை அவருடைய தந்தையிடமிருந்து கேட்டிருந்தார், அவர் தன் தந்தையிடமிருந்து கேட்டிருந்தார், அவரோ அதைத் தன் தந்தையிடமிருந்து கேட்டிருந்தார். அவர்களுடைய காலத்தில், இந்தக் கதையைச் சொல்வதற்காக அவர்கள் தங்கள் தொண்டைகளைச் செருமிக்கொள்ள வேண்டி அவசியம் இருக்கவில்லை.

'ஒருகாலத்தில், தங்களுக்கெனச் சொந்தமான தானியங்கள், விதைகளை வைத்திருந்த நாடுகள் இருந்தன. அவற்றை ஒவ்வொரு காலத்திற்கு ஏற்ற மாதிரி பயிரிட்டனர். முடிவில்லாத நீர், அவற்றிலிருந்து குடித்த விலங்குகள், கிணறுகளில் பொங்கி வழிந்த எண்ணெய், கனவுகளில் மட்டுமல்லாத அழகான வண்ணங்கள் ஆகியவை எல்லாம் இருந்தன. அத்துடன், குழந்தைகளே, அப்போது இன்னும் அதிகமான குழந்தைகள் இருந்தனர். ஆனால், ஒவ்வொரு நாடும் எல்லா தானியங்கள், விதைகள், நீராதாரங்கள், விலங்குகள், எல்லா எண்ணெய்கள், எல்லா வண்ணங்கள், ஏன் கனவுகளைக்கூடத் தங்கள் கட்டுப்பாட்டிற்குள் கொண்டுவர வேண்டும் என்று ரகசியமாக ஆசைப்பட்டன. அதனால், அவை ஒன்றுக்கொன்று பெருந்தீயுடன் சண்டையிட்டன. அதனால், அழிவும் விரக்தியும் மிகப் பெரியளவில் இருந்தன. அதனால்,

வெட்டுக்கிளிப் பெண்

மிகப் பெரிய நாடுகள் ஒன்றுடன் ஒன்று இணைத்துக்கொண்டு, மாபெரும் தீயுடன், மாபெரும் வலிமையான நாடாக மாறின. உடனடியாக மாபெரும் நாடு, மாபெரும் தீயை எல்லாவிதமான சிறிய தீக்களையும் அணைப்பதற்காகச் சிறிய நாடுகளின் மீது ஏவிவிட்டது. புஜங்களின் அமைச்சர், வானத்தையும் காற்றையும் பார்த்துக்கொண்டார். அவர் தன் வலிமையான கைகால்களை அசைத்துப் புதிய காற்றுகளை உருவாக்கினார். இவை எல்லாம் பூமிக்கு மிகவும் குழப்பமாக இருந்தது. அது வறண்டுபோகத் தொடங்கியது. அனைத்து நாடுகளும் வறண்டுபோயின, ஆனால், மாபெரும் நாடு மட்டும் வறண்டுபோகவில்லை. ஏனென்றால், வாய்களின் அமைச்சர் குழப்பம் தெளிவடைவதற்குப் பாடினார். அவரது பாடல்கள், தானியங்கள், விதைகள், நீராதரங்கள், எண்ணெய்கள், விலங்குகள், வண்ணங்கள், கனவுகள் ஆகியவற்றை வருங்காலத்துக்குப் பாதுகாப்பதற்காக மாபெரும் நாட்டை நோக்கி ஏவிவிட்டன. அதற்குப் பிறகு, கால்களின் அமைச்சர் தொலைந்த நாடுகளைச் சேர்ந்த தொலைந்துபோன மக்களை அவர்களின் புதிய வீடுகளுக்கு வழியனுப்பத் தொடங்கினார். அதிர்ஷ்டசாலிகள் மாபெரும் நாட்டுக்கான வழியைக் கண்டு பிடித்தனர். அங்கே அவர்கள் பூமியின் கடமையுணர்வுள்ள பாதுகாவலர்களாக மீண்டும் மறுகுடியேற்றம் செய்யப்பட்டனர். சிலருக்குக் குடிசைகள், கூடாரங்களுடன்கூடிய கிராமங்கள் வழங்கப்பட்டன. ஆனால், மற்றவர்கள் ஒரு வீட்டைக் கண்டு பிடிக்கத் தங்கள் வாழ்நாள் முழுவதும் வறண்ட பூமியில் நடக்க வேண்டியிருந்தது. மேலும் குழப்பம் வராமல் இருப்பதைத் தவிர்க்க, மதிப்புக்குரிய தலைவர் மாபெரும் நாட்டுக்கும் மீதியிருக்கும் பூமிக்கும் இடையில் ஒரு தெளிவானக் கோட்டை வரைந்தார். இந்தக் கோடு, மனித இனத்தைக் காக்கும் என்று அவர் உறுதியளித்தார். கடைசியாக எஞ்சியிருக்கும் நாடாகவும் பூமியில் எஞ்சியிருக்கும் பசுமையான இல்லமாகவும் இருக்கும் ஐந்து ராஜ்ஜியங்களிலிருந்து இந்த எல்லைக் கோடு நம்மைப் பிரிக்கிறது. நீராதாரங்களுக்கான ராஜ்ஜியம், விதைகளுக்கான ராஜ்ஜியம், எண்ணெய்களுக்கான ராஜ்ஜியம், வண்ணங்களுக்கான ராஜ்ஜியம், நெருப்புகளுக்கான ராஜ்ஜியம்'.

தாத்தா ஒபியின் கதை அவருடைய மூச்சுத் திணறும் நுரையீலுக்குள் பயணித்துக்கொண்டிருந்தது. அதனால், அந்தக் கதைசொல்லல் வித்தியாசமான பாட்டைப்போல இருந்தது. சோ–சோளியின் கதைகள் அவளது பெருமூச்சுகள், கண்ணீர்களில் பயணம் செய்ததை நான் நினைவுகூர்ந்தேன்.

♪

இனிகே மீண்டும் சீராக மூச்சுவிடத் தொடங்கியபோது, நீண்டகாலத்துக்கு முன்பிருந்த பசுமை வயலிலிருந்து வந்த தூய காற்றால் ஒபி தாத்தாவின் நுரையீரல்கள் நிரம்பியிருந்தன. அவர் பழைய தாளங்களை ஞாபகம் வைத்திருந்தார். சுரங்களின் ஏற்ற இறக்கம், மூச்சின் ஏற்ற இறக்கத்தை ஒத்திருந்தது. அவர் உண்மையிலேயே பாடத் தொடங்கியிருந்தார். பெரிய வறட்சிக்கு முன்னர், எப்படி இருந்தது என்பதைப் பாடினார். அவர் வண்ணங்களை மிகத் தெளிவுடன் பாடினார். ஊற்றுகளிலிருந்த நன்னீரின் சுவை, பொன் நிற தானியங்கள், பசும்வயல்களில் மேய்ந்த விலங்குகளின் இறைச்சி ஆகியவற்றைப் பாடினார். தன் தாய், தந்தையைப் பற்றி பாடினார். அத்துடன், சிறுவனாக இரண்டு கைகளுடன் இருந்தது எப்படி இருந்தது என்று பாடினார். தன் குழந்தைப் பருவக் காதலியுடன் நடந்த திருமணம், அவர்களின் மகன் பிறந்தது, அவருடைய இரட்டையர் பேத்திகளின் பிறப்பு, அவர்கள் தாயின் கருப்பையிலிருந்து வெளிவந்தவுடன், அவர்கள் மணிக்கட்டுகளில் அவர் மகிழ்ச்சியாகக் கட்டிய சிவப்பு மணிகள் பற்றியெல்லாம் பாடினார். மணிகளையும் இன்னும் நிறைய அழகான கற்களையும் கண்டுபிடித்தது எப்படி என்பதையும் பாடினார். நிலத்தடியிலிருந்த வண்ணங்களை, சுரங்கங்களின் இருளில்கூட அவை எப்படி ஒளிவீசின என்று பாடினார், தன் கைகளை இழந்தது எப்படி எனப் பாடினார். ஆனால், மீண்டும் மூச்சுத்திணற ஆரம்பித்தார். அதனால், அவருடைய பேத்திகள் அவரின் சுரத்தைப் பிடித்தனர். அவர்களுடைய தந்தைத் தூங்கவைப்பதற்கு முன் முத்தமிட்டது, அவர்கள் வண்ணங்களில் கனவு காண்பதற்கு ஏதுவாக அந்த முத்தம் எப்படி அவர்களின் நெற்றியில் ‘பச்சை’, ‘நீலம்’, ‘சிவப்பு’ ஆகியவற்றின் கிசுகிசுப்பாக இருந்தது, அவர் எல்லைக்குச் செல்வதற்கு முன், புதிய வண்ணங்களைச் சேர்த்தது ஆகிய வற்றைப் பற்றியெல்லாம் பாடினார்கள். ஆனால், இந்தச் சுரத்தில், இரட்டையர்களுடைய குரல் உடைந்தது. அதனால், படுமனா தன் நினைவால் அவர்களின் பாடலைச் சீரமைத்து, அவள் பூமியைப்போல வறண்டுவிட்டதாக நினைத்துக்கொண்டிருந்த காலத்தில், அவளுடைய மகன்கள் எப்படிப் பிறந்தார்கள் என்பது பற்றிப் பாடினாள். தன் மகன்கள் அன்றாடம் எப்படிப் பசியோடும் தாகத்தோடும் வளர்ந்தார்கள், வதந்திகள் மீது அவளுக்கு இருந்த நம்பிக்கையால் எப்படி அவர்கள் கிராமத்தினரோடு சேர்ந்து அவளை அடித்தார்கள் என்று பாடினாள். இங்கே, படுமனாவின் பாடல் தடுமாறியது. ஹர–ஹாரனின் அழுகையோடு அவளால் தொடர முடியவில்லை. இறந்துபோன விலங்குகளைக் காட்டில் புதைத்த தாய்மார்களின்

கைகளிலிருந்த ரத்தத்தை எதிர்த்து ஹர–ஹாரன் அழுதாள். ஆனால், அவள் சகோதரன் குரிமர் விதைகளின் ஆரம் அணிந்திருந்த ஒரு தாயின் கதையைச் சொல்லி அவள் அழுகையை அடக்கினான். அவள் தான் சுற்றியிருந்த கச்சையை வறண்டிருந்த பாதி மார்பகம் தெரியும்படி கீழே இறக்கிவிட்டாள். எஞ்சியிருந்த தலைமுடியைச் சீராக்கிக்கொண்டபடி, தன் மகனை வீட்டுக்குப் போகச் சொன்னாள். தானும் விரைவில் வந்துவிடுவதாக வாக்குறுதி அளித்தாள். ஏராளமான விதைகள், தண்ணீர், எண்ணெய் ஆகியவற்றை கொண்டுவருவதாகச் சொன்னாள். அவன் பார்த்தேயிராத இறைச்சிகூடக் கொஞ்சம் இருக்கலாம் என்று சொன்னாள். அவள் நடந்துகொண்டேயிருந்தாள். எல்லையை நோக்கிச் சென்றுகொண்டிருந்த ஆண்கள் குழுவைப் பார்த்து அவள் புன்னகைத்தாள். அவள் நிமிர்ந்த நடையுடன், இடுப்பில் வித்தியாசமான அசைவுடன் நடந்து சென்றாள். அப்போது எவ்வளவுக்கெவ்வளவு குரிமருக்கு அவளைப் பிடித்திருந்ததோ, அவ்வளவுக்கு அவ்வளவு அவளை வெறுக்கவும் செய்தான். ஆனால், உடனடியாக ரிரென் அவன் நினைவைக் கண்டித்தாள். அவள் தாய், ஏற்கெனவே குழந்தையுடன் இருந்த அவளது சகோதரியின் கருப்பையை ஆசீர்வதித்துவிட்டு, சகோதரியின் திருமணப் பரிசை வாங்குவதற்காகச் சென்றதை நினைவுகூர்ந்தாள். கெட்ட காற்று மீண்டும் இப்போது திரும்பலாம், வறண்ட காலம் தொடங்கிக்கொண்டிருந்தது, ஆனால், திருமணம் அடுத்த நாள் நடக்க இருந்தது, இன்னும் அவளது தாய் திரும்பவில்லை. மண்டையோடு அவள் தாயைப் பற்றி பாடுவதற்கு, அவள் இப்போது எங்கிருக்கிறாள் என்பதைத் தெரிந்துகொள்வதற்குக் கட்டணமாக அரைப் பை அளவுக்கு எண்ணெய் செலுத்த வேண்டியிருந்தது. அந்தக் கட்டணத்துக்காக, ரிரேன் அவள் சகோதரியின் மணமகனுடன் படுக்க வேண்டியிருந்தது. அவள் ரகசியமாகத் தன் சகோதரியின் கருப்பையைத் தனக்குச் சொந்தமாக்கிக்கொள்ள ஆசைப்பட்டாள். அதற்குப் பிறகு, கடைசியாக இனிகேவின் ரகசியம் அந்தச் சமூகப் பாடலை முடிவுக்குக் கொண்டு வந்தது. அவள் கனவுகள் கெட்டக் கனவுகளாக மாறுவது, கதைகள் உள்ளும்புறமாகத் திரும்புவது, இதயத்தை உடைக்கும்படி சொற்களின் அர்த்தங்கள் மாறுவது ஆகியவற்றைப் பற்றி பாடினாள்.

நீண்ட நேர அமைதிக்குப் பிறகான நீண்ட பாடலாக அது இருந்தது.

இதற்குள், கரண்டிகளைத் தட்டுவது நெடுநேரத்துக்கு முன்பாகவே மற்ற கூடாரங்களில் அடங்கியிருந்தது. நட்சத்திரங்கள் மறையத்தொடங்கியிருந்தன. நடக்கச் சென்ற மனிதர்கள்

கூடாரங்களுக்குத் திரும்பிகொண்டிருந்தார்கள். ஆனால், அவர்களின் காதுகள் இதற்கு முன் ஒருபோதும் கேட்டிராததை கிராமத்தின் எல்லையில் அமைந்திருந்த எங்கள் கூடாரத்திலிருந்து கேட்டிருந்தன – அது புதிய காற்றா? அது அவர்களை நிற்க வைத்தது. எப்படி அவர்கள் தங்கள் தொண்டைகளைச் செருமிக் கொள்வது என்பதை அது நினைவுபடுத்தியது. எப்படிப் பாடுவது என்பதை அவர்களுக்கு நினைவுப்படுத்தியது.

♪

இடுபாடுகளுக்கிடையில், எப்படி கெட்ட காற்றை எல்லைக்கு வெளியிலேயே இருக்க வைப்பது என்பதைப் பற்றி நான்–மட்டும்–உம் கவலைப்பட்டுக்கொண்டிருந்தான். அவன் அதை வலுப்படுத்த வேண்டியிருந்தது, தலையில் அதிக அளவில் இல்லை; ஆனால், அவன் இதயமோ நிச்சயமின்மையுடன் துடித்துக்கொண்டிருந்தது, ஏதோ அந்தக் கெட்ட காற்று அங்கே ஏற்கெனவே ஒளிந்திருந்ததைப்போல; அதனால், அவன் நீண்ட சிந்தனைகளை மேற்கொண்டான் –

தொலைதூரத்தில், பூமியிலிருந்த கடைசி பசுமையான இடத்தில், எல்லா வண்ணங்களும் ஒத்திசைவுடன் வாழ்கின்றன. அவை இயற்கையானப் பொருட்களின் புனிதத்தை நேசிக்கவும் மதிக்கவும் செய்கின்றன. அவற்றைத் தங்கள் உயிர்களை வைத்து பாதுகாக்கின்றன (மிகவும் மரியாதையுடன்). இவை ஆபத்தான காலங்கள் என்று அவை நம்பின. பூமியின் மிக அரிதான பரிசுகளை அவை இழக்கலாம்: நீர், உணவு, எண்ணெய், தூய்மையான காற்றைக்கூட; அதனால்தான் அவை *பேணிக்காப்பவர்களுக்கும் வீணாக்குபவர்களுக்கும்* (மிகவும் விவேகம்) இடையே ஓர் எல்லையைக் கட்டியெழுப்பின. வாழ்க்கையை எளிமையாக்குவதற்காக, நாடுகள் கலைக்கப்பட்டன. அடிப்படைப் பரிசுகள், அவற்றைப் பாதுகாக்கும் ஒவ்வொருவரின் திறனுக்கு ஏற்றபடி அனைவருக்கும் வழங்கப்பட்டன. உலகம் இப்போது ஒரு சமமான கிராமம் (நான் நன்றிக் கடன்பட்டிருக்கிறேன்). வெகுமதிகள் எங்கு நிலுவையில் இருக்கின்றனவோ, அங்கு வழங்கப்படுகின்றன. அவர்களுடைய ஞானம், அன்புகாட்டுவதற்கான விழுமியங்கள் ஆகியவற்றால் பேணிக்காப்பவர்கள் தங்கள் பரிசுகளுடன் சுதந்திரமாக வாழலாம். அவற்றை வர்த்தகமும் செய்ய முடியும். வீணாக்குபவர்களைக் 'கையாள' வேண்டியிருக்கும்: அக்கறை காட்டி, பங்கீடு செய்ய வேண்டும். வரலாறு ஆணையிடுவதைப் போல, அவர்களை அவர்களிடமிருந்தே பாதுகாக்க வேண்டும். வரலாறு நிரூபித்திருப்பதைப்போல (நான் குழந்தையாக இருக்கும்போது வரலாறு படித்திருக்கிறேன்) அவர்கள்

ஊதாரித்தனமானவர்கள், ஆபத்தானவர்கள். வீணாக்குபவர்கள் எப்போதும் இன்னும் அதிகமாக வீணாக்குவதற்காக சதித்திட்டமிடுகிறார்கள். அல்லது, இன்னும் மோசமாக, பேணிக்காப்பவர்கள் எதைப் பாதுகாப்பதற்காகக் கடினமாக உழைத்தார்களோ அதைத் திருடுவார்கள். ஐந்து ராஜ்ஜியங்கள், நம்முடைய மோசமான பூமியின் வரலாற்றைக்கூடப் புத்தகங்களில் பாதுகாத்து வைத்திருக்கிறார்கள். ஆனால், இப்போது அதைப் பயன்படுத்த மறுக்கிறார்கள். அனைவரும் நிச்சயமாகக் கடந்துபோக வேண்டும், தற்காலத்துடன் போராட வேண்டும். தற்காலம் என்பது எல்லையைப் பாதுகாப்பது.

'நான் – மட்டும் – உம்'மின் சிந்தனைகள் ஐந்து ராஜ்ஜியங்களிடமிருந்து திரட்டப்பட்டன. அவை அவன் தலையில், ஏதோ வேறு மொழியில் பேசுவதைப்போல வினோதமாக ஒலித்தன. ஆனாலும், அவன் அதைச் சிந்தித்தான். ஒவ்வொரு சிந்தனையின்போதும் அவன் தொண்டை வலித்தது. அதனால், அவன் தொண்டையைச் செரும வேண்டியிருந்தது, அவன் தலையில் இருக்கும் சிறிய தொடர்பற்ற கூற்றுகளைத் தெளிவாக்க வேண்டியிருந்ததைப்போல;

எல்லா வண்ணங்களும் ஐந்து ராஜ்ஜியங்களில் மதிக்கப்படுகின்றன (அது சமத்துவம்). அவர்கள் ஒருவருடன் ஒருவர் வர்த்தகம் செய்தனர், நண்பர்களை உருவாக்கினர், பொதுச் சடங்குகளில் சொந்த மொழிகளில் ஒன்றாகப் பாடவும் செய்தனர், ஆனால், அவர்கள் தங்கள் படுக்கைகளைப் புனிதமாக வைத்திருந்தனர் (அது ஞானம்). புனிதத்தில் ஒத்திசைவு இருக்கிறது, ஒத்திசைவில் புனிதம் இருக்கிறது. வெள்ளை, பனித்திரளைப்போல வெள்ளை வெண்மையாக இருக்கிறது; கருப்பு, கருங்காலியைப் போல, இரவைப்போல இருக்கிறது; பழுப்பு, மலைகளின் வலிமையுடன் இருக்கிறது; மஞ்சள், சூரியனின் ராஜ நிறம். சிவப்பு, ரத்தம், ரத்த–பந்தத்தின் பெருமை. இப்படித்தான் ராஜ்ஜியங்கள் பார்த்தன; இயற்கையான சொற்களுடன் (இயற்கை நல்லது) தங்களைப் பற்றிப் பேசியும் கொண்டனர். ஆனால், அவர்கள் வண்ணத்தைப் பற்றி நிறைய பேசாமல் இருக்க முயன்றனர். அந்த வண்ணம், இந்த வண்ணம் எனத் தவறான தொனியைப் பயன்படுத்துவது பற்றி அவர்கள் வருந்தினார்கள். அவர்கள் காதுகளைப் புண்படுத்துவதைப் பற்றி வருந்தினார்கள். பேணிக் காப்பவர்கள் கவனமானவர்கள்; அவர்கள் எல்லா நேரத்திலும் தங்களையும் மற்றவர்களையும் பரிசோதித்துக்கொண்டார்கள் (அப்படி, அவர்கள் செய்ய வேண்டும்). பாதுகாப்பு, பேணிக்காத்தல் ஆகிய காரணங்களுக்காக அவர்கள் எல்லைக்கு மறுபுறத்தில்

வாழ்பவர்களை இன்னும் கடுமையாகப் பரிசோதித்தார்கள் (அப்படி நாம் செய்ய வேண்டும்).

இந்த நீண்ட சிந்தனைகள் நான்–மட்டும்–உம்–ஐப் பதற்றமுறச் செய்து உறுதியற்றவனாக்கின. அவை அவனைக் கேள்வி கேட்க வைத்தன: எல்லையில் எந்தப் புறத்தில் நான் இருக்கிறேன்? அவன் ராஜ்ஜியங்களுக்கு வெளியே இடிபாடுகள், துயர்மிகுந்த பாலைவனங்களில் பணியாற்றியிருக்கிறான். அவன் தாய், இந்தத் தரிசுநிலத்தைச் சேர்ந்தவள். ஆனால், பங்கீட்டிலிருந்து பெற்ற ஓய்வுக்காக எல்லைக்குச் சென்றபோது, ஐந்து ராஜ்ஜியங்களின் அதிநீலமான வானத்திற்குக் கீழே சோம்பித் திரியும்போது, அவர்களின் பழத்தை உண்டபோது, இந்தக் கேள்வி வேகமாக மறந்துபோனது. அவன் தந்தை எப்படி அவனைப் பங்கீட்டின் தலைவராக்கினார் என்று நினைத்துப்பார்த்தபோது, அவன் அந்தக் கேள்வியைக் குறித்து வெட்கமடைந்தான். வாய்களின் அமைச்சர் அவன் குழந்தையாக இருந்தபோது பாடிய தாலாட்டுகளை நினைவுகூர்ந்தபோது, அவனுக்கு நம்பிக்கை வந்தது: அவன் எல்லையின் *சரியான* பக்கத்தைச் சேர்ந்தவன்தான் என்பதில் ஐயமில்லை.

♪

கூடாரத்தில், என் நெற்றி வேண்டவந்தவர்களின் பாடலைத் தொடர்ந்தது. அது எல்லா மொழிகளையும் சேர்த்து ஒத்திசைவுடன் பாடியது. வெவ்வேறு தொனிகளில் இசைத்தது. வெவ்வேறு ஏற்ற இறக்கங்களும் கச்சிதமாகப் பண்ணிசைவுத்திறத்துடன் இருந்தன.

'நுரையீரல்களிலிருந்த காற்று
அந்தக் காற்றை மட்டும்தான் நம்ப வேண்டும்
அதுதான் மணலைச் சுழற்றுகிறது
அதுதான் பருவத்தைச் சுழற்றுகிறது'

நடந்து சென்ற மனிதர்கள் கூடாரங்களுக்குத் திரும்பி வரவேயில்லை. பெண்களும் சிறு எண்ணிக்கையில் இருந்த அவர்கள் குழந்தைகளும் தூங்கச் செல்லவேயில்லை. அவர்கள் எங்கள் கூடாரத்தில் ஒன்றுசேர்ந்தார்கள். ஒருவழியாக விடிந்தவுடன், எங்கள் நுரையீரல்களிலிருந்த காற்றை நம்பினோம். மூன்று நாட்களுக்கு, நாங்கள் எங்கள் கதைகளைப் பாடினோம்.

பங்கீடு முகாமிற்குத் திரும்பினால், பாடுதல் பற்றிய வதந்தியைத் தாங்கிக்கொள்வது நான்–மட்டும்–உம்–மிற்கு மிகவும் கடினமாக இருந்தது. பூமியைத் தேடியலைவது அவனது முறையாக இருந்தது. அவன் காலத்தில் நிறைய பார்த்திருந்ததால்,

இன்னொரு மோசமான விதியை நிறுத்த வேண்டியிருந்தது. எங்களைக் கண்டுபிடிக்க மூன்று நாட்கள் அவன் பாலைவனத்தைக் கடந்து வந்தான்.

நான்–மட்டும்–உம்–மின் புறப்பாடு, குக்ஸிக்கை அளவற்ற மகிழ்ச்சியடைய வைத்தது. அது தலைவன் ஆவதற்கான அவனுடைய முறை. அவன் தந்தை பெருமிதம் கொள்வதற்கான முறை. இந்த மூன்று நாட்களில், எல்லாம் நடக்கவிருக்கின்றன.

மூன்றாம் நாள், நாங்கள் ரிரென்னின் தங்கையின் திருமணத்தில் பாடினோம். மணப்பெண்ணின் பழுத்த வயிறைப் பார்த்து நாங்கள் வியப்படைந்தோம். அவள் அழகாக இருப்பதாக நாங்கள் நினைத்தோம்.

♪

உறுதிமொழிகள் ஏற்பதற்கு முன், காற்று புயலுக்குத் தயாராகத் தொடங்கியது. விதைகளின் மாலைகளால் அலங்கரிக்கப்பட்டு, நெற்றியில் எண்ணெய் மின்னக்கொண்டிருந்த மணப்பெண்ணும், மணமகனும் தூக்கிவீசப்படாமல் இருக்க ஒருவரையொருவர் பிடித்துக்கொண்டிருந்தனர். நாங்கள் அனைவரும் ஒருவரை யொருவர் பிடித்துக்கொண்டிருந்தோம். மணல் உள்ளே போகாமல் இருப்பதற்காக நாங்கள் வாய்களை இறுக்கமாக மூடியிருந்தோம். நாங்கள் எங்கள் பாடல்களை முடித்துவிட்டோம். ஆனால், எங்களுடைய உணர்வுகள் எழுச்சியுடன் இருந்தன. ஒபி தாத்தா கிசுகிசுத்தார், 'நெருப்புகளின் போரைவிட மணற்புயல் மேலானது, உங்களுக்குத் தெரியுமா. . . காற்றையும் மணலையும் மன்னிக்கலாம். . .'

காற்று அலறியது. கர்ப்பமாக இருந்த டிரப்ஸ்டா, அவளுடைய மணமகன் சிலம் கைகளில் இன்னும் பெரிதாக அசைந்து கொண்டிருந்தாள். அந்த இனக்குழுவில் பத்து ஆண்டுகளுக்குப் பிறகு, பிறக்கும் முதல் குழந்தை அது. அது மணமகளின் தொலைந்துபோன தாயின் பெயரைத் தாங்கும்: அன்ரே.

♪

முடிவற்று வடிவங்களை மாற்றிக்கொண்டிருக்கும் மணற்குன்று களில், நான்–மட்டும்–உம் காற்றில் ஆடிக்கொண்டிருக்கும் உடல்களின் கூட்டத்தைப் பார்த்தான். அவன் கண்கள் மணமகனையும் மணமகளையும் பார்த்தன. அவன் வீங்கிய வயிறுடன் இருந்த அவளைத் தூக்கினான். அவன் தொண்டை வலித்தது. அதற்குப் பிறகு, முதல் நெருப்புப் பந்து திருமணக் கொண்டாட்டத்தைத் தாக்கியது. அதற்குப் பிறகு, அவனால்

ஒருபோதும் தன் தொண்டையைச் செரும முடியாது. பெருந்தீயிலிருந்து அலறியபடி ஓடும் கூட்டத்தை நோக்கித் தான் ஓடிக்கொண்டிருப்பதைப் பார்த்தான். 'என்னால் மணமகளைப் பார்க்க முடியவில்லை, என்னால் மணமகளைப் பார்க்க முடியவில்லை,' என்பதை மட்டுந்தான் அவன் தலைக்குள் கேட்க முடிந்தது, தீயிலிருந்து ஒரு பாடல் எழும்வரை.

'அன்பே, மன்னித்துவிடு
அன்பு விகாரமானது; ஏனென்றால்
அதற்குப் பல கைகள் உள்ளன
அதற்குப் பல கைகள் உள்ளன'

வெட்டுக்கிளிப் பெண்

அன்பு

ஜ

அதற்குப் பிறகு

கைகள் தீயிலிருந்து என்னைப் பிடுங்கி வெளியே எடுத்தன. பீனேப் பெருந்தீயை நோக்கி ஓடியதை நினைவுகூர்ந்தேன். அதற்குப் பிறகு, காற்றைவிடச் சத்தமான அலறல். பிறகு கருகிய உடல்களின் நாற்றம். என் மண்டையோட்டின் தொலைதூர மூலையில் பதின்மூன்று ஆண்டுகளாக மறைக்கப்பட்டிருந்த கதையை ஒருவழியாக கண்டுபிடித்தேன். ஐந்நூறு கூடாரங்களில், அந்த இரவில் நட்சத்திரங்கள் மறைந்துபோயின. அந்த இரவு, அடிவானத்தை நோக்கி என் தந்தை நடந்து சென்றார். அவர் திரும்பி வரவேயில்லை.

'நான் அமிதேயா, அபராமாவின் மகள். எனக்கு என் தந்தை வேண்டும், எனக்கு என் தந்தை வேண்டும்.' ஒரு குரல் என்னை ஆறுதல்படுத்தினாலும் கைகள் என்னை இறுக்க அணைத்திருந்தாலும் தீயிலிருந்து நான் பாதுகாக்கப்பட்டிருந்தாலும் என்னுடைய தந்தை இல்லாமையால் என் தலை வெடித்துவிடும்போல இருந்தது. அந்த அலறல், ஓ, மிகவும் பயங்கரமான அந்தப் பாடல்.

'நான் 425 ஏ, 425இன் மகள், அது அவரின் கழுத்தில் இருந்தது, காதுகளுக்குப் பின்னால், அந்த நீல எண்–'

'ஹுஷ், ஹுஷ்,' அந்த வலிமையான கைகள் முணுமுணுத்தன. அதற்குப் பிறகு, துடிப்பு, ஓர் இதயம் மார்பிலிருந்து வெளியே குதிக்கவிருந்தது. ஆனால், அது என்னுடையதல்ல. நீங்கள் என் தந்தையா? நட்சத்திரங்களுக்குக் கீழேயான உங்கள் நடையிலிருந்து என்னைக் காப்பாற்றுவதற்காக நீங்கள் வீட்டுக்கு வந்தீர்களா? நீங்கள் உங்கள் உணவைச் செரித்துவிட்டீர்களா? நட்சத்திரங்கள் எரிந்துகொண்டிருக்கின்றனவா? அவை எரிந்துபோய், என்னை இருளில் இருக்க விட்டுவிடுமா?' 'நீங்கள்

என்னை விட்டுச்செல்ல மாட்டீர்கள் அல்லவா, சொல்லுங்கள்; நீங்கள் என்னை விட்டுச்செல்ல மாட்டேன் என்று சொல்லுங்கள் –'

'இல்லை, குழந்தாய், நான் உன்னைப் பாதுகாப்பான இடத்திற்கு அழைத்துச்செல்கிறேன்.'

'அந்த இடம் மரங்களுடன் பச்சையாக இருக்குமா?'

'ஆமாம், ஆமாம்.'

'நீலவானத்திற்கு மேலேயா?'

'அது வண்ணமயமானது.'

'தந்தையே, எவ்வளவு அழகு. என்னைப் போல இல்லை.'

ல

'சென்றுவிடுங்கள், எங்களை விட்டுவிடுங்கள்' என்று என் தந்தை சொன்னார். ஆனால், அவர்கள் எங்களைத் தொடர்ந்து பின்தொடர்ந்தார்கள். இருளின் கணைகள் நீளமான கைகளுடன் என்னைப் பிடுங்கிக்கொள்ளத் தயாராக வட்டமிட்டுக்கொண்டிருந்தன. இந்தக் கடத்தலை அம்பலப்படுத்துவதைப்போல ஒளிக்கற்றைகள் மின்னின. ஒருவேளை அவற்றுக்கு இதைப் பார்க்க வேண்டுமென்று இருந்திருக்கலாம். ஏனென்றால், என்னால் இப்போது அதைச் செய்ய முடியவில்லை. என் கண்கள் மூடியிருந்தன, ஆனால், அவரின் குரல் உலக வாழ்க்கைக்குள் செல்லும் சாளரத்தை எனக்கு விட்டுச்சென்றது.

'அவள் என்னுடையவள், உங்களால் அவளை எடுத்துக் கொள்ள முடியாது' என்று நிழலிடமும் ஒளியிடமும் அவர் சொன்னார்.

நான் அவருடையவள், என் தந்தையின் குழந்தை.

'அது நான் இல்லை, நான் என் வேலையை மட்டும்தான் செய்தேன். நான் உங்கள் அனைவரையும் பார்த்துக்கொண்டேன்.'

நீங்கள் வெட்டுக்கிளிகளுக்காகப் பாலைவனத்தில் சுற்றித் திரிந்தீர்கள், எனக்கு உணவளித்தீர்கள்.

'இப்போது என்னால் உங்கள் அனைவரையும் பார்த்துக் கொள்ள முடியாது.'

அது பரவாயில்லை, அப்பா.

'என்னை அப்படிப் பார்க்காதே. உறுதியாக, என்னால் இதை விட்டுச் சென்றுவிட முடியும், நான் இதிலிருந்து விலகிச் செல்கிறேன்.'

காற்று அதன் இடத்திற்குத் திரும்பிவிட்டது, ஆனால், ஒளியும் நிழலும் எங்களை அமைதியாகப் பயமுறுத்தியபடி தொடர்ந்து வந்தன. அவை சொல்வதற்கு நிறைய இருந்த என் இமைகளுக்குள்ளும் வாய்க்குள்ளும் நுழைந்தன. அது அவர் கேள்விக்குப் பதிலளிக்க வேண்டுமென்று நினைத்தது. எப்படி என்று தெரியவில்லையென்றாலும்கூட.

'என் மனமாற்றம் சாத்தியந்தானா?'

எல்லாமே சாத்தியந்தான் அப்பா. எல்லாம்.

ఔ

அவர் என்னைக் கைகளை ஏந்தியபடி, எவ்வளவு தூரம் நாங்கள் நடந்தோம் என்பதை நான் ஒருபோதும் அறியப் போவதில்லை. ஆனால், எனக்கு விதைகள் ஊட்டப்பட்டன, தண்ணீர் அளிக்கப்பட்டது, எண்ணெய்களால் நான் ஆற்றுப்படுத்தப் பட்டேன் என்பதெல்லாம் எனக்குத் தெரிந்திருந்தது. அத்துடன், ஒளியின் சுவடுகளும் நிழலும் எங்களை விட்டுச் செல்லவே இல்லை என்பதும் தெரிந்திருந்தது. வித்தியாசமான குரல்கள், மொழிகளில் அவருடைய முணுமுணுப்புகளுக்குள் நடந்து சென்றோம். பெண்களின் குரல்கள்கூட? என் நெற்றியிலிருக்கும் உயிரினம்தான் அதன் பழைய தந்திரத்தைச் செய்கிறது என்று நான் நினைத்த தருணங்கள் உண்டு. ஆனால், இந்த முறை பாட்டில் இல்லை.

'எனக்கு இன்னும் நிறைய விதைகள் கொடுங்கள் –'

'என்னால் முடியாது, குழந்தைக்குத் தேவை.'

'என் தண்ணீரைக் குடியுங்கள் –'

'என்னால் முடியாது –'

'ஏனென்றால், நீங்கள் அவளுடைய துன்பம் உங்களைத் தொற்றிக்கொள்ளும் என்று பயப்படுகிறீர்கள்.'

'நான் பயப்படவில்லை.'

'அப்படியில்லாவிட்டால், உங்களுக்கு அந்தக்கொள்ளைநோய் வந்துவிடும். ஆனால், கொள்ளைநோய் ஏற்கெனவே உங்கள் கைகளில் இருக்கிறது, அல்லது உங்களுக்கு அது தெரியாதா?'

அவரால் என் நெற்றியிலிருக்கும் அடையாளத்தைப் பார்க்க முடியவில்லையா? அது என்னிலிருந்து எரிந்து சென்றுவிட்டதா?

'ஷ்ஷ்ஷ்... அவள் தூங்கட்டும்.'

‘ஏதோ கொள்ளைநோய் அப்படியே தூங்கிவிடும் என்பதுபோல.’

‘அவளுக்குப் பெயர் இருக்கிறது, அல்லது நீங்கள் அதை கேட்டதில்லையா?’

‘கேட்டிருக்கிறேன். அவள் வெட்டுக்கிளிப் பெண்.’

‘நாம் அனைவருக்கும் பெயர்கள் இருக்கின்றன என்பது நிச்சயம் – நான் வெரோம்ப்.’

அபராமா இல்லையா? என் அப்பா எங்கே? ஆனால், எப்படி என்னால் கேட்க முடியும்? என் வாயும் அப்போது மூடியிருந்தது.

‘நான் கரிடேஸ், இது மின்னும் லூமி – தயவுசெய்து, அந்தக் குழந்தை என் தண்ணீரைக் கொஞ்சமாவது குடிக்கட்டும்.’

அவர்கள் உயிருடன் இருக்கிறார்கள், என் தோழிகள் உயிருடன் இருக்கிறார்கள்!

நிச்சயமாக, மின்னும் லூமி அவள் கூடாரத்தை விட்டு எதற்காகவும் வெளியே சென்றதில்லை. திருமணத்திற்குக்கூட இல்லை. மணமகளும் மணமகனும் அவளுடைய பாதிப்பால் சபிக்கப்பட்டுவிடுவார்கள் என்பதால் கரிடேஸ் அங்கே வருவதற்குத் தடைசெய்யப்பட்டிருந்தாள். அதனால், அவர்கள் காப்பாற்றப்பட்டார்கள். ஆனால், ட்ரப்ஸ்டா, சிலம், குரிமர், ஹர–ஹாரன், இனிகே, படுமனா, ரிரென், இரட்டையர்கள், அவர்களுடைய தாத்தா ... என் மண்டையோட்டின் ஏதோவொரு தொலைவான மூலையில், நான் திருமணத்திற்குச் சென்றிருந்தேன், அந்தப் பெருந்தீயின் வயிற்றுக்குள்.

‘இல்லை, அவள் முகத்தை அப்படியே விட்டுவிடுங்கள், வெரோம்ப் ஐயா. அந்தக் குழந்தை அழட்டும்.’

கரிடேஸ், என் அன்பு கரிடேஸ், எனக்கு இப்போது தெரிகிறது. அவர்களில், ஒருவர்கூடக் காப்பாற்றப்படவில்லை, அவர்களில், ஒருவர்கூட.

‘முன்பைவிட இப்போது மோசமாக இருக்கிறாள் – அவள் உயிர் பிழைப்பாள் என்று நினைக்கிறீர்களா?’

மின்னும் லூமி தனது நிச்சயமற்ற அக்கறையுடன் இருந்தாள்.

‘நிச்சயமாக, அவள் உயிர் பிழைப்பாள்’ என்றபடி வெரோம்ப் என்னை இறுக்கமாகப் பிடித்துக்கொண்டார். அவருக்கு வலிமையான புஜங்களும் மென்மையான கைகளும் இருந்தன. அவற்றில் எண்ணெய்கள் தாராளமாக இருந்தன. அவரது மார்பில்

உறுதியும் நறுமணமும் கலந்திருந்தன. அவர் தன் இதயத்திற்கும்கூட எண்ணெய் தடவியிருக்கலாம்.

ஞ

பளிச்சென்ற தூய்மையுடனும் நெகிழ்வுடனும் இருந்தது. இப்படித்தான் ஓர் இதயம் இருக்க வேண்டுமா? முன்னர் இருந்த வேதனையான துடிப்பு இல்லை; அல்லது என் கன்னத்தின் மீது இப்படிக் கீறிச்சிட்டதும் கிடையாது. இந்த இதயம் துருப்பிடித்திருக்கிறது. அதனால்தான், அவர் தன் மார்புக்கு எண்ணெய் தடவுகிறார். அதனால்தான் நான் என் தூக்கத்தில்கூட மயங்கியிருக்கிறேன். எனக்கு இந்த இனிமையான தழுவல் பிடித்திருக்கிறது. அவரின் முணுமுணுப்புகள் என்னை பாதிக்க நான் அனுமதிக்கப் போவதில்லை.

'இது திருப்பி அனுப்பப்பட்ட எல்லாக் குழந்தைகளுக்காகவும், எல்லாக் குழந்தைகளுக்காகவும் ...'

நான் அதை சந்தேகிக்கவில்லை. வெரோம்ப் என்னிடம் பேசிக்கொண்டிருந்தார். ஆனால், மின்னும் லூமி தன்னிடம் பேசுவதாக எடுத்துக்கொண்டு பதிலளித்தாள். 'என்ன குழந்தைகள்? இந்தக் காலத்தில் அவர்கள் யாரும் இல்லையே?'

'ஏனென்றால் அவர்கள் திருப்பி அனுப்பப்பட்டார்கள். ஆனால், இதற்கு மேல் எதுவும் சொல்ல முடியாது. என் தொண்டை வலிக்கிறது.'

'இந்தாருங்கள், ஐயா, என் தண்ணீரைக் கொஞ்சம் குடியுங்கள்.'

ஆனால், எனக்குத் தெரிந்து யாரும் கரிடேஸின் ஜாடியிலிருந்து தண்ணீர் குடித்ததில்லை.

'அது இருக்கட்டும், நீங்கள் எங்கிருந்து வருகிறீர்கள்? நான் உங்களை இதற்கு முன் பார்த்ததேயில்லை.'

'இதைக் கேட்காமல் இருப்பதுதான் சிறந்தது, மின்னும் லூமி,' என்று அவர் பதிலளித்தார்.

'எங்களை எங்கே அழைத்துச் செல்கிறீர்கள், ஐயா?'

'நான் அவளை மட்டும்தான் அழைத்துச் செல்கிறேன், கரிடேஸ்' என்றபடி வெரோம்ப் உடனடியாகத் திரும்பிக் கொண்டார். கரிடேஸ் வேண்டுகோள் விடுக்கும் சைகையுடன் எங்களிடம் மெதுவாக வருவதாக நான் கற்பனை செய்தேன். அவளுடைய புண்களின் ஈரப்பதத்தை உணர்ந்தேன். அது எரிந்து போயிருந்த என் சதையைக் குளுமையாக்கியது.

'நீங்கள் அவளை அழைத்துச் சென்றால், எங்களையும் அழைத்துச் செல்லுங்கள். நாங்கள் அவளுடைய உறவினர்கள்.' மின்னும் லுமி தன் கண்டுபிடிப்புகளை வெளிப்படுத்துவதில் ஒருபோதும் தயங்கியதில்லை.

'நீங்களா?'

'நாங்கள் அவளது சித்திகள் –'

'இல்லை, நாங்கள் அவளுடைய தோழிகள்' என்று கரிடேஸ் மறுத்தாள்.

நான் அதைச் சொல்ல வேண்டுமென்று நினைத்தேன், நான் உன் ஜாடியிலிருந்து குடித்தேன். என் வெட்டுக்கிளி உனக்காகப் பாடியது, நீ ஓடிப்போகவில்லை. என்னால் இப்போது உன்னைப் புரிந்துகொள்ள முடிகிறது கரிடேஸ், என்னால் உன்னை முழுமையாகப் புரிந்துகொள்ள முடிகிறது. இந்தத் தீ, என் காதை எல்லா மொழிகளும் புரியும்படி மாற்றிவிட்டது.

'அவள் அவளுடைய தோழி, ஆனால், நான் அவளுடைய சித்தி, அவள் தாயின் தங்கை. என் சகோதரியின் மகள் பிறந்தபோது, நான் வேறொரு ஊரில் வசித்திருந்தேன். அவள் என்னை என் கூடாரத்திற்குச் சில நாட்களுக்கு முன் பார்க்க வந்தபோதுதான் நாங்கள் சந்தித்தோம். அதனால் என்னால் அவளை விட்டுப் பிரிய முடியவில்லை, என்னால் முடியுமா என்ன? நீங்கள் என்னை உங்களுடன் அழைத்துச் சென்றுதான் ஆக வேண்டும்,' என்று வற்புறுத்தினாள் மின்னும் லுமி.

என் அம்மா ஓர் உயரமான, பெருமையான மரம். அவள் பெயர் அல்கெஸ்டா. அவள் காற்று, மணலின் வாசம் வீசினாள். அவளுக்குத் தன் பரந்த உடல் முழுக்க விளக்குகளை அணிந்துகொள்ளும் சகோதரி இருந்தாளா? அது ஒரு நல்ல பொய். நான் இந்த உலக வாழ்க்கையில் இன்னும் யாரோ ஒருவருக்குச் சொந்தமாக இருக்கிறேன் என்று சொல்லும் கருணை மிகுந்த வதந்தி.

'ஒரு சித்தியாக, நான் யாரோ ஒருவர் என் சகோதரியின் மகளை அழைத்துச்செல்ல அனுமதிக்க முடியாது.'

நான் தூங்கிக்கொண்டிருந்ததாக யார் சொன்னது? என்னால் என் கண்களைத் திறக்க முடியவில்லை. ஆனால், நான் அவர்கள் பேசுவதைத் தெளிவாகக் கேட்டேன். அவர்கள் இதயங்களின் ரகசியமான நெகிழ்வையும் கேட்டேன்.

ଔ

நீ ஏன் பாதங்களின் ஒலியைப் பாடக் கூடாது? சொட்டிக் கொண்டிருந்த நீரைப் பெருக்கியதைப்போல இவற்றையும் ஏன் செய்யக் கூடாது? ஆனால், மேலே யாரும் அதற்குப் பதிலளிக்க வில்லை. என் நெற்றியிலிருந்த உயிரினம், என்னிலிருந்து நெருப்பில் எரிந்துபோய்விட்டதாக நான் நம்பியிருந்தேன். திடீரென்று, நான் என் பழைய வடிவத்தில் பாதிதான் இருப்பதாக உணர்ந்தேன். மணலில் என் அடிகளைச் சேர்க்க முடியாத அளவுக்குச் சிறியதாக இருந்தேன். மிகச் சில, மிகச் சில. நான் அவர் கைகளை விட்டுச் செல்ல விரும்பினேன். என் சொந்தக் கைகளைச் சேர்த்துகொள்ள நினைத்தேன். எனக்கு நடப்பதற்குப் பல பாதங்கள் தேவைப் பட்டன. ஐந்நூற்றுக்கும் மேற்பட்ட மண்டையோடுகள், எலும்புகளை ஒன்றாகச் சேர்த்து, நெருப்பிலிருந்தும் பாலைவனத்திலிருந்தும் மீண்டும் வெளியே நடந்து செல்ல விரும்பினேன். எல்லாப் பங்கீடு வரிசைகளும் பொறுமையாக இந்தப் பாதையில் செல்ல வேண்டுமென்று விரும்பினேன். இழுத்துச்செல்லும் பாதங்கள்கூட இந்த பரிதாப நிலையை விட்டுச்சென்றுவிடும். கால்களற்றவர்கள்கூடப் பசுமையின் எல்லையை அடைவார்கள். இது எல்லாவற்றையும் என் பின்னால் வரும் பெண்களிடம் சொல்ல வேண்டுமென்று நினைத்தேன். குறிப்பாக, எவ்வளவு நேரம்தான் இப்படி நடப்பது என்றும், தன் பாதங்கள் வலிப்பதாகவும் குறைப்பட்டுக்கொண்டே வந்த மின்னும் லூமியிடம் இதைச் சொல்ல நினைத்தேன்.

'இதோ, லூமி, என் கையைப் பிடித்துக்கொள்.'

'தள்ளி இரு, கரிடேஸ்.'

'உன் பாதங்கள் வலுவாக இல்லை. நீ நீண்ட காலம் கூடாரத்திலேயே தங்கிவிட்டாய்.'

'அது என் கடமை. என் தாயைப்போல, அவளுடைய தாயைப்போல; எல்லோரும் நடக்கும்போது, நாங்கள் ஓரிடத்தில் தொடர்ந்து இருந்தோம், அப்போதுதான் அவர்கள் நம்பிக்கையைப் பெற வருவதற்காக வீடு என்ற ஓர் இடம் இருக்கும். நான் அந்த வாக்குறுதி வழியிலிருந்து வந்தவள். அத்துடன், நான் அதற்காகப் பெருமைப்படுகிறேன்.'

'ஆமாம், இறந்துபோனவர்களின் வீடுதிரும்புதலைப் பற்றிய வாக்குறுதியாக இருக்கலாம்.' கரிடேஸ் பெருமூச்சு விட்டாள்.

'இதற்காகத்தான் அவர்கள் வாழ்ந்தார்கள் –'

'இறக்கவும் செய்தார்கள்.'

அத்துடன் அவர்கள் நம்பிக்கையை வைத்து நீ வியாபாரம் செய்தாய் என்று நான் சொல்ல நினைத்தேன், ஆனால், இரக்கமின்மையை அப்போது ஏற்றுக்கொள்ள முடியவில்லை. பாலைவனமே போதுமான அளவுக்கு இரக்கமின்மையுடன் இருந்தது. மின்னும் லூமி கரிடேஸின் கையைப் பிடிப்பதைப் போல நான் கற்பனை செய்ய முயற்சித்தேன். அப்போது இறுதியாக, இரட்டையர்கள் மார்ட்டிரஸஸ், நார்ட்டிரஸஸ் போல அவர்களின் சிவப்பு மணிகளுடன் ஒளியும் நிழலும் பிணைக்கப்பட்டன. என் இமைகளுக்கு அடியில், நிச்சயமாக மார்ட்டிரஸஸ், நார்ட்டிரஸஸ், அவர்கள் தாத்தா ஒபியை மனவுறுதியுடன் சீரான அடிகளுடன் உடனடியாகப் பின்தொடர்வதைக் கனவுகண்டேன். அதற்குப் பிறகு, படுமனாவும் இனிகேவும் தங்கள் வடுக்களுடன் சென்றார்கள், அதைத் தொடர்ந்து ரிரென், ஹர–ஹாரனை முதுகில் சுமந்தபடி குரிமர் முன்னால் சென்றுகொண்டிருந்தான். அவர்களுக்குப் பின்னால், திருமணக் குழு முன்னால் செல்ல, அதைத் தொடர்ந்து ஐந்நூறு குடும்பங்களின் நீண்ட பங்கீடு வரிசை சென்று கொண்டிருந்தது. தந்தைகள் விளக்குகளுடன் இருந்தார்கள். தாய்மார்கள் கிண்ணங்களைக் கரண்டிகளால், தங்கள் நாடித் துடிப்பைப்போல உறுதியாக அடித்துக்கொண்டிருந்தார்கள், காலங்காலமாக அலைந்து திரிபவர்கள் அனைவரும் அவர்களைப் பின்தொடர்ந்தனர். எங்கே அவர்களை இழந்தார்களோ அங்கிருந்து வந்தனர். நாங்கள் அனைவரும் நிராசையோடும் நம்பிக்கை யோடும் எல்லையை நோக்கி நடந்தோம்.

நாங்கள் அனைவரும் நட்சத்திரங்களின் கீழே ஒன்றாகச் சேர்ந்து நடந்துகொண்டிருந்தோம் என்று என்னால் உறுதியாகக் கூற முடியும். அதற்குப் பிறகு, நானும் என் மீட்பரும் மேலே தூக்கப்பட்டோம் – அந்தக் கண் சிமிட்டும் விளக்குகள் ராட்சத வெட்டுக்கிளியுடன் தரையிறங்கியதும், அது ஆசீர்வதிக்கப் பட்டது, ஆசீர்வதிக்கப்பட்டது என்று ரீங்காரமிட்டது யாருக்குத் தெரியும்'? ஆனால், என் தலையில் ஒரு குரல் வாதாடியது: ‘அது வெட்டுக்கிளி அல்ல, அது ஒரு விமானம், பீனா.’ நாங்கள் பறந்துகொண்டிருந்தபோது நான் பதிலுக்கு வாதம் செய்ய விரும்பினேன். நாம் ஏன் அனைவரையும் விட்டுச் செல்கிறோம்? நாம் மட்டும்தான் ஆசீர்வதிக்கப்பட்டவர்களா? ஆனால், என் வாயிலிருந்து எந்த ஓசையும் வரவில்லை. விரைவில், வானத்தின் பழுப்பு நிறம் மங்கியது. நான் எழுந்தபோது, வானம் எப்போதுமே பழுப்பு நிறமாக இருந்ததில்லையோ என்று நினைத்தேன்.

நீலம் உங்கள் பார்வையைப் பறிக்கலாம். ஆனால், பச்சை உங்களுக்கு மீண்டும் பார்வை தரும். நீல நெருப்பு என் கண்களைத் தாக்கியது. நான் அவற்றை இறுக்கமாக மூடிக்கொள்ள வேண்டியிருந்தது. ஆனால், நான் இந்த மின்னும் நீலத்தை இதற்கு முன் பார்த்ததேயில்லையா என்ன? ஆனால், இவ்வளவு நெருக்கத்தில் பார்த்ததில்லை. வலிமையான கைகள் என்னைக் கீழே படுக்கவைப்பதை உணர்ந்தேன். நான் பின்வாங்கிச்செல்லும் அடிகளைக் கேட்டேன். நான் கண்களை மீண்டும் திறந்தபோது, அவை அப்போதுதான் புதிதாகப் பிறந்திருப்பதாக உணர்ந்தேன். அவை பெரிதாகத் திறந்தன, இன்னும் பெரிதாகின. எனக்கு மேலே இருந்த இந்த விஷயம், என் இதயம் இந்த விருந்தைப் பகிர்ந்துகொள்ளக்கூடிய விதத்தில் என மார்பைக்கூடத் திறந்துவிடுவதாக இருந்தது. பச்சை மரத்தின் முதல் தரிசனத்தால் நான் அழத் தொடங்கினேன்.

ஒரு மரம். என் மீட்பர் யோசனையோடு தன் கழுத்திலிருந்த நீலக் கல்லைத் தேய்த்தபடி விளக்கினார். அதற்குப்பிறகு, எனக்கு எல்லாம் நினைவுக்கு வந்தது. பசுமையான விதானத்தைப்போல எல்லாவற்றையும் மீண்டும் தெளிவாகப் பார்த்தேன். விதைகளுக்காக நீலக்கல். கிசுகிசுப்பாளர்களின் கசையடிகள். இனிகேவின் கன்னத்தை ஆற்றுபடுத்தியது, தாத்தா ஓபியின் உருக்குலைந்த தலை. பங்கீடுகளின் இரவில் நீல நெருப்புடன் கண் சிமிட்டும் கல். அத்துடன், குழந்தைகளைத் திருப்பி அனுப்பிய குரல். ஆனால், நான் அறியாமையில் இருப்பதாகப் பாசாங்கு செய்ய வேண்டியிருந்தது. இப்போது எனக்கு இருபத்திரண்டு வயதாக இருந்தாலும், அவரது கண்களுக்கு நான் ஒரு குழந்தை. அத்துடன், நான் அவரது தயவில் இருந்தேன்.

‘திகைப்பாக இருக்கிறது, இல்லையா? பல மாதங்கள் பாலைவனத்தில் தங்கிய பிறகு, ஒவ்வொரு முறையும் ஒரு மரத்தைப் பார்க்கும்போதும் அழுதிருக்கிறேன்.’ கடைசி வார்த்தைகள் ஓரளவுதான் கேட்டன, ஏதோ அவற்றை நான் கேட்கக் கூடாது என்று அவர் சொன்ன மாதிரி இருந்தது. இவ்வளவு நெருக்கத்தில், அவர் பார்ப்பதற்கு எவ்வளவு அழகாக இருந்தார், எவ்வளவு பிரகாசமாக இருந்தார் – அவர் முடி, அவர் தோல், குறிப்பாக அவர் கண்கள், அவை அவர் கழுத்தைச் சுற்றியிருந்த கல்லைப் போலவே நீலமாக இருந்தன. ‘மேலே, அவை இலைகள், கிளைகள். இலைகள் பச்சையாக இருக்கின்றன, கிளைகள் பழுப்பு, அத்துடன் இது அடிமரம், அதுவும் பழுப்புதான் – திகைக்க வைக்கும் அழகு.’

என் அம்மா அல்கெஸ்டாவைப்போல. மரத்தைப்போல உயரமாகவும் பெருமையாகவும் இருப்பாள். ஆனால், அந்த

எண்ணத்தினுள் திளைக்க இப்போது எனக்கு நேரமில்லை. நான் அவருடைய சாட்டை இருக்கிறதா என்று உறுதி செய்தேன். அவர் இடுப்பைச் சுற்றி அதை வைத்திருக்கவில்லை. என்னைக் காயப்படுத்திவிடாதீர்கள் என்று மன்றாட வேண்டுமென்று நினைத்தேன். ஆனால், என் குரல் வெளியில் வரவில்லை. திடீரென்று தூரத்திலிருந்து ஒரு பரிச்சயமில்லாத குரல். நான் மரங்களின் வரிசையின் பசுமையில் மூழ்கடிக்கப்பட்டிருந்தபோது பயந்திருந்த என் கண்களை அவர் தன் கண்களால் பின்தொடர்ந்தார். ஆனால், அதில் எந்த அசைவும் தெரியவில்லை. நான் எதையோ கேட்கிறேன் என்பதை அவரால் உணர முடிந்தது. அதற்குப் பிறகு அது நின்றுவிட்டது. நான் மீண்டும் அவரைத் திரும்பிப்பார்த்தேன். அவர் ஆசுவாசப்படுத்திக்கொண்டதுபோலத் தெரிந்தார், அப்போது, 'நான் உனக்குப் பழம் கொண்டுவந்திருக்கிறேன்,' என்று கிசுகிசுத்தார்.

நான் பின்வாங்கினேன். அந்தப் பந்து அவர் கையில் மின்னியது. அது என்னை அடிப்பதற்காகக் காத்திருந்தேன். நான் இடிபாடுகளில் உளவு பார்த்ததை அவர் நிச்சயமாகக் கண்டுபிடித்திருப்பார், அல்லது அது என் கற்பனைதானா? அவருக்கு நினைவிருக்குமா?

'இது சாப்பிடுவதற்காக, இது ஓர் ஆப்பிள் – நீ இதைப்போல ஒன்றைப் பார்த்ததேயில்லையா ?' நான் பதில் சொல்லாததைக் கண்டு பெருமூச்சுவிட்டார். அவர் மீண்டும் பேசும்போது, அவர் குரல் மன்னிப்புக் கோரும்படி அடர்த்தியாக இருந்தது. 'நிச்சயமாக, இல்லை.' அவர் தொண்டையைத் தொட்டு, வலியுடன் விழுங்கினார்.

'இங்கே' என்று கூறியபடி, மின்னும் பந்தை என் வாய்க்கு அருகில் தள்ளினார். அதை நான் இறுக்கமாகக் கவ்விக்கொண்டேன். நான் எழுந்துகொள்ள முயற்சித்தேன். ஆனால், அவர் என்னை கீழே படுக்கவைத்தார். என் கண்களில் இருந்த பீதியை அவர் பார்த்திக்க வேண்டும். 'நான் உன்னைக் காயப்படுத்த மாட்டேன், நீ பாதுகாப்பாக இருக்கிறாய். நான் – மட்டுமே உன்னை பாதுகாப்பேன். நான் வாக்குறுதி அளிக்கிறேன்' என்றார். அதற்குப் பிறகு, அந்தப் பந்தை அவர் ஒரு கடி கடித்தார். 'இது உணவு. சிவப்பு ஆப்பிள் – உனக்கு இது பிடிக்கும்.'

சிவப்பு. நீ உன்னைக் குத்திக்கொண்டால் உன்னிலிருந்து என்ன வரும்?

தான் வாயில் கடித்தத் துண்டை எடுத்து எனக்குக் கனிவாக ஊட்டினார். ஓர் ஆப்பிள். வேறொரு மீட்பர் எனக்கு விதையைக் கொடுத்தது நினைவுக்கு வந்தது. 'இதை மென்று சாப்பிடு,

இது உன்னைக் கொஞ்சம் நன்றாக உணர வைக்கும்' என்று அவள் சொன்னாள். என்னை நன்றாக உணர வைத்ததால் அவள் தன்னைப் பற்றி நன்றாக உணர்ந்தாள், என் கண்ணீர்த் துளிகளின் வழியாக நான் மெல்லும்போதும் விழுங்கும்போதும் புன்னகைக்கும் இந்த மனிதரைப்போல.

ஃ

நீ அதைக் கேட்டாயா? அவர் எதிர்ப்புகளை மீறி நான் எழுந்து அமர்வதற்குத் தீவிரமாக முனைந்தேன். அவர் எதையும் கேட்கவில்லை என்பதை என்னால் உணர முடிந்தது, ஆனால், அது மீண்டும் வந்தது. நீண்ட காலத்துக்கு முன்பிருந்து வந்த ஓர் எச்சரிக்கை, இடிபாடுகளிலிருந்து வந்த கிசுகிசுப்புகள். கல்லறையிலிருந்து வந்த ரீங்காரம். உள்ளுணர்வால், நான் என் நெற்றியைத் தொட்டேன். அது இன்னும் உயிருடன் இருக்கிறதா? என் நெற்றி இப்போது என் விரல்களுக்குக் கீழே மென்மையாக இருப்பதை உணர்ந்தேன்.

அதற்குப் பிறகு, மீண்டும் ஓர் ஒலி. ஏதோவொன்று என்னை அடித்தது. என் மார்பில் என் கையிலிருந்து உருண்டோடிய ஆப்பிளைப்போன்ற பிரகாசமான சிவப்புக் கறையைப் பார்த்தேன். உடனடியாக, அவர் என்னைத் தூக்கிக்கொண்டு ஓடத் தொடங்கினார். எங்களுக்குப்பின்னால், ஏதோவொன்று அதே கறையுடன் வேதனையில் நிலத்தில் மூடப்பட்டிருப்பதைப் பார்த்தேன். அதுவும் பச்சை நிறத்தில் இருந்தது. அதற்குப் பிறகு அவர் ஓடும்போது மரங்கள் மங்கலாகின. 'அது நீ இல்லை, அது நீ இல்லை, அது அம்பால் அடிக்கப்பட்ட ஒரு அம்பர் குரி' என அவை முணுமுணுத்தன.

அம்பர். குரி. அம்பு. ஆப்பிள். கொஞ்ச நேரத்தில் மிக அதிகமான சொற்கள்.

அடர்த்தியானதொரு மரத்தின் மீது எப்படி ஏறினோம் என்பதை என்னால் சொல்ல முடியவில்லை. பிரகாசமான ஆடை அணிந்திருந்த ஒரு பெண்ணால் குரியின் தோல் உரிக்கப்படுவதை மேலேயிருந்து நாங்கள் பார்த்தோம். அதற்குப் பிறகு அம்பரின் மென்மயிர் பைக்குள் போடப்பட்டது. விலங்கின் உடல் புதைக்கப்பட்டது. ஆனால், பெரும்பாலானவற்றை அவள் சாப்பிட்டு முடித்த பிறகுதான் அது புதைக்கப்பட்டது. இனிகேவின் கதை. கைகளில் ரத்தம் இருக்கும் தாய்மார்கள்.

அவர் என் முகத்தை அந்தக் காட்சியிலிருந்து, கீழே பூமியில் இருக்கும் கடைசிப் பசுமைப் புகலிடத்தை நோக்கித் திருப்பினார். அதிர்ச்சியும் வெறுப்பு அடங்குவதற்கான வாய்ப்புக்

கிடைக்கவில்லை. என் கண்களுக்கு விருந்து கிடைத்தது. பச்சை மரங்கள் எங்கும் நிறைந்திருந்தன. மற்ற வண்ணங்களும் இருந்தன (அவற்றை நான் பிறகு அறிந்துகொண்டேன்). தானிய வயல்கள், பழம், மலர்கள் – அத்துடன் நீர்! சோ–சோளியின் முடிவற்ற நீரைப்போல. ஆனால், இந்த நீர் மின்னியது, நீல வானத்துக்குக் கீழே இனிமையை உறுதிசெய்தபடி அமைதியாக ஓடியது. அதற்குப் பிறகு, என் தந்தை நீண்ட காலத்துக்கு முன், நான் தயாரானவுடன் பார்ப்பேன் என்று சொன்ன கோபுரங்கள் இருந்தன. நான் பெரிதாக, வலிமையாக, நன்றாக வளர்ந்தபோது பார்ப்பேன் என்று சொல்லியிருந்தார்.

அபரிமிதமான இந்தக் காட்சிக்கு மத்தியில், மரங்களாலான பெரிய வட்டம் இருந்தது. அங்கே பிரகாசமான ஆடை அணிந்திருந்தவர்கள் ஒன்று சேரத் தொடங்கினார்கள். ஒரே ஒரு மரத்தைச் சுற்றி வடிவங்களை உருவாக்கினார்கள். எல்லாவற்றையும்விடப் பெரிய, உயரமான மரம். அந்த வடிவங்கள், ஆடைகளின் நிறத்தின் அடிப்படையில் குழுக்களாகப் பிரிக்கப் பட்டிருந்தன, என்னைப் பிடித்திருந்த மனிதர் விளக்கினார்: ஒரு சிவப்பு வட்டம், ஒரு நீலச் சதுரம், ஒரு பச்சை முக்கோணம் இங்கேயும் அங்கேயும் மீண்டும் உருவாக்கப்பட்டிருந்தன. நானும் பீனேப்பும் ஒரு மெல்லிய மணற்பாறையைச் சுற்றி நடக்கும்போது, எங்கள் பாதங்களால் வரைந்த வடிவங்கள் வந்தன. ஆனால், எங்கள் வடிவங்கள் பழுப்பாகவும் இளம்பழுப்பாகவும் இருந்தன.

என் தலை சுற்றியதை உணர்ந்தேன். இங்கே வண்ணங்களைப் பற்றிய வதந்திகள் உறுதியாகி, என் இதயத்தைப் பல திசைகளுக்கு நெருக்கித் தள்ளின. என் மார்பு வலித்தது. என் வியப்புக்கு என் மூச்சால் ஈடுகொடுக்க முடியவில்லை. எந்தத் தருணத்திலும் என் இதயம் எதிர்ப்புத் தெரிவித்து நின்றுவிடலாம். இத்தகைய அதீதமான அழகு இவ்வளவு ஏராளமாக இருப்பதைப் பார்த்த பிறகும் அப்படியே செத்துவிடவேண்டும் என்று உணராமல் எப்படி வாழ முடியும்?

அதற்குப்பிறகு, நான் மீண்டும் கிசுகிசுப்புகளைக் கேட்டேன். நான்தான் ஒலியின் மூலத்தைப் பற்றி தவறாக நினைத்திருக்கிறேன். இது மக்கள் கூட்டத்தின் பல மொழிகளின் பெருக்கம், அது சத்தமாகப் பெருகியிருந்தது, இப்போது அது எனக்கு நன்றாகப் புரிந்தது, ஒருவேளை, எனக்கு அந்த எண்ணம் நன்றாகத் தெரியும் என்பதால்:

'நாம் மறந்துவிடக் கூடாது –
ஒரேயொரு கதைதான் இருக்கிறது

ஒரேயொரு பாடல்தான் இருக்கிறது
நாம் வீட்டுக்கு எடுத்துச்செல்ல'

அதன் பிறகு சொற்கள் பாடலாக எழுந்தன, ஆனால், ஒரே குரலில், இடிபாடுகளிலிருந்த நீலப்பெட்டியின் அதே தொனியில் இருந்தது. ஆனால், அந்த ஒரு கதை வித்தியாசமாக இருந்தது.

'அமைதி. புனிதம். கடமையுணர்ச்சி. பாதுகாப்பு.' கூட்டத்தினரின் முழக்கம், என் நெற்றியை அரிக்கவைத்தது, என் கன்னத்தைச் சிலிர்க்க வைத்தது. அவர்களின் சொற்கள் கைகளுடன் பூமியின் மிக உயரமான, பழைய மரத்தை நோக்கி எழுந்தன.

அவரது கைகள் என்னைச் சுற்றி இறுக்கமாகின. நான்—மட்டும்—உம் அழுதுகொண்டிருந்தான். வெரோம்ப் அழுது கொண்டிருந்தார் (இப்போது அவரை நான் எப்படி அழைப்பது?). அவர், தன்னுடைய அப்பா பாடுவதைக் கேட்டபோது அவருக்கு ஆறு வயதோ, ஐந்து வயதோ, அதற்குப் பிறகு அதைக் கேட்டதில்லை, பெட்டிகளிலிருந்து கேட்டதைத் தவிர.

முழக்கத்திற்கு மத்தியில் மூன்று குழந்தைகள் மரத்தை வட்டமிட்டார்கள். அவர்கள் குழந்தைகள் இல்லை; மரத்தின் வேர்களில் ஏதோ பொடியைத் தூவும் பண்டைய சுருங்கிப்போன அமைச்சர்கள் என்பதைப் பின்னர் கண்டுபிடிப்பேன். அதை ஆசீர்வதிப்பதற்காகவும், அதன் வாழ்க்கையைப் பாதுகாப்பதற்காகவும்; அதைப் பெரிதாக, வலிமையாக, நன்றாக வளரவைப்பதற்காகவும் பொடியைத் தூவினார்கள். அதற்குப் பிறகு, ஒரு நிமிட அமைதி, அதற்குப்பிறகு, வாய்களின் அமைச்சர் குறிக்கோள்களைப் பாடி அதை மகிழ்ச்சியுடன் நிறைவு செய்தார்.

'நீங்கள் எங்களுடையவர்கள்

நீங்கள் ராஜ்ஜியக் கட்டமைப்பின் அங்கம்'

என் மீட்பர் இன்னும் அதிகமாக அழுதார். ஆண்டு விழாவில் பேசும் இந்த உரை, எப்போதும் அனைவரையும் அழவைக்காமல் விடவே விடாது என்று அவர் பிறகு என்னிடம் சொன்னார். மதிப்புக்குரிய தலைவர் எப்போதும் கருணையுடன் பேசினார். யாராலும் கண்ணீரைக் கட்டுப்படுத்தவே முடியவில்லை.

'என் சக ராஜ்ஜிய கட்டமைப்பாளர்களே,' என்று தலைவர் தொடங்கினார், அனைவரையும் சமமானவர்களாக அழைத்தார். 'எல்லை பாதுகாக்கப்பட்டால் அமைதி இருக்கும். அனைவரும் அவரவர் சொந்த இடத்தில், சொந்த வானத்துக்குக் கீழே

இருந்தால், புனிதம் இருக்கும். அக்கறையான விழுமியங்களைக் கண்டிப்புடன் கடைப்பிடித்தால் கடமையுணர்ச்சி வரும். அது மனித இனத்தையும், அதன் வீட்டையும் பாதுகாக்கும்: ஐந்து ராஜ்ஜியங்கள். இதை மறந்துவிடக்கூடாது, ராஜ்ஜியங்களின் பரிசுகள் இயற்கையான உலகைப் பேணிக் காப்பவர்களுக்காகப் பாதுகாக்கப்படுகிறது. வீணாக்குபவர்களுக்கு இந்தப் புதிய முறையில் இடமில்லை, அப்படி வளர்ந்தவர்கள் நீண்ட காலத்துக்கு முன்பே தங்கள் ஊதாரித்தனமான வழிகளால் நுகர்ந்து இயற்கையை வறண்டுபோகச் செய்துவிட்டனர். அப்படி வீணாக்கியவர்கள் தங்களுக்குள்ளயே கொடூரமாக, முட்டாள்தனமாக ஒருவரையொருவர் வீணாக்கிக்கொண்டனர். ஆனால், நம் இதயங்களின் நற்குணத்தாலும், நீதியின் மீதும், ஆசிர்வதிக்கப்பட்ட பூமியை சுதந்திரமாக அனுபவிப்பதில் அனைவருக்குமான சம உரிமையின் மீதும் இருக்கும் காதலாலும் அக்கறையான முயற்சியைப் பங்களித்ததற்கு மட்டுமான சம உரிமையாலும் நாம் வீணாக்குபவர்கள் மீதும் அக்கறை காட்டுகிறோம்.'

கரவொலியின் வெடிச்சத்தம் எல்லா மரங்களையும், எங்கள் மரத்தையும்கூட நடுங்கவைத்தது. என்னைப் பிடித்திருந்த மனிதர் தன் கைகளைத் தட்டாமல் இருக்க முயற்சி செய்துக் கொண்டிருந்தார். அவர் முகம் பெருமிதத்தால் மின்னியது. நானோ முட்டாள்தனமாக உணர்ந்தேன். என்னால் மதிப்புக்குரிய தலைவரின் சொற்களைப் பின்தொடரமுடியவில்லை. அவை எல்லாம் ஒரே நேரத்தில், பல சாலைகளை நோக்கி நகர்ந்து சென்றுகொண்டிருந்தன.

'அப்படியென்றால்,நாம்எப்படி இந்தப்பேணிக்காத்தலுக்கான குறிக்கோளை நம் இதயங்களில் எப்படி நிலைநிறுத்துவது? நம் வீடுகளில் எப்படி அமைதியைப் பாதுகாப்பது?'

முணுமுணுக்கப்பட்ட பதில் மிகவும் அறிமுகமானதாக இருந்தது.

'யாரும் பார்க்கக் கூடாது

யாரும் அடிவானத்தைத் தாண்டிச் செல்லக் கூடாது'

மீண்டும் அந்தச் சொற்கள் எதிரொலிக்கும் ஒற்றைக் குரல் பாடலாக எழுந்தன. அதற்குமேல் அதை உண்மையென்று ஏற்றுக்கொள்ளாமல் இருக்க முடியாது.

'அங்கே பாடுவது என் தந்தை, அது என்னுடைய தந்தை!' என் மீட்பர் கத்தியபடி, தன் மரபை அறிவித்துக்கொண்டிருந்தார். பெருமிதம், ஏக்கம் இரண்டையும் ஒரே நேரத்தில் நான் கேட்டேன்.

'நீண்ட நாட்களுக்கு முன், அவர் எனக்காகப் பாடியிருக்கிறார்' என்றார்.

என் தந்தை எப்போதாவது பாடினாரா என்று நினைவுகூர முயற்சித்தேன். அந்த முயற்சி என் தலையை வலிக்கவைத்தது, பிறகு அரிக்கவைத்தது, ரீங்காரமிடவைத்தது, அதைத் தொடர்ந்து அந்தப் பாடல் கச்சிதமாக எதிரொலித்தது.

'நீ பாடினாயா? உனக்கும் இந்தப் பாடல் தெரியுமா?' அவர் ஆச்சரியத்துடன் கேட்டார்.

நான் என் நெற்றியைத் தொட்டுப்பார்த்தேன். ஆனால், அது அங்கிருந்து வரவில்லை. அந்தப் பாடல் இப்போது என் மண்டையோட்டுக்குள் உள்ளது. வெரோம்ப் ஒரு விரலைத் தன் உதடுகளில் வைத்தார், அதற்குப் பிறகு, நிலத்தை நோக்கி இறங்கினார். பிரகாசமான உடைகளிலிருந்த நிறைய பெண்கள் மரத்தின் வேர்களுக்கடியில் ரத்தம் தோய்ந்த மேடுகளைப் புதைத்துக்கொண்டிருந்தனர். ஒவ்வொரு இலையையும் மெருகூட்டிக்கொண்டிருக்கும் மனிதர்களின் கையில் இலைகள் இன்னும் கூடுதலாக நடுங்கிக்கொண்டிருந்தன. விரைவில் எங்கள் மரத்துக்கும் சொந்தமாக ஒரு பேணிக்காப்பவர் இருக்கிறார் என்பதை உணர்ந்தோம். ஒரு கணம் அவர் எங்களை முறைத்துப் பார்த்தார். பிறகு, திரும்பிக்கொண்டார். அமைதியாகத் தன் வேலையைத் தொடர்ந்தார்.

ஜ

நான் மெல்லிய முறிவொலியைக் கேட்டேன். ஆனால், அது என்னவென்று என்னால் கண்டுபிடிக்கமுடியவில்லை. மரங்களின் ஒலி இன்னும் எனக்கு அறிமுகமாகவில்லை. மரத்தைப் பேணிக்காப்பவர் தன் கையில் ஓர் இலையை ரகசியமாகக் கசக்கியது எனக்குத் தெரியவில்லை. அந்தச் சைகை, தொலைவிலிருந்த மரத்தின் வழிபாட்டாளர்கள் மத்தியில் எதிரொலித்தது. குத்துக்காலிட்டு அமர்ந்திருந்த மனிதன், தன் காதுகளையும் கைகளையும் வேகமாகச் செலுத்தினான். அவன் பயில்வானைப்போல இருந்தான். அவன் முறிவொலியைக் கேட்டான். அது ஒரு சமிக்ஞை. அவன் விவேகத்துடன், பெரிய மரத்திலிருந்து விழுந்திருந்த இலையை எடுத்து அவனும் அதைக் கசக்கினான். சில அடிகளுக்கு அப்பாலிருந்த அவன் தந்தை, புஜங்களின் அமைச்சர், அந்தச் செய்தியைப் புரிந்துகொண்டார். சுற்றித் திரிபவர்கள் எல்லையைக் கடந்துவிட்டனர்.

இலையைக் கசக்குதல். நீண்ட காலத்துக்குப் பிறகு, இந்த எச்சரிக்கைச் செய்கையைப் புரிந்துகொண்டேன். மரத்தைப்

பேணிக்காப்பவர்கள், கண்காணிப்பதில் தேர்ந்தவர்கள். ஒருகாலத்தில் அவர்களும் சுற்றித் திரிபவர்களாக இருந்தவர்கள். அவர்கள் பாலைவனத்திலிருந்து எல்லைக்கு நடந்து வந்தவர்கள். அவர்கள் தங்கள் குழந்தைகளைத் தேடுவதாக இனிகே சொல்லியிருந்தாள். சிலர், ஆம், ஆனால், உண்மையில் பலர் தண்ணீர், விதைகள், வண்ணங்கள் பற்றிய வதந்திகளால் ஈர்க்கப்பட்டு வந்தவர்கள். சிலர், பங்கீடுகள் ஏன் வறண்டு போகின்றன என்ற கேள்விகளால் உந்தப்பட்டு வந்தவர்கள். தண்ணீரையும் எண்ணெய்யையும் தொலைதூர இடத்தில் பாதுகாப்பதற்காக அவர்களின் கிணறுகளில் குழாய்களைக் கட்டியவர்களின் வாக்குறுதிகள் பற்றி வெறுமெனே கற்பனை செய்துகொண்டார்களா? அது வெறும் கெட்ட கனவா – அவர்கள் கிராமங்களை, தானிய வயல்களை, அவர்களுடைய பெண்களின் கருப்பைகளை அந்த நெருப்பு எப்படி வறண்டுபோகச் செய்திருந்தது? அல்லது வாயிலிருந்து காதுக்கு, வாயிலிருந்து காதுக்கு எனப் பசி மிகுந்த ஆண்டுகளில் கிசுகிசுக்கப்பட்ட ஒரு வதந்தியா?

அந்த ஆண்டுகள் கழிந்துவிட்டன. இப்போது, அவர்கள் எந்த விலங்குகளையும் தொட அனுமதிக்கப்படவில்லை என்றாலும், ராஜ்ஜியத்தின் தானியங்கள் அவர்கள் பங்குகளில் நிரம்பியிருந்தன. மாமிசம், ராஜ்ஜியத்தில் பிறந்தவர்களுக்கு மட்டும்தான். ஏனென்றால், வாய்களின் அமைச்சர் கட்டளையின்படி, இந்த உண்மையான பேணிக்காப்பவர்களால், அவர்கள் உண்ணுவதை ஒழுங்குபடுத்த முடிந்தது. இந்த அரசாணையால் மரங்களின் பாதுகாவலர்கள் கவலைகொள்ளவில்லை. குறைந்தபட்சம், அவர்கள் பசி அடங்கிவிட்டது. அவர்கள் எவ்வளவுக்கெவ்வளவு உண்கிறார்களோ, அவ்வளவுக்கவ்வளவு கேள்விகள், வதந்திகள், கனவுகள் ஆகியவை அவர்களின் இதயங்களிலிருந்துத் தள்ளப்பட்டு, மரங்கள் மீதான நேசத்திற்கு இடமளிக்கும்படி செய்தன. இங்கே, அவர்கள் உண்மையாக உழைக்கப் பயிற்றுவிக்கப்பட்டிருந்தனர். ஒவ்வொரு இலையும் மின்னியது. ஒவ்வொரு இலையும் கண்ணாடியானது. சைகைகளைத் திறமையான உறுதியுடன் அது முறியவைத்தது. சுற்றித்திரிபவர்கள் எளிமையாகப் பிடிபட்டார்கள். இந்த மரங்களின் சுவர், பசுமை எல்லை எப்போதும் பாதுகாப்பாக இருந்தது. ஐந்து ராஜ்ஜியங்கள் தன் அமைதியைப் பாதுகாத்துக்கொண்டது.

இந்த மர வழிபாடு ஆண்டுத் திருவிழாவுக்காக, பேணிக்காப்பவர்கள் அதி தீவிரமாகப் பணியாற்றியிருக்கின்றனர். தங்கள் திறமையைக் காட்டுவதற்கும், எஜமானர்களிடம் விசுவாசத்தைக் காட்டுவதற்கும் அவர்களுக்கு இது ஒரு

வாய்ப்பு. ராஜ்ஜியக் கட்டமைப்பில் தாங்களும் பங்கு வகிக்கிறோம் என்பதை நிரூபித்துக்காட்டுவதற்கும்தான். ஒரு நாள், அவர்கள் உரியவராய் ஆவார்கள். அவர்கள் மாமிசம் சாப்பிடக்கூட அனுமதிக்கப்படலாம். அவர்கள் வேர்விட்டு வளர்வார்கள். அவர்கள் வீட்டில் இருப்பார்கள். ராஜ்ஜியத்தின் அமைதியைக் காப்பவர்கள் ஆசிர்வதிக்கப்பட்டவர்கள். அது அவர்களுக்காகவும்தான்.

ௐ

வெரோம்ப். நான்—மட்டும்—உம். நாங்கள் நடந்து சென்ற போதும், எல்லா இடங்களிலும் வளரக்கூடிய பழங்களைச் சாப்பிட்டபோதும் இந்தப் பெயர்கள் என் தலைக்குள் இடம் மாறிக்கொண்டேயிருந்தன. அந்த இடம் பாதுகாப்பாக இல்லை எனக் கூறி, என்னை அந்த மரத்திலிருந்து தொலைவாகத் தூக்கிக்கொண்டு வந்தார். நாங்கள் பார்க்கப்பட்டுவிட்டோம். நாங்கள் உயர்ந்த புற்களுக்கு மத்தியில் நடக்க வேண்டியிருந்தது. என் கால்கள் மெல்ல மெல்லப் பயன்பாட்டுக்கு வரத் தொடங்கி யிருந்தன. ஆனால், குரல் இன்னும் வரவில்லை. எனக்குச் சொல்வதற்கும் கேட்பதற்கும் நிறைய இருந்தன. ரோமத் துண்டுகள், ரத்தம், புதிய கல்லறைகள் ஆகியவற்றுக்கிடையில் நாங்கள் தடுமாறிக்கொண்டிருந்தோம். தாய்மார்களால் தங்கள் கைகளில் இருக்கும் ரத்தத்தை எப்போதாவது கழுவ முடியுமா என்று வியந்தேன். நான் என் மார்பை உணர்ந்தேன். அந்தக் கறை காய்ந்துபோயிருந்தது, ஆனால், அழிக்க முடியாததாக இருந்தது.

இரவு வந்தபோது, நாங்கள் மாபெரும் நீர்நிலை, பாதி நீரில், பாதி வானத்தில் இருக்கும் ஒரு பெரிய மின்னும் கல் ஆகியவற்றுக்கு முன்னால் நின்றுகொண்டிருப்பதைப் பார்த்தோம்.

‘இல்லை, இது நீரிலிருந்து எழும் முழு மஞ்சள் நிலா’ என்று அவர் சொன்னார். ‘இது எல்லாவற்றையும் காட்டிக்கொடுத்து விடும். நாம் புற்கள் எங்கு அடர்த்தியாக இருக்கிறதோ, அங்கே இந்த இரவைக் கடக்க வேண்டும். மரங்களில் இங்கே பாதுகாப்பு இல்லை.’

கைகளைக் கிண்ணமாக்கி எப்படி ராஜ்ஜியத்தின் நீரைப் பருகுவது என்று எனக்கு அவர் கற்றுக்கொடுத்தார். நாங்கள் நிறையத் தண்ணீர் குடித்தோம். எங்கே நிலவையும் சேர்த்துக் குடித்துவிடுவோமோ என்று நான் வியந்தேன். அதற்குப் பிறகு, அவர் என் எரிகாயங்களைச் சுத்தம் செய்ய வேண்டும் என்றும், என் மார்பில் இருக்கும் கறையையும் கழுவ வேண்டுமென்றும் சொன்னார். என் மீதிருக்கும் பாலைவன

மணலையும்கூட அவர் கழுவ வேண்டியிருந்தது. அப்போதுதான் கண்டுபிடித்தலைத் தவிர்க்க முடியும்.

ஏன் இதைச் செய்கிறீர்கள்? என்னை ஏன் காப்பாற்றினீர்கள்? நான் ஏன் காப்பாற்றப்பட்டேன், மற்றவர்கள் ஏன் காப்பாற்றப்பட வில்லை? அந்தப் பெருந்தீ என்னை வெளியில் உமிழ்ந்துவிட்டதா? என் கருகிய உடலை அதனால் செரிக்க முடியவில்லையா? அத்துடன் அசிங்கமான, சுற்றித் திரிபவளைத் தொடுவதை எப்படி உங்களால் தாங்கிக்கொள்ள முடிந்தது? ஆனால், அவரைக் கேட்பதற்கு நிச்சயமாக இன்னும் எனக்கு எந்த வழியுமில்லை. நான் என் பேச்சை இழந்திருந்தேன். என்னை நீர்நிலைக்கு அழைத்துச்செல்ல அனுமதித்தேன். என்னைச் சுத்தம்செய்து விட்டு அவரும் தன்னைச் சுத்தப்படுத்திக்கொண்டார். நிலவொளி யில், அவரின் வெற்றுடல் இன்னும் கூடுதல் அழகாக இருந்தது. நான் வெறித்துப் பார்த்தேன். என் பார்வையைப் பார்த்துவிட்டு, இன்னும் ஆழத்துக்குச் சென்று மூழ்கினார். அதற்குப் பிறகு, மரத்துக்குப் பின்னால் சென்று ஆடைகளை அணிந்துகொண்டார். முதன்முறையாக, அவர் சட்டைக்குள்ளே பைகளில் வரிசையாக எண்ணெய், விதைகள், ஏன் நீளமான நீலநிற மேலங்கி ஆகியவற்றை வைத்திருப்பதைக் கவனித்தேன். அந்த மேலங்கியை என்னை அணிந்துகொள்ள வைத்தார். எவ்வளவு பொருத்தமான நிறம். என் கிராமத்தின் ஐந்நூறு நீல நிறக் கூடாரங்கள், எங்கள் நடை, வாழ்க்கையைப் பின்தொடர்ந்துகொண்டிருந்த எங்கள் காதுகளுக்குப் பின்னாலிருந்த நீல நிற எண்கள் ஆகியவற்றை அவரிடம் சொல்ல வேண்டுமென்று நினைத்தேன்.

குளியல், என் உடல் முழுவதையும் குத்தியது. ஆனால், அது உடனடியாக எண்ணெய்களால் ஆறுதல்படுத்தப்பட்டது. நான் சீக்கிரமாக குணமடைகிறேனா? வருடலில் அவ்வளவு உறுதி இல்லையென்றாலும் அவரது கைகள் மென்மையாக இருந்தன. அவரை ஆடையின்றிப் பார்த்ததால் அப்படி இருக்கிறதா? என் எரிகாயங்களின்மீது எண்ணெய் தடவும்போது, அவர் சற்று நடுங்கினார். அதற்குப் பிறகு, அவர் தன் பெயரைச் சொன்னார். நான் அதை முதல் முறையாகக் கேட்பதைப்போல பாவனை செய்தேன். அவர் எனக்கு மீன்களைப் பற்றிச் சொன்னார். நான் இளஞ்சிவப்பு இறால்களைப் பற்றி வியந்துகொண்டிருந்தேன். இரவில் மட்டும் நீர் அருந்த வரும் கூச்ச சுபாவமுள்ள விலங்குகளைப் பற்றி எனக்குச் சொன்னார். அவற்றைக் கேட்பதற்காக என் காதுகளைக் கஷ்டப்படுத்திக்கொண்டேன். ராஜ்ஜியக் கட்டமைப்பின் பாடல்களுக்குத் தங்கள் பாடல்களால் குழப்பம் உருவாக்கியதால் அப்புறப்படுத்தப்பட்ட பறவைகளைப் பற்றிக் கூறினார். உயரமான புற்களுக்கு மத்தியில் என்னைப்

படுக்கவைத்தார். எனக்குப் பக்கத்தில் அவரும் படுத்துக்கொள்ள வேண்டுமென்று நினைத்தேன். அவர் தன் உடலை கை நீளத்துக்குத் தள்ளிவைத்திருந்தார். எனக்கு அருகில் அணைத்துக்கொண்டு தூங்க வேண்டுமென்றிருந்தது. அதற்குப் பிறகு, இந்தப் பெரிய நீர்நிலை எப்படி மரங்களையும் புற்களையும் பசுமையாக்கியது என்று சொன்னார். அது ஆப்பிளைச் சிவப்பாக்கியதா என்று நான் வியந்தேன். ராஜ்ஜியங்கள் எப்படித் தங்கள் உயிர்களின்மீது அக்கறையாக இருப்பதைப்போல இந்த நீரின்மீது அக்கறையாக இருக்கின்றன என்று பாராட்டினார். அதை எப்படி அழைப்பார்கள் என்று எனக்குக் கேட்க வேண்டும் என்றிருந்தது. இன்சுவையோடு பேரொலியுடன் வரும் ஆறா? இரவில் அமைதியாக்கி அவர்களைத் தூங்க வைக்கும் பெருங்கடலா? அதற்குப் பிறகு, நீரைவிட்டு, தன் மஞ்சள் பிரகாசத்தை இழந்து மேலேயெழும்பும் நிலவைப் பார்த்தோம்.

இரவின் ஆழத்துக்குள்ளே, கண்ணாடிகளைப்போல, இலைகள் தொடர்ந்து மின்னிக்கொண்டிருந்தன. தூங்கும் எங்கள் உடல்களை அவை தங்கள் சிறு சட்டகங்களில் படம்பிடித்தன.

ௐ

'நீ எங்கே பாடக் கற்றுக்கொண்டாய்? உன்னால் ஏன் பேச முடிய வில்லை, ஆனால், பாட முடிகிறது?' அவர் என் தோள்களைப் பிடித்து, உலுக்கினார். 'நீ என்னிடம் தந்திரங்கள் செய்கிறாயா?'

நான் தூங்கும்போது, அது பாடியதா என்று வியந்தேன். அவர் தெரிந்துகொள்ள வேண்டிய தேவை வெறுப்பாலோ, நம்பிக்கையின்மையாலோ இல்லாததை நினைத்து நன்றி கூறிக்கொண்டேன். ஹர–ஹாரன் தாலாட்டைப் பற்றிய உண்மையைத் தெரிந்துகொள்வதற்கு வற்புறுத்தியதைப்போல இது இல்லை.

அவர் என்னை விட்டுத் தள்ளிச் சென்றார். 'ஆனால், நான் – அவர் தொண்டையை ஏதோ பிடித்திருந்தது – 'என்னால் பாட முடியாது.'

நான் அவரைப் பார்க்க விரும்பவில்லை. எனக்கு அவர் சோகமாக இருக்க வேண்டாம். காலையில், நான் கதகதப்பாக இருந்தேன். அவர் எண்ணெய்களைவிட இனிமையான ஏதோவொன்று என் முகத்தில் வட்டமிட்டது.

'அல்லி, ஆற்றங்கரையில் ஊதா அல்லிகள், அவற்றின் இதயங்களில் சிறு வெள்ளை துகள்களுடன் இருக்கின்றன, பார்'

என்றார் அவர். 'புதிதாக மொட்டு அவிழ்ந்திருக்கின்றன. ஆனால், ஒரு மணிநேரத்துக்கு மட்டும்தான்.'

ஒரு மணிநேரமென்றால் என்னவென்று எனக்குத் தெரியவில்லை.

'வா, நாம் அறைகளுக்குச் செல்ல வேண்டும்.'

எனக்கு 'அறைகள்' என்றாலும் என்னவென்று தெரியவில்லை.

அங்கே நீ மறைந்துகொள்ளலாம், ஓய்வெடுக்கலாம்,' என்று கிட்டத்தட்ட மென்மையாகக் கிசுகிசுத்தார்.

'மறைதல், எனக்கு எப்போதும் தெரிந்திருந்தது. ஆனால், 'ஓய்வு', இல்லை, ஒருபோதும் ஓய்வில்லை.

ஞ

உண்பதும் பேசுவதும் ஒன்றோன்று பிணைக்கப்பட்டது. உண்பது தொண்டையையும் நாக்கையும் திறக்க உதவுகிறது.

'விதைகள்,' எனக்குக் கைநிறைய கொடுத்தபோது நான் முணுமுணுத்தேன்.

அவர் தன் நெற்றியைத் தட்டினார், தன் கைகளைத் தட்டினார். அவர் புன்னகைப்பதை நிறுத்த மாட்டார் என்று நினைத்தேன். நான் புன்னகைப்பதை நிறுத்த மாட்டேன் என்று நினைத்தேன். என் முதல் சொல்: விதைகள். அதுவும் அவரது மொழியில்; இப்போது என்னால் புரிந்துகொண்டு, மற்ற மொழிகளையும் பேச முடியும்? இரண்டாம் முறையாகத் தீயை எதிர்கொண்டதால் இப்படியாகியிருக்க வேண்டும் என்று நான் நினைத்தேன்.

'விதைகள்,' நான் மீண்டும் கூறினேன்.

'ஆமாம், நீ தூங்கிக்கொண்டிருக்கும்போது அவற்றைச் சேகரித்தேன்,' என்று அவர் விளக்கினார். 'உன்னால் மீண்டும் பேச முடிவது எனக்கு மிகவும் மகிழ்ச்சியாக இருக்கிறது – விதைகளின் ராஜ்ஜியத்துக்கு உன்னை வரவேற்கிறேன், அமிதேயா – அமிதேயா, தானே?'

'ஆமாம், அபராமா, அல்கெஸ்டாவின் மகள்' என்று நான் கிசுகிசுத்தேன். அப்படியென்றால், அவருக்கு என் பெயர் கேட்டிருக்கிறது. ஒருவேளை, என்னைப் பெருந்தீயிலிருந்து காப்பாற்றியபோது நான் சொல்லியிருக்கலாம். இப்போது அவருக்கு அது ஞாபகம் வந்திருக்கலாம். அவருக்கு என்னைத் தெரிந்திருக்கிறது, அவருக்கு என்னைத் தெரிந்திருக்கிறது.

‘விர்ராவின் தங்க தானியங்கள், அப்படியென்றால், “சூரியனிலிருந்து வந்தது” என்று அர்த்தம்.’

அவை பங்கீடுகளில் அளிக்கப்படும் காய்ந்த விதைகள் இல்லை. அவை பெரிதாகவும், ஈரமான மையமுனைகளுடனும் இருந்தன. சிறிது நேரத்துக்குப் பின், என் வாயில் இனிமையான கூழ் இருந்தது. ‘உண்பதையும் குடிப்பதையும் ஒரே நேரத்தில் செய்வதுபோல இருந்தது’ என்று நான் சொன்னேன்.

‘நாம் விர்ரா வயல்கள் வழியாகவே நடக்கப்போகிறோம். உனக்கு எவ்வளவு வேண்டுமோ சாப்பிடு, அமிதேயா.’

விதைகள் மகத்தான ஆறுதலை அளிக்கக்கூடியவை, ஆனால், அவர் சோகமின்றி இருப்பதைப் பார்ப்பதைவிட அது ஆறுதலாக இல்லை. அவர் என் நிஜப் பெயரால் அழைப்பதைக் கேட்பதைவிட அது மகத்தானதாக இல்லை.

விர்ராவின் வயல்கள் தங்க நிறத்தில் இருந்தன, ஏதோ சூரியனே பூமிக்கு இறங்கி வந்துவிட்டதைப்போல. என் வாழ்வுக்கான பசிக்குப் பிறகு, நான் வெட்கமின்றி உண்டேன். எப்படி ஓர் இடம் இவ்வளவு உணவைப் பயனற்று வைத்திருக்க முடிகிறது? நான் தண்டுகளையும் விதைகளையும் என் கைகளாலும் பற்களாலும் கிழித்தேன். விரைவில், நான் விர்ராவின் ஒரு வரிசையைக் காலி செய்தேன், அதற்குப் பிறகு மற்றொன்று, பிறகு மற்றொன்று. பேசுவதற்கெல்லாம் நேரமில்லை. அதிர்ச்சியிலிருந்த வெரோம்ப் காதில் விழுந்ததெல்லாம் நான் உணவைக் கிழித்துச் சவைத்த ஓசைகளைத்தான். ரீங்காரமிடுதலை அல்ல.

ø

தானியங்களிலிருந்து வெரோம்ப் என்னை இழுத்துவர வேண்டியிருந்தது. முதன்முறையாக, அவர் முகத்தில் எதிர்ப்பின் சாயலைப் பார்த்தேன், ஆனால், அது என்னைத் தொந்தரவு செய்யவில்லை. குறைந்தபட்சம், என் சபிக்கப்பட்ட அடையாளத்தால் அது தூண்டப்படவில்லை. என் நெற்றி தூய்மையாக இருந்தது, நான் போதுமான அளவுக்கு மகிழ்ச்சியாக இருந்தேன். அவர் எனக்கு நிறைய மலர்களைக் காட்டினார், அவற்றின் நிறங்களை விளக்கினார், ஆனால், அதிகமாக உண்டது என்னை நோய்வாய்ப்படவைத்தது. நான் சிவப்பு மலர்களின்மீது வாந்தி எடுத்தேன், பிறகு, நீலம், பிறகு, மஞ்சள், பிறகு, ஊதா நிற மலர்கள். நான் வண்ணங்களின் குவியல்மீது விழுந்ததால், அவை மங்கலாகின. எனக்கு மேலேயும் ஒளி மங்கலாக இருந்தது, மரங்களில் நிறைய பழங்கள் தொங்கிக்கொண்டிருந்தன. நான் புரிந்துகொள்ள வேண்டியிருந்தது. அப்போதுதான் நான்

ஒரு சிரிப்பைக் கேட்டேன். என் இதயத்தால் அறிந்திருந்த பாடலையும் கேட்டேன். பாதிதான் கேட்டேன். யாரோ ஒருவர் அதை மீண்டும் மீண்டும் பாடிக்கொண்டிருந்தார். ஏதோ மீதிப் பாதியைத் தேடிக்கொண்டிருப்பது மாதிரி.

'விளிம்பு என்பது ஓர் எல்லைக்கோடு, ஓ, எவ்வளவு அழகானது

அது உங்கள் கண்களை விரிவாக்கும்–'

நான் மீண்டும் வாந்தி எடுக்கத் தொடங்கியதால், வெரோம்ப் என்னை அடர்ந்த புற்களை நோக்கி இழுத்துச்சென்று என் வாயை இறுக்கப் பிடித்தார். சரியான நேரத்தில் பாடகரும், அவளுடைய இணையும் நான் விழுந்த இடத்திலிருந்த மலர்களை நோக்கி நடக்கத் தொடங்கினார்கள்.

'எனக்கு உன் குரலையும் வாயையும் பிடித்திருக்கிறது. ஆனால், நீ அங்கீகரிக்கப்படாத பாடல்களை என் முகத்திற்கு நேராகப் பாடக் கூடாது. பெண்ணே, உனக்கு எவ்வளவு துணிச்சல்.'

'என்ன வாசம் இது? இந்த மலர்களுக்கு என்னவானது?'

எனக்கு இந்தக் குரலைத் தெரியும், ஆனால், இது அவளாக இருக்க முடியாது. அவளுக்கு முடி இருக்கிறது, சிறுவனைப் போலக் குட்டையாக, அடர்த்தியாக இருக்கிறது. நான் வெறித்துப் பார்த்தேன். நான் வெரோம்ப்பின் கையைக் கடித்தேன். நான் கல்லறையிலிருந்து எழுந்து வந்தவளை அழைக்க விரும்பினேன்.

என்னைப்போல, வெரோம்ப்பாலும் தான் பார்த்ததை நம்ப முடியவில்லை. இது அவராக இருக்க முடியாது! அவர் இந்த அளவுக்கு நரைத்து, சுருங்கிப்போயிருக்க முடியாது. நீண்ட காலத்துக்கு முன் அவர் தரையிலிருந்து எழும்பித் தன்னையே காற்றில் சுழற்றிக்கொள்வார். அதனால், தான் வானத்தை அடைந்துவிட்டதாக வெரோம்ப் நம்பிக்கொண்டிருந்தார். அவரும் அந்த மனிதரை அழைக்க வேண்டுமென்று நினைத்தார், ஆனால், நாம் கண்டுபிடிக்கப்பட்டுவிடக் கூடாது. அவர் தன் கையால் என் வாயை இறுக்கியபடியே இருந்தார்.

'விலி, எனக்கு இந்த முறை ஊதா வேண்டும் – ஆனால், இந்த மலர்களுக்கு என்னவாயிற்று? அவை தவறான வாசம் வீசுகின்றன.'

அவள் தன் மூக்கை மூடிக்கொள்வதை என்னால் பார்க்க முடிந்தது. அவள் கைகள், மணிக்கட்டிலிருந்து மெலிதான விரல்கள்வரை சிறிய சிவப்பு மலர்களால் அலங்கரிக்கப் பட்டிருந்தன. அவை அவளது சிவப்பு நகங்கள்வரை பிணைக்கப் பட்டிருந்தன.

'ஆமாம், என்ன வித்தியாசமான, துர்நாற்றம். ஆனால், கவலைப்படாதே அன்பே, நாம் மலர்கள் எங்கே அடர்த்தியாக இருக்கிறதோ, அங்கே செல்லலாம் –'

'எங்கே பழங்கள் இனிமையாக இருக்கிறதோ, அங்கேயும்' என்று நகைத்தபடி, அவள் அந்த மனிதரை நோக்கிக் கீழே குனிந்தாள். அவர் அவளின் பாதி அளவுதான் இருந்தார். அவர் அவள் மார்பகங்களை அணைத்தார். அவை பச்சை நிற ஆடையால் அரிதாகவே மூடப்பட்டிருந்தன, அவற்றில் மிளிரும் துளிகள் மலர்களைப் பின்தொடர்ந்தன. அவர் பழமையானவராக இருந்தார், ஆனால், வலிமையானவராகவும் இருந்தார். அவர் அவளைத் தூக்கினார். அவள் சிரித்தபடி, தன் கைகளைக் காற்றில் விரித்தாள். அவள் சிறிய பாதங்கள் அவள் ஆடைக்கு வெளியே தெரிவதை பார்த்தேன். அவையும் அவளின் இதழ்களின் நிறமான சிவப்பில் வண்ணம் தீட்டப்பட்டிருந்தன. ஆப்பிளைவிட சிவப்பாக இருந்தன.

அவர்கள் அடர்த்தியான மலர்கள், பழங்கள் கீழேயும் கனமாகவும் தொங்கும் மரங்கள் இருக்கும் இடத்தை அடையும்வரை, அவர் அவளைச் சுழற்றியபடியே இருந்தார். அவர் ஒரு ஊதாப் பழத்தை எடுத்துத் தன் கட்டைவிரலால் சுற்றி அதைக் கடித்தார். பிறகு, அவள் இதழ்களை ஊதா நிறமாக்கினார். பிறகு, அவரது திறந்த வாய் அவளுக்கு மிக அருகில் வந்தது, ஏதோ அவளை உண்டுவிடுவதைப்போல – இல்லை, அவர் பாடிக் கொண்டிருந்தார், அப்படியா, பாடுகிறாரா? அந்தப் பாடலில் சொற்கள் இல்லை. அது மரங்கள், மலர்கள் மத்தியில் இருக்கும் காற்றைப்போல இருந்தது. அதற்குப் பிறகு, அவர் வாய், நீண்ட, நீண்ட நேரத்துக்கு அவள் வாயை மூடியிருந்தது. வெரோம்ப் இதைப் பற்றி என்ன நினைக்கிறார் என்று எனக்குப் பார்க்க வேண்டுமென்றிருந்தது. அவர் அந்தப் பாடலைக் கேட்டாரா, இல்லையா. ஆனால், அவருடைய கைகள் என் வாயை இறுக்கமாக மூடியிருந்ததால், என்னால் திரும்ப முடியவில்லை. அவரைக் கேட்கவும், அவரது மூச்சை உணரவும் முடிந்தது. அது சற்று வித்தியாசமாக இருந்தது, ஏதோ அவர் வருத்தத்தில் இருப்பதைப் போல இருந்தது.

அவர் வாய் அவளைவிட்டு விலகியதும், அது ஊதா நிறமாகியிருந்தது. அவள் தோள்களைத் தேடியது. அதையும் சாப்பிடப்போகிறாரா? அதற்குப் பிறகு அவர் கை, அவள் ஆடைக்குள்ளே ஊர்ந்துசென்றது. அவள் நகைத்தாள், பெருமூச்சு விட்டாள், ஒவ்வொரு பெருமூச்சுக்கும் அவர்களைச் சுற்றியிருந்த மலர்கள் பெரிதாகின, பிரகாசமாகின, வண்ணத்தின் சுழற்சியால் பெருகின. என்னால் இதற்கு மேல் அவர்களைப் பார்க்க

முடியவில்லை, ஆனால், என்னால் அவர்கள் மூச்சிறைப்பதைக் கேட்க முடிந்தது. பிறகு, ஏதோ அவர்கள் இறப்பது மாதிரி சிறிய மூச்சு உள்ளிழுத்தல்கள். எனக்குக் கத்த வேண்டுமென்றிருந்தது. ஆனால், என் வாயை மூடியிருந்த கை இன்னும் இறுக்கமாகியது. என்னைக் காயப்படுத்தியது. அவரது இதயத்தின் துடிப்பை என் முதுகில் உணர முடிந்தது. அதற்குப் பிறகு, வேறு ஏதோவொன்று, வேறு ஏதோவொன்று. ஏதோ மலர்கள் நடுங்குவது மாதிரி. அவர்கள் இருவரும் இறப்பது எனக்குத் தெரிந்தது. ஆனால், எங்களால் எந்த உதவியும் செய்ய முடியவில்லை.

வெரோம்ப்பும் நடுங்கிக்கொண்டிருந்தார். ஒருவேளை, அதிர்ச்சியில் இருக்கலாம் என்று நான் நினைத்தேன். அவருக்கு வியர்த்ததில் என் முதுகுபுறம் முழுவதும் ஈரமானது, அத்துடன், அவர் என் வாயிலிருந்து கையை ஒருபோதும் எடுக்கமாட்டார் என்பதுபோல இருந்தது.

விளிம்பு என்பது ஒரு எல்லைக்கோடு, எவ்வளவு கூர்மை அது உங்கள் பாதங்களைக் கிழித்துவிடும் என் தலைக்குள், அவள் முன்பு பாடிய அந்தப் பாடலின் இரண்டாம் பகுதியைக் கேட்டேன். அவளுக்கு அதை நான் பாட வேண்டுமென்று நினைத்தேன். குறைந்தபட்சம் அவள் இறப்பதற்கு முன் பாடிவிட வேண்டுமென்று நினைத்தேன். ஆனால், இப்போது அது சாத்தியமில்லை. மலர்கள் பீனேப்பையும் வாய்களின் அமைச்சரையும் புதைத்துவிட்டன. வண்ணங்களின் ராஜ்ஜியத்தில் எல்லாமே அப்படியே ஸ்தம்பித்துப்போயின.

ஃ

இறந்தவர்களால் நகைத்தபடி கல்லறையிலிருந்து எழுந்துகொள்ள முடியும் என்று நான் நம்பத் தொடங்கியிருந்தேன். எங்களுக்கு முன்னால், அவர்கள் மலர்களிலிருந்து எழுந்து, ஒருவர் கைகளிலிருந்து இன்னொருவரை விடுவித்துக்கொண்டிருந்தனர்.

அவள் வாய் அவரது காதுகளை நோக்கி அலைந்தது. ‘இது உங்களைத் மகிழ்ச்சியடைய வைத்ததா?’

‘இல்லை, பெண்ணே, அதை இன்னும் சரியாகச் சொல். நீ உண்மையாக என்ன உணர்கிறாயோ அதைச் சொல்.’

‘இது என்னை மகிழ்ச்சிப்படுத்தியது.’ அவள் அவர் கன்னங்களைத் தடவியபடி நகைத்தாள். அவர் அவள் இடுப்பைப் பிடித்தார். ஆனால், அவரால் அடைய முடியவில்லை. பின்னிப் பிணைந்திருந்த அவர்கள் வித்தியாசமான மரத்தைப்போல இருந்தனர்.

‘இங்கே, என்று சொல்லியபடி, அவர் அவள் உள்ளங்கையில் மின்னும் நீர்த்துளி ஒன்றை வைத்தார். ‘இதை எனக்குப் பிடித்த இடத்தில் அணிந்துகொள் – இங்கே, எண்ணெய்களுக்கான சீட்டு.’ அவர் தன் சட்டைப் பைக்குள்ளிலிருந்து ஒரு சிவப்புக் கல்லை எடுத்தார். ‘ஒரு புதிய வாசனைத் திரவியத்தை எடுத்துக்கொள், மிகவும் இனிப்பாக இல்லாத ஒன்றை எடு.’

அவள் அவரை முத்தங்களால் திணறடித்தாள், அவற்றை அவர் தயக்கத்துடன் தவிர்த்தார். ‘நான் உடனடியாக அவைக்குச் செல்ல வேண்டும்.’

அவள் புன்னகை உறைந்தது. ‘இந்த முறை யார்?’

‘வழக்கமான சுற்றித் திரிபவர்.’

‘அவர் பிடிபட்டுவிட்டாரா?’

‘அவள் பிடிப்பட்டுவிடுவாள் – அது ஒரு பெண். ஓர் ஆர்வமான வழக்கு. அவள் பாடுவாள், பூச்சிகளின் வகைகளிலிருந்து ஓர் அடையாளம் அணிந்திருப்பாள்.’

அவள் வெளிறிப்போனாள். ‘நிச்சயமாகவா – உறுதியாகச் சொல்கிறீர்களா?’

‘அது ஒரு வதந்தி, ஆனால், நாங்கள் அவளைப் பற்றித் தெரிந்துகொள்ள ஆர்வமாக இருக்கிறோம். கொஞ்ச காலமாகவே அவளை நாங்கள் கண்காணித்துவருகிறோம். நெற்றியில் ஒரு வெட்டுக்கிளி? ஆமாம், அது வெறும் ஒரு வதந்திதான். ஆனால், ஒருவருக்கு எப்போதும் தெரியாது – நான் அவள் இங்கே வருவாள் என்று ஒருபோதும் நினைக்கவில்லை.’

அவள் கால்கள் வலுவிழந்தன, ஆனால், அவர் அவளைச் சரியான நேரத்தில் கவனித்துவிட்டார், சிரித்தபடி, ‘நான் உன்னை அதிகமாக மகிழ்ச்சியடைய வைத்துவிட்டேன், இல்லையா?’

‘நீங்கள் உறுதியாகச் சொல்கிறீர்களா – நான் என்ன சொல்கிறேன் என்றால், அவள் பிடிபட்டுவிடுவாளா?’

‘ஆமாம், அவள் எல்லையைக் கடந்துவிட்டாள், அப்படித்தான் தெரிகிறது – இங்கே, நான் வைக்கிறேன்’ என்று, மின்னும் நீர்த்துளியை அவள் மார்பகங்களுக்கு நடுவில் தள்ளினார். அங்கே அது நட்சத்திரம் போல மின்னியது.

ஒ

ஏதோ எங்களால் அந்த உரையாடலின் இறுதியைத் தொடர முடியும் என்பதைப்போல, நாங்கள் அவளை எண்ணெய்களின்

ராஜ்ஜியம்வரை பின்தொடர்ந்தோம். அந்தக் கட்டிடம், அது பறைசாற்றிக்கொண்டிருக்கும் செல்வச் செழிப்பைச் சுடரொளியாக வீசியது. அது தலைகீழான 'V' வடிவத்தில் எழும்பியிருந்தது, அது வானம்வரை, இல்லை, அதற்கும் மேலேகூட தள்ளப்பட்டிருக்கலாம். என் தந்தை வாக்குறுதி அளித்ததைப் போலவே ஒரு கோபுரம், ஆனால், அவர் இதைச் சொல்லத் தவறிவிட்டார், அது இருக்கும் எல்லா வாசனையையும் வீசியது, சில மிகவும் கடுமையாக இருந்தன, எங்களால் அவை சிறிய ஜன்னல்களிலிருந்து வெளியே அலைந்து திரிவதைப் பார்க்க முடிந்தது. பரந்து விரிந்த நிலம், நாங்கள் பார்த்ததைவிட, இன்னும் பெரிய, பிரகாசமான மலர்களுடன் தீவிரமான வாசம் வீசியது. அங்கே நிறம் மாறிக்கொண்டிருந்த குளத்தை நோக்கிப் பல மலர்கள் தங்கள் தலையைச் சாய்த்திருந்தன. அது சில சமயம் நீலம், சில சமயம் மஞ்சள், சில சமயம் சிவப்பு என்று நிறம் மாறிக்கொண்டிருந்தது. சற்று அருகில் சென்றால், அந்த மலர்கள் குளத்தில் அடர்த்தியான திரவத்தைச் சொட்டிக்கொண் டிருப்பதை நாங்கள் பார்த்தோம். நீண்ட தொலைவில் இருந்தவற்றுக்கு ஒரு சிறு நீர்ப்பிடிப்பு பகுதி இருந்தது. அது அந்தச் சாறைக் குளத்தை நோக்கிச் சொட்டுச் சொட்டாக அனுப்பிக்கொண்டிருந்தது. அங்கே விலங்குளும் இருந்தன. அவை மூன்று கால்களுடன் மென்மயிர் நிறைந்த நீல நிறப் பந்துகளைப்போலச் சுற்றித் திரிந்துகொண்டிருந்தன, ஆனால், அங்கேயிருந்த சிறந்த ஏற்பாட்டைத் தொந்தரவு செய்யாமல் நேர்த்தியுடன் சுற்றித் திரிந்துகொண்டிருந்தன. முதலில், அவை கண்களுக்குக் கீழே மஞ்சள் கற்கள் அணிந்திருப்பதாக நினைத்தேன், ஆனால், நான் கருதியது தவறு. அவை தொடர்ந்து சொட்டிக்கொண்டிருக்கும் திரவத்தைப் பிடிப்பதற்கான குப்பிகள். அந்த விலங்குகள் எண்ணெய்களைக் கண்ணீராகச் சொரிந்துகொண்டிருந்தன. இவற்றுக்கு மத்தியில், நன்றாக வளர்ந்துவிட்ட மலர்கள், புற்களைப்போல, பூமியிலிருந்து முளைத்த மெல்லிய தங்க குழாய்களைப்போல இருந்தன. அவை எவ்வளவு உயரமாக வளர்ந்திருந்தன என்பதைச் சொல்வது மிகவும் கடினம்.

பீனேப் இந்தப் பேரழகான அதிசயத்துக்குள் நடந்து சென்று அந்த மிளிறும் கட்டிடத்துக்குள் நுழைந்தாள். அந்தப் பச்சை ஆடையில், மலர்கள் அலங்காரத்துடன் அவள் மலர்களின் மலர்போலத் தெரிந்தாள். இல்லை, அங்கேயிருந்த வித்தியாச மான விலங்காகத் தெரிந்தாள். அவளைப் பார்ப்பது அற்புதமான காட்சியாக இருந்தது.

அவள் வெளியே வருவதற்காக நாங்கள் காத்திருந்தோம். என் வாயை விடுவித்ததிலிருந்து நாங்கள் எதுவும் பேசவில்லை, அது காயம்பட்டிருப்பதை இப்போது உணர முடிந்தது. என் தாடை வலித்தது. என் கண்களை அவர் தவிர்த்தார். அவர் தன் தொண்டையைத் தொட்டுக்கொண்டே இருந்தார், வலியுடன் விழுங்கிக்கொண்டிருந்தார். என்னால் தீர்க்க முடியாத விஷயங்களை அவரிடம் கேள்விகளாகக் கேட்க விரும்பினேன். நான் பெரிய நீர்நிலையில் மீண்டும் குளிக்க வேண்டுமென்று நினைத்தேன். என் முதுகுபுறம் பிசுபிசுப்பாக இருந்தது. நான் வித்தியாசமான வாசம் வீசினேன். அவரும்தான். அது மலர்களால் என்று நான் நினைத்துக்கொண்டேன்.

அவள் தன்னைச் சுத்தப்படுத்தி ஆடைகளை மாற்றியிருந்தாள். அவள் வெளியே வரும்போது புதிதாகத் தெரிந்தாள். அவள் அடிகள் மெதுவாகவும் கனமாகவும் இருந்தன. அவள் ஒரு மென்மயிர் பந்தின் முன்னால் முழங்காலிட்டு அமர்ந்தாள். அவள் அதைத் தடவிக்கொடுத்தாள், அரைக் கூக்குரலில் இப்போது முழுப்பாடலையும் பாடினாள்.

'ஓ, ஒரு பரிசைக் கண்டுபிடிக்க, – இதுதான் உண்மையில் அந்த ஒன்றா?

ஓ, அந்தக் கண்டுபிடிப்பை நம்புவதற்கு –

அது அந்த நம்பிக்கைக்கான மதிப்புடையதா?

ஓ, அதை கையில் மதிப்புடன் வைத்திருப்பதற்கு!'

அவள் அதைத் துயரப் பாடலைப்போல பாடினாள். அவள் குரல் தள்ளாடியது. அவளால் உச்ச ஸ்ருதியை எட்ட முடியவில்லை. அவள் தன் ஈரமான தருணங்களில் ஒன்றில் இருந்தாள். ஆனால், இப்போது மகிழ்ச்சியுடன் சிறிக்கொண்டிருக்கும் அந்த நீல விலங்கைப் போல அவள் கண்களுக்குக் கீழே எந்த சிறு குப்பியும் இல்லை.

ભ

அவை மறைந்தும் அமைதியாகவும் இருந்தன. அவை புற்களைப் போலப் பச்சையாக இருந்தன. அத்துடன், அவை பார்ப்பதற்கு ஒரே மாதிரியாக இருந்தன. அந்தச் சிறிய அறைகளின் வரிசை. வெரோம்ப் பின்னிரவில் ஓர் அறைக்குள் என்னைப் பதுக்கிவைத்தார்.

முன்பு அவரிடம் பீனேப்பையும் அவளது பழமையான துணையையும் பற்றிக் கேட்டுக்கொண்டேயிருந்தேன். ஆனால்,

வெரோம்ப் தன் தொண்டையை மட்டும் பாதுகாப்பாகக் கட்டிப்பிடித்துக்கொண்டார். அவர் எனக்கு முன்னால் பல இடங்களுக்குச் சென்றார். அவர் என்னை ஒரு சிறு குளத்துக்கு அழைத்துவந்து, குளிக்குமாறு கோரினார். அவரது முறை வந்தபோது, என்னைத் தள்ளிப்போகுமாறு கையசைத்தார். அவர் சீற்றத்துடன் தேய்ப்பதை நான் கேட்டேன். நாங்கள் மறைவு அறைகளுக்கு வந்த பிறகுதான் அவர் மீண்டும் பேசினார். 'ஓய்வுக்காக,' என்று அவர் பெரும் நிம்மதியுடன் கிசுகிசுத்தார், அதன் பிறகு அவர் சென்றுவிட்டார்.

அங்கே மிகவும் இருண்டிருந்தது. நான் மிகவும் சோர்வாக இருந்தேன். அந்த அறையிலிருந்த காற்று உட்பட எல்லாமே மென்மையாகவும் தோழமையாகவும் இருப்பதை உணர்ந்தேன். நான் என் கண்களை நீண்ட நேரம் மூடியிருந்தேன்.

〜

அப்படியானால், ஒரு மரத்தால் அறைக்குள்கூட வளர முடியும். நான் எழுந்தவுடன் இதுதான் என் எண்ணம். அந்த மரம் சிறியதாக இருந்தது, ஆனால், அது படுத்திருக்கும் ஐந்து உடல்களுக்கு நடுவில் திணிக்கப்பட்டிருப்பதைப்போல இருந்தது. மூன்று பெண்களும் இரண்டு ஆண்களும் என்னைத் தங்கள் கண்களால் பழித்துக்கொண்டிருந்தனர். அவர்களது வெளிறிய தன்மை, என்னுடையதைப்போலவே அவர்கள் அணிந்திருந்த நீளமான நீலநிற அங்கிகளைத் தாண்டிக் கதறிக்கொண்டிருந்தது. அனைவரும் தங்களைப் பாதுகாத்துக்கொள்வதைப்போலத் தங்கள் மார்புகளில் கைகளைக் கட்டிக்கொண்டிருந்தனர்.

'நான் அமிதேயா,' என்று சொன்னேன், பிறகு, ஒரு பின்யோசனையாக, 'என்னை மன்னித்துவிடுங்கள், இந்தச் சிறிய அறையை மேலும் நெருக்கமானதாக மாற்றியதற்காக என்று சொன்னேன். அவர்கள் என் மொழியைப் பேசுவார்களாக என்று வியந்தேன்.

அவர்கள் அமைதியாக, என் முகம், கைகள், பாதங்கள், நீல அங்கியால் மறைக்கப்படாத என் எல்லா பாகங்களையும் பார்த்தார்கள். பிறகு, அது ஏதோ ஒரு வேலையைப்போல, அவர்கள் தங்கள் கண்களை மீண்டும் மெதுவாக மூடிக்கொண்டார்கள். அவர்கள் புருவங்களும் மெதுவாகச் சுளித்தன.

என் காயங்களை மறைத்தபடி, என் முகத்தை மறைக்க முடிந்தால் எவ்வளவு நன்றாக இருக்கும் என்று ஆசைப்பட்டபடி, 'என்னை மன்னித்துவிடுங்கள்' என நான் மீண்டும் சொன்னேன்.

அந்த அறை மரத்தின் ஒரே பழத்தால் ஒளி வீசிக்கொண் டிருந்தது. உருண்டையாக, பிரகாசமாக, ஆனால், சிவப்பாக இல்லை. அது அடர்ந்த பச்சை இலைகளால் கிட்டத்தட்ட மறைந்திருந்த சிறிய பூக்களை நான் பார்க்க உதவியது. அவை பாதி திறந்திருந்த கைகளைப்போல இருந்தன. மெதுவாகத் துடித்தபடி, அவை தங்களுக்கான காற்றை உருவாக்கிக்கொண்டிருந்தன. நான் எவ்வளவுக்கெவ்வளவு மேலே பார்க்கிறனோ, அவ்வளவுக்கவ்வளவு லேசாக என்னை உணர்ந்தேன். நான் பரந்த வயல்களில் இருப்பதாகக் கற்பனை செய்துகொண்டேன்.

'நீங்கள் மேலே பார்த்தால் நன்றாக உணர்வீர்கள்,' நான் மற்றவர்களிடம் சொன்னேன்.

எனக்குப் பக்கத்தில், ஒரு வெளிறிய வாய் அசைந்தது. அது பதிலளிக்கத் துடித்தது, ஆனால், அந்தச் செயல் அதனிடமிருந்து உயிரைப் பறித்துவிடும்போல இருந்தது.

என் கன்னத்தில் ஏதோவொன்று அடித்ததுபோல இருந்தது. நீர்? இல்லை, இது அடர்த்தியாக, மேலே மலர்களிலிருந்து சொட்டிக்கொண்டிருந்தது. இது பரிச்சயமான வாசம் வீசியது. ஆனால், முழுவதுமாக இல்லை. இதற்கு நறநறப்பு இல்லை, எல்லாமே நறுமணம்தான். எண்ணெய்! அது படுத்திருந்த உடல்களை ஒரேயடியாக நகரவைத்தது. மெதுவாக, சோர்வாக, அவர்கள் தங்கள் மார்புகளில் கட்டியிருந்த கைகளை விலக்கினார்கள். ஒவ்வொரு அமைதியான துளியையும் பிடிக்க அவர்கள் தங்கள் இதயங்களை விடுவித்தார்கள்.

என்னால் அந்த அமைதியைத் தாங்க முடியவில்லை. என் மண்டையோட்டுக்குள் அது பற்றியிழுத்து, சொட்டுதலை இசையாக அமைத்தது. பிறகு, ஒரு பழைய பாடலைக் கச்சிதமாக ஒவ்வொரு சொட்டு எண்ணெய் விழும்போதும் நான் கேட்டேன்.

'அந்த அ–மைதி– உடைந்ததற்கு

முன்–னால்– சீக் – சீக்கிரமே'

ஐந்து பேர் என்னை அமைதிபடுத்தியதால் மேலும் அந்த அமைதி உடைந்தது. அத்துடன், அவர்கள் நான் படுத்திருந்த இடத்திலிருந்துத் தொலைவாகத் தங்கள் உடல்களை இழுத்துச் சென்றனர். கைகள் மீண்டும் இதயத்தைப் பிடித்துக்கொண்டன. கண்கள் மேலும் என்னைப் பழிப்பதற்காகத் திறந்திருந்தன. 'என்னை மன்னித்துவிடுங்கள், நான் உங்களைக் காயப்படுத்த மாட்டேன்,' என்று சொன்னேன், ஆனால், அனைவரும் என்னை விட்டு விலகிச் சென்று, சுவர்களைத் தள்ளிக்கொண்டிருந்தனர். நான் அவர்களை நோக்கி நழுவிச் சென்றுகொண்டிருப்பதைப்

பார்த்தேன். எங்கள் எடையால் அறை சாய்ந்தது. அழுத்திக் கொண்டிருந்த சுவர், அடுத்த அறையைத் திறந்தது, அங்கே இன்னும் நிறைய உடல்கள் என்னை விட்டும் என் தலைக்குள்ளிருந்த பாடலை விட்டும் விலகிச் செல்வதற்காக மேலும் சுவரைத் தள்ளத் தொடங்கியிருந்தன. நாங்கள் செல்லச் செல்ல ஒவ்வொரு அறையாகத் திறந்துகொண்டிருந்தன. உதிர்ந்துகொண்டிருக்கும் மரத்துடன் அதன் உடல்கள் பெருகிக்கொண்டிருந்தன. மோசமான வாசனை மிகுந்த தரையில் அவை ஒன்றன்மீது ஒன்றாக விழுந்துகொண்டிருந்தன.

ஞ

கைகள் இப்போது முகங்களை மூடிக்கொண்டிருந்தன, அடுத்த காதுடன் இணைய வாயில் சிறு இடைவெளியை மட்டும் அவை விட்டுவைத்திருந்தன. வாய்க்கும் காதுக்குமான இந்த அணுகுமுறை, அறை நீளத்துக்கு ஆழமாக நீட்டிக்கப்பட்டிருந்தது. எல்லா அறைகளும் ஒரே பெரிய அறையாக மாறின. அங்கே இறுதியாக உடல்களால் உட்கார முடிந்தது. ஒருவருக்கொருவர் எதிராகக் குனிய முடிந்தது. அது இடுபாடுகளின்போது இருந்தமாதிரி இருந்தது. இந்த இடம் மட்டும்தான் திடமாகக் கட்டப்பட்டிருந்தது, அத்துடன் நன்றாக வெளிச்சமாகவும் இருந்தது. இலைகள், பூக்கள், சுவர்களில் முளைத்திருந்த பழங்களுடன் அதிபிரகாசமாக இருந்தது. அந்த அறை பல மொழிகளின் கிசுகிசுப்புகளால் சலசலத்துக்கொண்டிருந்தது. ஆனால், வெறும் ஒரேயொரு வதந்தி மட்டும்தான்.

'பயங்கரமான சோர்வு பயங்கரமான சோர்வு பயங்கரமான சோர்வு பயங்கரமான சோர்வு பயங்கரமான சோர்வு' இது சுவர்களை நடுங்கவைத்தது.

ஏன் இந்தச் சோர்வு? ஏன் பயங்கரம்? அது நானா? நான் கிசுகிசுப்பாளர்களின் வரிசையில் மன்னிப்புக் கேட்டபடி நடந்து சென்றேன். 'என்னை மன்னித்துவிடுங்கள், நான் உங்களைக் காயப்படுத்த மாட்டேன்.' ஆனால், அவர்கள் காதுகள் ஒரேயொரு வதந்தியைத்தான் கேட்டுக்கொண்டிருந்தன. சற்று நேரத்துக்குப் பிறகு அது மாறியது.

'எல்லை கனவு, எல்லை கனவு, எல்லை கனவு, எல்லை கனவு, எல்லை.'

'என் இதயம் கடினமாகியது. நீங்களும் அதைக் கனவு கண்டீர்களா? நீங்கள் தொலைதூரத்திலிருந்து அங்கே நடந்து வந்தீர்களா? நீங்கள் பிடிபட்டீர்களா? நீங்கள் தாய்மார்களின் ரத்தம் தோய்ந்த கைகளைப் பார்த்தீர்களா?'

நான் வீட்டுக்கு வந்துவிட்டதுபோல உணர்ந்தேன். நான் வரிசையின் கடைசிக்குச் சென்றபோது, கடைசியாக இருந்த காதில் என் நிம்மதியைச் சொல்வதற்குத் தயாரானேன். ஆனால், என் தலைக்குள்ளிருந்த ரீங்காரம் என் வாயை மூடியது. பிறகு, அந்தப் பாடல் –

'பாடு எவ்வளவு அன்பானது, எவ்வளவு கொடியது
எல்லைக்கான உன் கனவு என்று'

ஃ

'அழகானதா?' கிசுகிசுப்பாளர்கள் ஒன்றாக எழுந்தனர். 'அழகானதா?' இப்போது அவர்கள் அலறிக்கொண்டிருந்தனர். பெருங்கோபம், எல்லாச் சோர்வையும் பயங்கரத்தையும் நீக்கியிருந்தது. முகங்களும் இதயங்களும் இப்போது அம்பலமாயின. அது என்னைக் கடைசிச் சுவருக்குத் தள்ளியது.

'எங்களது பயங்கரத்தை அழகானதாக நினைக்கிறாயா?'

'எங்களது கனவுகளை அழகானதாக நினைக்கிறாயா?'

'எங்களது இறப்பை அழகானதாக நினைக்கிறாயா?'

'உன் பாடலை அழகானதாக நினைக்கிறாயா?'

இந்தக் கேள்விகள் எல்லாம் கை முஷ்டிகள் காற்றைத் துடிக்கவைக்கும் நேரத்தில் முணுமுணுக்கப்பட்டன.

'இல்லை, என்னை மன்னித்துவிடுங்கள், இல்லை, நான் அப்படிச் சொல்ல வரவில்லை – அத்துடன், அது நான் இல்லை, நான் பாடவில்லை, தயவுசெய்து கேளுங்கள், அது நான் இல்லை –'

'அது நான் இல்லை, அது நான் இல்லை,' அவர்கள் கசப்புடன் எதிரொலித்தனர். 'குழந்தைகள் எப்போதும் அதைச் சொல்வார்கள்.'

'எனக்குப் புரியவில்லை.'

'உனக்குப் புரியும் – உனக்கு எங்கள் இதயங்களுடன் எப்படி விளையாட வேண்டுமென்று தெரியும். உனக்கு எங்கள் கனவுகளுடன் எப்படி விளையாட வேண்டுமென்று தெரியும் –'

'எனக்குத் தெரியாது –' நான் சொல்லத் தொடங்கினேன், ஆனால், அதற்கு மேல் என்னால் எதுவும் சொல்ல முடியவில்லை. திடீரென்று வந்த ஒளியாலும் அசையும் வண்ணங்களாலும் என் பார்வை மறைக்கப்பட்டது.

'பார். முதலில் தந்தைமார்கள் நடந்து சென்றார்கள், பிறகு, தாய்மார்கள், பிறகு, அவர்கள் பிள்ளைகளை அனுப்பினார்கள். இது மிக மோசமான துரோகம்.'

'நம் எல்லையில் ஒரு கொள்ளை நோய்!'

'நம் ராஜ்ஜியங்களில் ஒரு கொள்ளை நோய்!'

அவர்களின் குரல், கட்டுக்கடங்காத வெறுப்புடன் எழுந்தது. பிறகு, திடீரென்று ஒரு வெடிப்பு அறையை உலுக்கியது. விளக்குகள், கர்ஜிக்கும் விளக்குகள்! விளக்குகள், குருடாக்கும் விளக்குகள்! என்னால் பார்க்க முடியவில்லை, என்னால் பார்க்க முடியவில்லை. எங்கள் கிராமத்தின் கூடாரத்துக்குத் திரும்பி வந்துவிட்டதாக நான் நினைத்தேன். எனக்கு ஒன்பது வயது. நான் எரிந்துகொண்டிருக்கிறேன்.

'பார்த்தாயா? ஒரு குழந்தை எங்களுக்கு அதைச் செய்தது. எவ்வளவு அழகானது.'

நிச்சயமாக நான் பார்க்கவில்லை. நான் எதிர்ப்பக்கத்தில் இருந்தேன். அவர்கள் நின்றிருந்த இடத்திலிருந்து பார்த்ததை நான் பார்க்கவில்லை — சுவரிலும் என் உடலிலும் ஓடிக்கொண் டிருந்த அசையும் படங்கள் என் பார்வையைப் பறித்தன. என் தோலையும் துன்புறுத்தின. மரங்களின் எல்லைக்கு நடந்து செல்லும் ஆண்கள், பெண்களின் படங்கள். அதற்குப் பிறகு, மர வழிபாட்டாளர்கள் கூட்டத்துடன் ராஜ்ஜியத்துக்குள் ரகசியமாக ஒரு குழந்தை உள்ளே நுழைகிறது. அவர்கள் கைகளைத் தூக்கியவுடன், அந்தக் குழந்தையின்மீது ஒளிவீசுகிறது, நொறுங்கிப்போகிறது. பெருந்தீயின் காயங்கள், காயங்கள்.

'அது அழகானதா?' கூட்டத்தினர் கோபத்தை உமிழ்ந்தனர்.

நெருப்பு என் மீது ஓடியது. ஏதோ நான் மீண்டும் எரிவதைப் போல உணர்ந்தேன்.

'அழகானது? அழகானது? அழகானது?' அவர்கள் முணுமுணுத்தபடி என்னை நோக்கி வந்தனர், அவர்கள் கைகள் என்னை நோக்கி நீண்டன. நான் கிழித்தெறியப்படுவதற்குத் தயாராக இருந்தேன்.

ಅ

'நாம் நம்மைப் பாதுகாப்பதற்காகத் தீயைக் கட்டமைக்கிறோம். இதை நாம் தொடக்க காலத்திலிருந்தே செய்துவருகிறோம். அதை நீ மறந்துவிடாதே.'

‘அப்பா, நீங்கள் எனக்குக் கற்றுக்கொடுத்த எதையாவது நான் எப்போதாவது மறந்திருக்கிறேனா?’

‘ஆனால், ஞாபகம் வைத்துக்கொள். நல்ல நெருப்பு, தீய நெருப்பு என இரண்டு வகை இருக்கிறது.’

எங்களுக்கு முன்னால் சென்ற இரண்டு மனிதர்கள் சதி செய்த நெருப்பை நான் எதிர்கொள்ள வேண்டியதைப் பற்றி எனக்குச் சொல்ல வேண்டுமென்றிருந்தது. ஆனால், கை என் வாயைக் கவ்வியது. வெரோம்ப் எப்போதும் வலிமையாகவும் வளைந்துகொடுக்காமலும் இருந்தார். அவர் என்னை மீண்டும் காப்பாற்றினார். எப்படி என்று எனக்குத் தெரியாது. ஒருவேளை அந்தக் கடைசிச் சுவரை என் பயம் தள்ளித் திறந்திருக்கலாம். ஒருவேளை வெரோம்ப் அங்கிருந்து செல்லாமலே இருந்திருக்க லாம். ஒருவேளை அவர் முணுமுணுக்கும் கூட்டத்தினரிடையே இருக்கலாம்.

‘அத்துடன், நிறைய நல்ல பாடல்களும் இருக்கின்றன, தீய பாடல்களும் இருக்கின்றன.’

‘எனக்குத் தெரியும் அப்பா, எனக்குத் தெரியும்.’

இருளில் நான் எங்கிருந்து வந்தேனோ, அங்கே என்னை நோக்கி நடந்து வந்த மனிதர்களின் குரல்கள் தெளிவற்றதாயின. என்னைக் கண்டுபிடிக்க என்று விளக்கிய வெரோம்ப், என்னைத் தன் பிடியிலிருந்து சற்றுத் தளர்த்தினார். ‘குக்ஸிக், ஸூக்கிக். மகனும் தந்தையும். குக்ஸிக் பங்கீடுகளில் என் வலது கையாள். அத்துடன், நான் கண்டுபிடித்தது என்னவென்றால் – அவன் ஓர் உளவாளி – தன் தந்தை ஸூக்கிக்கிற்கு, அவர் புஜங்களின் அமைச்சர். அவர் தன் கைகளை அசைத்தபடி, எப்போதும் தன் ஆயுதங்களை வைத்திருப்பார். ஆனால், என் தந்தை அவரைப் பார்த்து பயப்படவில்லை, அவர் பாடினார், ஒருபோதும் அவரை வெற்றிபெற விட்டதில்லை. இது நீண்ட காலத்துக்கு முன்,’ அவர் பெருமூச்சுவிட்டார். பிறகு அமைதியானார்.

எனக்கும் தந்தையிருந்தார், நீண்ட காலத்துக்கு முன்.

‘இங்கே பார், அமிதேயா –’ என்று அவர் என்னைப் பார்க்க முடியாமல் நிறுத்தினார். ‘எல்லா மகன்களுக்கும் தங்கள் தந்தைகளைப் பற்றிய மாயை இருக்கும்.’

‘மாயை?’

‘நல்ல கனவுகள், மிகவும் நல்ல கனவுகள். சில நேரங்களில், வெறும் வதந்திகள். ஆனால், அவை கனவுகள். நல்ல கனவுகள்

என்று நாம் நம்புவோம், அப்போதுதான் நம்மால் இரவில் தூங்க முடியும்.'

நான் அபராமாவுடன் இளஞ்சிவப்பு இறால்களை உண்ணும் என் கனவை நினைத்துக்கொண்டேன். 'நான் நினைத்தேன் –' அவர் நான் சொல்வதையும் என் எல்லாக் கனவுகளுடனும் கேட்க வேண்டும் என்று விரும்பினேன். 'என்னை நெருப்பிலிருந்து எடுத்தபோது, நீங்கள் என் தந்தை என்று நினைத்தேன்.'

வெரோம்ப் பெருமூச்சுவிட்டபடி, மீண்டும் தன் தொண்டையைக் கட்டிப்பிடித்துக்கொண்டார். அவர் இன்னும் அதிகமான வலியில் இருப்பதைப்போலத் தோன்றியது.

'ஏன் என்னைக் காப்பாற்றிக்கொண்டேயிருக்கிறீர்கள்? ஏன் தீ? ஏன் பீனேப்பும், அந்த முதியவரும்? ஏன் அந்த அறைகள்? ஏன் அந்தப் பெருங்கோபம்? ஏன் அந்த எல்லை? ஏன் அந்தப் பாலைவனம்? இப்போது இந்த மரங்கள், மலர்கள், பூக்கள், எண்ணெய்கள், தானியங்கள் ஏன் இவ்வளவு இருக்கின்றன? அத்துடன், பாலைவனத்தில் ஏன் எதுவும் இல்லை? ஏன் நீங்கள், ஏன் நான்? ஏன் குழந்தைகள்?'

'ஏன் பயங்கரமாக இருக்கிறது?'

ஒரே கேள்விகளைக் கேட்பதில் ஏதோ வெறும் ஆறுதல் கிடைப்பதைத் தவிர, நம்மிடம் பதில்கள் இல்லை. தொலைவான கோபுரங்களில், முடிவற்று எழுந்துகொண்டிருக்கும் பெருந்தீயின் பிரவாகத்தை நாங்கள் பார்த்துக்கொண்டிருந்தபோது அவர் அதே கேள்விகளைத் தன் தலைக்குள் கேட்டுக்கொண்டிருப்பதாக நான் கற்பனை செய்தேன். அவை விளக்குகளுக்கான மரங்களைப் போல இருந்தன.

'இந்த ராஜ்ஜியங்களின் நெருப்பில் பயங்கரமான அழகுடன் இருந்தது.' அவர் மூச்சுவிட்டார். எல்லோரும் அறையில் பாதுகாப்பாக இருக்கும்போது அவை அப்படி ஏற்றப்படும். இங்கே, நெருப்பின் பயம் புரிந்துகொள்ளக்கூடியது, ஆனால், விளக்குவதற்கெல்லாம் நேரமில்லை. நாம் காத்திருக்கலாம். சீக்கிரமே, அவள் உன்னைப் பாதுகாப்பான அறைகளுக்கு அழைத்துச்செல்வாள்.'

அவள்? ஆனால், அவர் பதிலளிக்க மறுத்துவிட்டார். நாங்கள் நீண்ட நேரம் காத்திருந்தோம். நிலவையோ, நட்சத்திரங்களையோ நெருப்பு காயப்படுத்தவில்லை. அவற்றில் பல மறைந்துகொண்டிருந்தன, ஏனென்றால், அவற்றால் அதீதமான வெளிச்சத்தை விஞ்ச முடியவில்லை.

என் முதல் மீட்பரிடம் என்னை ஒப்படைத்தார்கள். அவள் எளிய பச்சை ஆடை அணிந்திருந்தாள், தன் மார்பகங்களில் கண்சிமிட்டும் நட்சத்திரத்தை அணிந்திருந்தாள். வண்ணங்கள் எதுவும் இல்லாமல் அவள் அழகாக இருந்தாள். அவளின் அடர்த்தியான கருங்கூந்தலைப் பார்த்து வியப்புற்றேன். நான் பார்ப்பதற்கு மோசமாக இருந்தேன். நான் தீயை இரண்டாம் முறையாகக் கடந்துவந்திருக்கிறேன்.

'அவர்கள் இன்னும் கூடுதலாக உன்னை காயப்படுத்தி யிருக்கிறார்கள்.' அவள் பெருமூச்சுவிட்டாள்.

'பீனேப், நீ இல்லாத குறையை நான் உணர்ந்துள்ளேன், நீ இல்லாத குறையை மிகவும் உணர்ந்துள்ளேன், ஒரு மார்பு அதன் இதயம் இல்லாத குறையை உணர்வதைப்போல.' என்னால் சொல்ல முடிந்ததெல்லாம் அவ்வளவுதான்.

அவள் கைகளைக் கொடுக்க வந்தாள், ஆனால், பிறகு எடுத்துக்கொண்டாள். அவளால் செய்ய முடிந்ததெல்லாம் அவ்வளவுதான்.

அறைகள், புற்கள், மரங்களின் வாசம் வீசியது, ஆனால், எதிலும் மரங்கள் உள்ளே நிற்கவில்லை. 'பச்சை மரங்கள்' எப்போதும் குளித்துக்கொண்டிருந்தன. தங்கள் கூந்தலைச் சீவிக்கொண்டிருந்தன (அவ்வளவு அழகான கூந்தல்!). தங்கள் உடல்களில் எண்ணெய்களைத் தேய்த்துக்கொண்டிருந்தன, அல்லது ஓய்வெடுக்க நினைக்கும் ராஜ்ஜியக் கட்டமைப்பாளர் களுடன் படுத்துக்கொண்டிருந்தன. இங்கே உங்கள் நிறம் என்னவாக இருந்தாலும் 'பச்சை' என்றே அது அழைக்கப்படும். ஏனென்றால், நீங்கள் இளமையாகவும் நெகிழ்வாகவும் இருக்கிறீர்கள். நீங்கள் பெண்ணாக இருந்தாலும் சரி, ஆணாக இருந்தாலும் சரி, ராஜ்ஜியக் கட்டமைப்பின் பொறுப்புகளையும் அத்துடன் வரும் அனைத்துப் பணிகளையும் கற்பனைகளில் வீணடிக்க உங்கள் உடல் என்பது ஓர் தலையணை. இந்த அறைகளில் மட்டும்தான் உங்களால் உங்களுக்கான வித்தியாசமான வண்ணத்தில் கனவுகாண முடியும். புனிதமின்மையில் மகிழ்ச்சியாக இருக்க முடியும். அது அனுமதிக்கப்பட்டிருந்தது. ஆனால், ரகசியமாக. அத்துடன், அது அனைவரின் வண்ணங்களையும் கண்டிப்புடன் பாதுகாப்பதாக இருந்தால், குழந்தைகள் கூடாது என்று அர்த்தம். சேர்ந்து கனவு காணுங்கள், ஆனால், தனித்து நடந்துசெல்லுங்கள்.

அப்படித்தான் பீனேப் தன் வீட்டைப் பற்றி விளக்கினாள். ஆனால், என்னைப் பார்க்காமல். 'வெரோம்ப் என்னை இங்கு அழைத்துவந்தார், எங்களில் நிறைய பேரை அவர்

வெட்டுக்கிளிப் பெண்

அழைத்துவந்திருக்கிறார். நான் நெருப்புக்குள் செல்வதற்குமுன் சரியான நேரத்தில் அவர் என்னைக் காப்பாற்றினார் – என் கிராமம் – என் கிராமம் எரிவதைப் பார்த்தபோது.'

'ஆனால், அந்த நெருப்பு இங்கிருந்து வரவில்லையா?'

'உனக்கு என்ன தெரியும் – நீ இங்கே வாழவில்லை,' அவள் என்னை கடிந்துகொண்டாள். 'சுற்றித் திரிபவர்களில் மோசமானவர்கள் நீண்ட காலத்துக்கு முன், மோசமான தீயை இங்கு எடுத்துவந்தனர், அத்துடன், மரங்கள், மலர்கள், தானியங்களை எரித்தனர். ராஜ்ஜியக் கட்டமைப்பாளர்கள், அதனால்தான் அவர்கள் – நாம் நம் சொந்த நெருப்பைப் பாதுகாக்க வேண்டும். ஆனால், இதெல்லாம் நல்ல நெருப்பு. நம்மைப் பாதுகாக்கும்.' அவள் குரலில் பெருமிதம் இருந்தது. அவள் ராஜ்ஜியங்களுக்குரியவளாக இப்போது இருந்தாள். 'இங்கே நாம் இயற்கையான அழகுடன் இருக்க வேண்டும். நாம் ஆறுகளிலிருந்து குடிக்க வேண்டும். வயல்களிலிருந்து உண்ண வேண்டும். நம் வண்ணங்கள் மலர்கள், பழங்களிலிருந்தும் அத்துடன் நம் எண்ணெய்களிலிருந்தும் வருகின்றன. இப்போது என்னால் பாடக்கூட முடியும், ஆனால், நிச்சயமாக ரகசியமாகத்தான். என் பாடல்கள் – வழக்கமான பாடல்கள் இல்லை.'

நீல மென்மயிர் பந்துகளைப் பற்றிக் கேட்க வேண்டுமென்று நினைத்தேன், அத்துடன், அவற்றின் மத்தியில் அவள் ஏன் சோகமாக இருந்தாள் என்றும். அத்துடன், பழம்பெரும் நண்பருடன் மலர்களுக்கு மத்தியில் ஏன் அந்தப் போராட்டம் என்று. அவள் மார்பகங்களுக்கு நடுவிலிருக்கும் நட்சத்திரங்களைப் பற்றிக் கேட்க வேண்டுமென்று நினைத்தேன்.

அவள் என்னை மீண்டும் பார்த்தாள். அவள் இதழ்கள் சற்றுத் தளர்ந்திருந்தன. என் உடலை ஆராய்ந்தபடி, என்னைத் திரும்பச் சொன்னாள். 'உன்னால் ஒருபோதும் பச்சை மரமாக முடியாது. ஆனால், என்னால் உன்னை மறைத்துவைக்க முடியும். புனிதமற்றும் புனிதத்துடன் இருக்க முடிபவர்களுக்கு மட்டுமான ரகசிய இடம் இது, ஆனால், என்னால் உன்னை மறைத்துவைக்க முடியும். ஆனால், உனக்கு என்ன தெரியும்? அத்துடன், உனக்கு ஏன் தெரிய வேண்டும்? என்ன முக்கியமென்றால், பீனா, நீ பாதுகாப்பாக இருப்பதுதான்.'

'எனக்குத் தெரியும் ... நான் அழகாக இல்லை.'

அவள் கையை நீட்டியது என்னை ஆறுதல் படுத்துவதற்கு என்று நம்பினேன், அதற்குப் பிறகு, நாம் இப்படிப் பார்க்கப்பட்டு

விடக்கூடாது என்று கைகளை இழுத்துக்கொண்டாள். பாலைவனத்தில், அவள் தூக்கத்தில் என்னை இறுக்கமாக அணைத்துக்கொண்டு தூங்கினாள் என்பதை அவளுக்கு ஞாபகப்படுத்த நினைத்தேன். ஆனால், அவள் தன் கதையைச் சொல்லத் தொடங்கிவிட்டாள். ராஜ்ஜியங்களின் பரிசுகளைப் பற்றி அவள் சொன்னாள். அவள் தன் தலையிலிருக்கும் இனிமையான எண்ணெய்களைப் பற்றி அரற்றினாள். எவ்வளவு மகத்தானது. அவர்கள் அவளுக்குக் கூந்தலை அளித்திருந்தார்கள், பார்! அவள் உணர்வுகள் உயர்வடைந்திருந்தன. அவள் கிட்டத்தட்ட அன்புள்ளவளாகியிருந்தாள். தன் முடி சரியாகச் சுருண்டிருக்கிறதா என்று என்னிடம் கேட்டாள். அவள் அழகுபடுத்திக்கொண்டாள். எனக்கு என் கதையைச் சொல்லவும் நான் பீனா இல்லை என்று சொல்லவும் வாய்ப்புக் கிடைக்கவில்லை. கதவு தட்டப்பட்டது. ராஜ்ஜியக் கட்டமைப்பாளர் ஒருவருக்கு அவள் கைகளில் கனவுகாண வேண்டியிருந்தது. ஒரு பெட்டி நிறைய அவள் தோலைப் போல மென்மையாக இருந்த ஆடைகளுக்கு மத்தியில் என்னை மறைத்துவைத்தாள். நான் அங்கே தூங்க வேண்டும். அவளின் படுக்கையில், அந்த மனிதரின் சத்தமான கனவுகாணுதலுடன் நான் தூங்கினேன். கனவுகண்டவர் காலையில் எழுந்து என்னைக் கைது செய்தார்.

ஃ

நீர் அதன் தன்மையில் இருப்பதைப்போல, அந்த அறை கிட்டத்தட்ட வெறுமையாகவும், நிறமற்றும் இருந்தது. அதற்கு கதவுகளோ, ஜன்னல்களோ இல்லை. ஒரு வட்ட மேசையில் மூன்று அமைச்சர்கள் அமர்ந்திருந்தார்கள்: வாய்களின் அமைச்சர் விலிடிமுஸ், புஜங்களின் அமைச்சர் ஸூக்கிக், கால்களின் அமைச்சர் யகஸா – ஒரு பெண். நான்காம் நாற்காலி காலியாக இருந்தது. மேசைக்கு நடுவிலிருந்த துளைக்குள் நான் அமர்ந்திருந்தேன். எப்படி அமைச்சர்கள் ஒரு நேரத்தில் பார்க்க வேண்டுமென்று நினைக்கிறார்களோ, அதற்கேற்றபடி என் நாற்காலி மேலும் கீழும் சென்றுவந்தது, சுழன்றது. அவர்கள் இதற்கு முன் என்னைப் பார்க்காததாலோ, தெரியாததாலோ இல்லை. அமைச்சர் விலிடிமுஸ் என் பாடல்களை இதற்கு முன் கேட்டிருக்கிறார். அமைச்சர் யகஸாவுக்கு எல்லையை நோக்கி நடந்து சென்றது தெரியும். அமைச்சர் ஸூக்கிக், பீனேப்புடனான அவரது இரவுக்குப் பிறகு என்னைக் கைதுசெய்தார். அவர் தன்னைப் பற்றிய திருப்தியில் இருப்பதைப் பார்க்கமுடிந்தது, ஏதோ ரகசியமான மகிழ்ச்சியில் தன் உள்ளங்கைகளைத் தேய்த்துக் கொண்டிருந்தார். அவர் எதிரியின் பிரியத்துக்குரியவருடன் படுத்திருந்திருக்கிறார்.

அமைச்சர்கள் எனக்குக் கதைகள் சொன்னார்கள். அனைவருக்கும் நூற்றுக்கணக்கான ஆண்டுகளுக்கு மேல் வயதாகிறது. அவர்கள் ராஜ்ஜியத்தின் முதிய காப்பாளர்கள் ஆவார்கள். அவர்களால் மட்டும்தான் அமைதி, பாதுகாப்பு இரண்டையும் நிர்வகிக்க முடியும். அதனால், அவர்கள் எப்போதும் வாழ்வதற்குக் கட்டுப்பட்டிருந்தார்கள். ராஜ்ஜியங்கள் அவர்கள் இறப்பதற்கு அனுமதியளிக்கவில்லை. நிச்சயமாக, அவர்கள் வாழ்வதற்கும் அவர்களை எப்போதும் உயிருடன் வைத்திருக்கவும் நிறைய இருக்கிறது.

'இந்த அறைகளுக்கு ரகசியமாக வருகை தந்ததற்கு என்ன காரணம்?' என்று சிரித்தபடி கேட்ட அமைச்சர் யகஸா, பரிதாபம், கருணை இரண்டுக்கும் இடைப்பட்ட உணர்வுடன் அந்த ஆண்களைப் பார்த்தார்.

அமைச்சர் விலிடிமுஸ், உள்ளூர நகைத்தபடி அவளை நோக்கி குனிந்தார். 'காட்டின் அந்தப் பகுதிகளில் நீ நடந்துசெல்லவே யில்லை என்று உன்னால் உறுதியாகக் கூற முடியுமா? கனவுகள் உட்பட, நீ எல்லா ரகசியமான வழிகளுக்கும் சென்றிருக்கிறாய் அல்லவா?'

ஆனால், அவள் இன்னும் சிரித்ததில் அவள் கன்னங்கள்கூடச் சிவந்தன. 'நான் அதற்குப் பதில் அளிக்கத் தேவையில்லை,' அவள் குற்றச்சாட்டுக்குப் பதிலடி கொடுத்தாள்.

அமைச்சர் ஸுக்கிக் அவள் நாற்காலியைச் சுழலவிட்டார். அதற்குப் பிறகு அவர்கள் அனைவரும் நீண்ட சிந்தனைகளுடன் தங்கள் நாற்காலிகளில் சுழன்றுகொண்டிருந்தனர். அவர்கள் அனைவரும் பழமையான குழந்தைகளைப்போல இருந்தனர். ராஜ்ஜியக் கட்டமைப்பின் பாரம், அவர்களை என் அளவுக்குச் சுருக்கியிருந்தது. அத்துடன், அவர்கள் முடியையும் நரைக்க வைத்திருந்தது. அனைவரும் அதைக் குட்டையாகக் கத்தரித்திருந்தனர். அத்துடன் அவர்கள் சட்டைகளும் கால்சட்டைகளும் வண்ணங்களற்று இருந்தன. அவர்கள் என்னை தீவிரமான ஆர்வத்துடன் ஆராய்ந்தனர்.

அமைச்சர் விலிடிமுஸிற்குக் கூரிய கண்கள் இருந்தன, அத்துடன் சில நேரங்களில் அவர் புன்னகைத்தார், அல்லது அவரது வாய் பாடுவதற்கு அரித்திருக்கலாம். நான் அவரை அடையாளம் கண்டுகொண்டேன். அவர்தான் மலர்களுக்கு மத்தியிலிருந்த பீனேப்பின் நண்பர். நானும் அவளது தோழி என்பதும் அவள் அறையில்தான் நான் கைதுசெய்யப்பட்டேன் என்பதும் அவருக்குத் தெரியுமா? அமைச்சர் ஸுக்கிக் என்னை

வெளியே இழுத்துவந்தபோது, அவள் தூங்கிக்கொண்டுதான் இருந்தாள். என்னால் அவளை எழுப்ப முடியவில்லை. அவர் கைகள் என் மூச்சைக்கூடப் பூட்டியிருந்தன, அத்துடன் அவர் அதை அமைதியாகச் செய்தார். இப்போது அவர் இன்னும் கடுமையாக இருந்தார். பக்கத்தில் அமைச்சர் யகஸா எப்போதும் சிரித்துக்கொண்டேயிருந்தார். அவர் விளையாடுவதற்குத் தயாராக இருக்கும் ஒருவரைப்போல இருந்தார்.

'இந்த அறைகளில் நீ என்ன செய்துகொண்டிருந்தாய்?' யகஸா கேட்டார்.

'நான் தூங்கிக்கொண்டிருந்தேன்.'

அவர் சிரித்தார். 'நீ நிறைய தூங்குகிறாய். நீ நீண்டகாலம் தூங்கியிருக்கிறாய். எவ்வளவு காலம் என்று உனக்குத் தெரியுமா?'

அவருக்கு என் கதை தெரியுமா?

'கடந்த காலம் இல்லை, அமைச்சர் யகஸா, நிகழ்காலம்.' வாய்களின் அமைச்சர் முகம் ஒளி வீசியது. 'அவளை நமக்காகப் பாடச் சொல்வோம்.'

'நான் பாட மாட்டேன், ஐயா.'

'நீ பாடுவாய், நீ பாடுவாய் – நான் நிறைய முறை நீ பாடுவதைக் கேட்டு வியந்திருக்கிறேன் – அதனால் எங்களுக்காகப் பாடு பெண்ணே.'

அவர்களுக்கு என் கதை தெரியும்.

'அவள் அதற்காக இங்கே வரவில்லை, அமைச்சர் விலிடிமுஸ், அத்துடன் உங்களுக்கு அது தெரியும்.' புஜங்களின் அமைச்சர் மெதுவாகப் பேசினார். தான் பேசும் ஒவ்வொரு சொல்லும் சமமான கனத்துடன் இருப்பதை உறுதிசெய்துகொண்டார், ஆனால், மற்றொரு மனிதருக்குக் கனத்தின் மீதெல்லாம் காதல் இல்லை.

'ஆனால், என் அன்புக்குரிய சந்தேகிக்கும் ஸுக்கிக் அவர்களே, பாடுதல் குறித்தே அவளை இங்கே அழைத்துவந்தோம், நீங்கள் அதை மறந்துவிட்டீர்களா?' விலி எதிர்வாதம் வைத்தார்.

புஜங்களின் அமைச்சர் எழுந்து உட்கார்ந்தார். அவர் கை குத்துச்சண்டை போடுவதுபோலச் சுருண்டிருந்தது. 'விலிடிமுஸ், உங்கள் மகன்தான் அவளை இங்கே அழைத்துவந்திருக்கிறார்.'

'உம்ம்... அன்புக்குரிய அமைச்சரே, எனக்கு அது நினைவிலே இல்லை.'

'உங்களுக்கு முறையற்றுப் பிறந்த மகன், உங்களுக்கு விருப்பமான பாடல் திட்டங்களில் ஒன்றை உங்களுக்காகக் கொண்டுவந்திருக்கிறான்.'

'விருப்பமான பாடல் திட்டமா? ஸுக்கிக், எவ்வளவு தைரியமிருந்தால், நீங்கள் அதை அப்படி அழைப்பீர்கள்? நான்தான் வாய்களின் அமைச்சர், ஒரு பாடல் ஆபத்தானதாக இருந்தால் அது எனக்குத் தெரியும். கொள்ளைநோயைப் போல. அத்துடன், அந்தப் பாடலில் என்னால் மட்டும் கட்டவிழ்க்கப்படக்கூடிய ரகசியங்கள் இருக்கின்றன.'

'ஏதாவது ஒரு வகையில் அவை உங்கள் பிரியத்துக்குரிய பச்சை மரத்தைப் பற்றிய ரகசியங்களாக இருக்க வாய்ப்பிருக்கிறதா அமைச்சர் விலிடிமுஸ் அவர்களே – உங்களுக்குப் பிடித்தமான அறையில்? அத்துடன், இந்தக் கொள்ளைநோயை நான் எங்கே கைது செய்தேன் என்று தெரியுமா?'

'இப்போது என்ன ஆயிற்று, அன்புக்குரிய பொறாமை கொண்ட ஸுக்கிக் அவர்களே –'

'நான் உங்கள் அன்புக்குரியவர் கிடையாது! அத்துடன், உங்களுக்குத் தெரியும்தானே, உங்கள் பிரியத்துக்குரியவரும் ரகசியமாகப் பாடுகிறார்.'

'பாடுவது இல்லை, நடந்து செல்வதுதான் முக்கியப் பிரச்சினை. அத்துடன், அது என் படுகை, கனவான்களே,' கால்களின் அமைச்சர் வாதாடினார். அந்த ஆண்களைப் பார்த்துக் கனிவுடன் புன்னகைத்தபடி இருந்தார்.

'நான் உங்களுடன் சேர்ந்து வெற்றிகரமாகப் பணியாற்றி யுள்ளேன், அமைச்சர் யகஸா.' புஜங்களின் அமைச்சர் பக்கத்தி லிருந்து அந்தப் பெண்ணைப் பார்த்து பதிலுக்குப் புன்னகைத்தார். 'நீங்கள் நடப்பதற்கும், ஓடுவதற்கும் எல்லையையும் வழிகளை யும் வடிவமைத்திருக்கிறீர்கள். நான் அவை உன்னிப்பாகக் கண்காணிக்கப்படுவதை உறுதிசெய்கிறேன். நடந்து செல்பவர்கள், நம்மைக் கொள்ளைநோய்க்கு ஆட்படுத்தாமல் இருப்பதை உறுதிசெய்கிறேன். அவர்கள் உடலில் எடுத்துவரும் நெருப்புதான் உண்மையான கொள்ளை நோய் என்று உங்களுக்கும் எனக்கும் தெரியும். அத்துடன், அவர்கள் நம் எல்லைக்கு அருகில் ஒருபோதும் வராமல் இருப்பதை நான் உறுதிசெய்கிறேன். ஆனால், இந்த நபரின் பங்கீடுகளின் தலைவர், இந்த நபரின் மகன் அவர்களைக் கடத்தியிருக்கிறான்.'

'இப்படிச் சிடுசிடுவென இருக்காதீர்கள் ஸுக்கிக். சுற்றித் திரிபவர்கள் சிலரை உள்ளே அனுமதிக்கலாம். இந்த ராஜ்ஜியத்திற்கு அவர்கள் தேவை.'

'அவர்களைப் பயன்படுத்திக்கொள்ளுங்கள் என்று சொல்கிறீர்கள். நம் மரங்களைப் பாதுகாப்பதற்கா? அமைச்சர் விலிடிமுஸ், எதிரியை இணைந்து பணியாற்றத் தெரிவுசெய்து, அவர்களுக்கு நம் அக்கறைகாட்டும் மதிப்புகளைக் கற்றுக் கொடுத்து, நம்மைப் போல அவர்களை ஆக்கி, அதனால், நாம் பாதுகாப்பாக உணர முடியக்கூடிய இந்த முட்டாள்தனமான தந்திரத்தை எப்போதும் நான் எதிர்த்து வந்திருக்கிறேன். அவர்களுக்குப் புனர்வாழ்வளிப்பது – அதை அப்படித்தான் நீங்கள் அழைக்கிறீர்களா? ஆ, ஆனால், நிச்சயமாக இந்தக் கொள்கையைக் கொண்டுவருவதைப் பற்றி நீங்கள் பேசியிருக்கிறீர்கள். ஆனால், விளைவுகளை நான்தான் எதிர்கொள்ள வேண்டியிருக்கிறது.' அவர் முஷ்டிகள் இப்போது தயாராக இருந்தன. 'சுற்றித் திரிபவர்கள் உங்கள் படுக்கையைக் கதகதப்பாக வைத்திருக்கும் முறையைப் பற்றிக்கூட நீங்கள் பேசியிருக்கிறீர்கள்.'

'என் படுக்கையை மட்டும்தானா?'

'அத்துடன், அவர்களை ஆபத்தான 'குரி'களை அம்புகளால் வேட்டையாட வைத்திருக்கிறீர்கள் – பூமியுடன் கருணையுடன் இருப்பதற்கு, நீங்கள் சொல்வதைப்போல – அவர்களை நம்மால் திறம்பட அழித்துவிட முடியும்போது.'

'நீங்கள் உருவாக்கிய போக்கிரித்தனமான சிறு தீயாலா? நிச்சயமாக இல்லை, அன்புக்குரிய ஸுக்கிக். இங்கே நாம் விஷயங்களை இயற்கையாகச் செய்கிறோம். நாம் இயற்கையின் முறைப்படி வாழ்கிறோம். நீங்கள் உங்கள் தீயோடு விளையாட வேண்டுமென்றால், அதை எல்லைக்கு வெளியே வைத்துக் கொள்ளுங்கள்.'

'என் தீ எல்லையைப் பாதுகாக்கிறது!'

அமைச்சர் யகஸா சிரித்தபடி தன் நாற்காலியைச் சுழலவிட்டார். 'உங்கள் சண்டையால் நான் ஒருபோதும் சோர்ந்துபோவதேயில்லை. ஆனால், நாம் அவர் வருவதற்கு முன்னால், இயல்பாக விவாதத்திற்கு எடுத்துக்கொண்டவற்றை ஒன்றுசேர்க்க வேண்டும்.'

அவருடைய கடைசி வார்த்தைகள், அந்த நபர்களை தங்கள் சண்டையைக் கைவிடும்படி செய்தன. ஆனால், தயக்கத்துடன். அவர்கள் தங்கள் நாற்காலிகளைச் சுழலவிட்டனர். அவர்கள்

அனைவரும் மேலே பார்த்தனர். உடனடியாகக் கூரை திறந்தது, ஏதோ அவர்கள் கண்கள் அதை வானத்துக்குத் தள்ளிய மாதிரி இருந்தது. சூரியன் அறைக்குள் பிரவாகம் எடுத்து வந்தது, எல்லா இடத்திலும் கவர்ந்திழுக்கும் வண்ணங்கள். அமைச்சர்களின் ஆடைகள் ஊதா நிறமாக மாறின, அவர்களின் நாற்காலிகளில் இலைகளும் கிளைகளும் வளர்ந்தன, அவர்கள் வானை நோக்கி உயர்ந்தனர். அவர்கள் வாசம் நிறைந்த வெள்ளைப் பழத்தை எடுத்துச்சென்றனர், அது நறநறப்பாகவும் நறுமணத்தோடும் இருந்தது. எண்ணெய்களில் சிறந்த எண்ணெய்.

'ஆமாம், நாம் இயற்கையின் முறையை மீட்டமைப்போம், அமைச்சர்களே' என்று அந்தப் பெண் சிரித்தார்.

அவர்கள் அனைவரும் இப்போது தங்கள் மரங்களில் உயரமான இடத்தில் அமர்ந்திருந்தனர். அதில் வெள்ளைப் பொடியைத் தூவத் தொடங்கினார்கள். அது ஒரு பழைய ஞாபகத்தைக் கிளறியது. 'ஆசீர்வதிக்கப்பட்டது,' என்னும் சொல்லை நான் என் தலைக்குள் கேட்டேன், அப்போது மரங்கள் சுழன்றன, இன்னும் உயரமாக வானத்தில் உயர்ந்தன. அந்தப் பொடி அவர்களைத் தாண்டியும் தூவப்பட்டது. தரைகளிலிருந்து விர்ரா முளைத்துப் பழுக்கத் தொடங்கியது. என் மொத்த மண்டையோடும் ரீங்காரமிட்டது. நான் உண்பதற்கான உந்துதலை உணர்ந்தேன், ஆனால், என் நாற்காலிகளில் இலைகளும் கிளைகளும் முளைத்து என்னைக் கட்டிப்போட்டிருந்தன. என்னால் அருகிலிருந்த தானியத்தை அடைய முடியவில்லை. என் வாய் முழுக்க அடர்த்தியான எச்சில் ஊறியது. அத்துடன், வேறு ஏதோவொன்று என் தொண்டையிலிருந்து எழுந்தது. நான் உண்பதற்கு முன்னே வாந்தி எடுத்தேன். அதற்குப் பிறகு அது என் இதழ்களிலிருந்து வெளியே உடைத்துக்கொண்டு வந்தது –

'ஒரு பாடலுக்கு ஒரு விதை, என் அன்பே,

அத்துடன் தொண்டையில் பூசுவதற்கு எண்ணெய்'

நான் பாடுகிறேனா? நான் பாடுகிறேன்!

ଓଃ

'இது என்ன அருவருப்பான வேலை – எல்லோரும் கீழே இறங்குங்கள்!'

நான் இதுவரை பார்த்திராத பெரிய தலைமை, தானிய வயல்களிலிருந்து வெளிப்பட்டது. அது சண்டையிட்டுக் கொண்டு, ஏதோ கெட்ட காற்றில் மரங்களைச் சுழலவிட்டுக் கொண்டிருக்கும் தன் அமைச்சர்களைத் திகைப்புடன் பார்த்தது.

பிறகு அவர்களைக் கீழே சுழல வைத்தபடி, மேசையின் மட்டத்துக்குக் கொண்டுவந்தது. காலியாக இருந்த நாற்காலியில் அமர்ந்த மதிப்புக்குரிய தலைவரின் கண்டனத்திற்கு முன் இலைகளும் கிளைகளும் தளர்ந்துபோயின.

'நீங்கள் அனைவரும் உங்களைப் பற்றி வெட்கப்பட வேண்டும்.' தலைவர் தன் கைகளின் மீது சோர்வாகச் சாய்ந்துகொண்டார். அவர் தன்னைக் கட்டுப்படுத்திக்கொள்ள மிகவும் சிரமப்பட்டார்.

'ஏன்? நாங்கள் வேண்டிய விடைகளைப் பெற்றுக் கொண்டிருக்கிறோம். அவள் பாடினாள், அத்துடன், நாம் ஏதோவொன்றைக் கண்டுப்பிடிக்கப்போகிறோம் என்று நினைக்கிறேன்,' என்று உறுதியான குரலில் சொன்னார் வாய்களின் அமைச்சர். 'அந்தப் பாடலின் மற்றொரு பக்கத்தில் ரகசியங்கள் இருந்தன, அந்த ரகசியங்கள் கண்டறியப்பட்டுக் கண்காணிக்கப்பட வேண்டும்.'

'நாம் ஏன் இந்த சர்க்கஸை அனுபவிக்க வேண்டும்? இந்தக் கொள்ளைநோய் பல ஆண்டுகளுக்குமுன் உறுதிசெய்யப்பட்டது. அது எல்லை வழியாகச் சென்றிருக்க வேண்டியதில்லை. முதலிலேயே அவளது வழியை ஏன் அடைக்கவில்லை?' புஜங்களின் அமைச்சர் தன் கைகளை ஆட்டினார். தானியங்கள் நடுங்கின.

'நான் நடந்துசெல்பவர்கள் அனைவரையும் கண்காணித்தேன். அவர்கள் அனைவரையும் இங்கிருந்து திசைமாற்றி அனுப்பி யிருக்கிறேன். நான் என் வேலையைச் செய்திருக்கிறேன்!' கால்களின் அமைச்சர் மேசையைக் குத்தினார், அது இலைகளைப் பறக்கச்செய்தது. இப்போது அவர் சிரிக்கவில்லை. ராஜ்ஜியங் களின் போக்குவரத்து, நடைபாதைகளுக்கான பாடல்களை அவர் துல்லியமாக அமைக்கவில்லையா?

'அன்புக்குரிய யகஸா, இந்தப் பிரச்சினைக்கான காரணம் நீங்கள் இல்லை.' புஜங்களின் அமைச்சர், வாய்களின் அமைச்சரை முறைத்துப் பார்த்தார். அவர் பிரபலமான வரிகளை உரக்கப் பாடுவதற்கு முன் தன் தொண்டையைத் தேய்த்துக்கொண்டார்:

'யாரும் பார்க்கக் கூடாது

யாரும் அடிவானத்தைத் தாண்டி நடந்து செல்லக் கூடாது'

அவரது பாடல் அவர் உரையின் பிரதானமாக இருந்தது. 'அன்புக்குரியே பெண்ணே, நான் உங்கள் பக்கம்தான். இந்த வரிகளை நான் முழு ஈடுபாட்டுடன் பாடியிருக்கிறேன், உங்கள் பணிக்கு உதவுவதற்காக அவற்றை உலகத்தில்

பரவச்செய்திருக்கிறேன், அமைச்சரே – நீங்கள் நிச்சயமாக, என் பாடல்களின் உதவியோடு, எங்கள் அனைவரையும் சரியான இடத்தில் வைத்திருக்கிறீர்கள்' என்று கோபமாக இருந்த யகஸாவிடம் அவர் புன்னகைத்தபடி சொன்னார். 'ஆனால், எதிர்த்தரப்பில், நம் பாடல்கள் சவால்விடப்பட்டிருக்கிறன, கேலிசெய்யப்பட்டிருக்கின்றன, மிதிக்கப்பட்டிருக்கின்றன, அப்போது சில பேர் அதை வெறுமனே பார்த்துக்கொண்டிருந்தனர்.'

'சில பேரா?' புஜங்களின் அமைச்சர் தற்பெருமை பேசும் பாடகரை அடிப்பதற்குத் தயாரானார். 'நான் என் வேலையைச் செய்துவிட்டேன். நான் நெருப்பை அனுப்பினேன், இழிவான மனிதரே!'

'கவனத்துடன் பேசுங்கள் அமைச்சரே,' மதிப்புக்குரிய தலைவர் திட்டினார்.

'ஆமாம், ஒரு கிராமத்துத் திருமணத்துக்கு உங்கள் நெருப்பை அனுப்பினீர்கள்? எவ்வளவு இதயமற்றது அது, அன்புக்குரிய ஸுக்கிக்.'

'சமிக்ஞை தெளிவாக இருந்தது – அவர்கள் எல்லையை நோக்கி நடந்து வந்தார்கள்!'

'வாயை மூடுங்கள்!' மதிப்புக்குரிய தலைவர் தன் அமைச்சர்களை அமைதியாக்கினார். மதிப்புக்குரிய ஸாக்ரேம் அனைவரையும்விட வயதானவராகவும் சிறியவராகவும் இருந்தார், அவர் தலையைத் தவிர, அது எல்லா ராஜ்ஜியங்களுக்காகவும் சிந்தித்துக்கொண்டிருந்தது. இன்று அது பல கவலைகளால் வலிப்பதைப்போல இருந்தது. அவர் அதைத் தன் கைகளில் ஆழமாகப் புதைத்து வைத்திருந்தார். அவரது அடுத்த சொற்களில் நம்பிக்கையின்மை அடங்கியிருந்தது. 'நீங்கள் எல்லாம் என்னவாகியிருக்கிறீர்கள், நாம் எல்லாம் என்னவாகி யிருக்கிறோம்?' ஆனால், ஒருவேளை, நான் அவர் சொன்னதைத் தவறாகக் கேட்டிருக்கலாம். ஏனென்றால், என் குரல் தன்னுடைய சொந்த சொற்களைக் கண்டுபிடித்துக்கொண்டிருக்கிறது:

'பாதங்கள் தொலைவுக்காக அரித்தால்,

அது தலைக்குத் தெரியுமா?'

'எனக்கு என்னவென்று தெரியுமா – நீ என்னைக் கேட்கிறாயா, நீ பாடுகிறாயா, பெண்ணே?'

அனைவரும் உறைந்துபோயிருந்தனர். நான் அவரை அப்படிக் குறிக்கீடு செய்ய வேண்டுமென்று நினைக்கவில்லை, ஆனால், என் தொண்டை அதுவாகவே தன் விருப்பத்தை

நிறைவேற்றிக்கொண்டது. மதிப்புக்குரிய தலைவர் இப்போது என்னைப் பார்த்துக்கொண்டிருந்தார். அவரது சோர்வு, உடனடியாகக் கண்டிப்பாக மாறியது. யாருமே இதுவரை அவருக்குச் சவால் விட்டதில்லை. 'இதை அவள்தான் பாடுகிறாள்! வதந்தியில் சொன்ன விஷயமில்லை – அந்த அடையாளம் இல்லை. ஆனால், அது எங்கே? எங்கே உன் கொள்ளை நோய்?' அவர் கேட்டார்.

அமைச்சர்கள் பதிலளிப்பதற்காக உரக்க விவாதித்துக் கொண்டிருந்தனர், அது என்னை பாலைவனத்துக்கு அழைத்துச் சென்றது. வதந்தி. கொள்ளைநோய். எல்லை. நெருப்பு. கதைகள் ஒன்றோடொன்று என் தலைக்குள் சலசலப்பை ஏற்படுத்திக் கொண்டிருந்தன. என் தந்தை நட்சத்திரங்களுக்குக் கீழே நடந்துகொண்டிருந்தார். நட்சத்திரங்கள் சுட்டுத்தள்ளப்படுவதை நான் பார்த்தேன். அது பூமியைக் கடுமையான வறட்சியால் எரித்திருந்தது. நீர், மரங்கள், வண்ணங்கள் பற்றிய வதந்திகளைக் கேட்டேன். நான் இனிகேவின் சொற்களைக் கேட்டேன். அவற்றை நான் எதிரொலித்தேன். 'வதந்தி. நம்பிக்கை என்னும் குற்றம்.'

'நீங்கள் என்ன சொல்கிறீர்கள்?' அமைச்சர்கள் மற்றவர்களைக் கேட்டனர்.

'நான் எதுவும் சொல்லவில்லை,' மற்றவர்கள் அனைவரும் ஒன்றாகச் சொன்னார்கள், பிறகு, அனைவரும் என்னிடம் திரும்பினார்கள். ஆனால், நானும் மீண்டும் எதுவும் சொல்ல வில்லை. நான் பாடினேன்.

'என்னை அங்கே வந்து பாருங்கள்
என் இடது கால் வலது காலுக்குச் சொன்னது
எங்கே இன்னும்
கொஞ்சம் வாழ்வுக்கான நடுக்கம் உள்ளதோ அங்கே'

ஓ

மதிப்புக்குரிய தலைவர் ஸாக்ரேம் மேசையை நோக்கி நகர்ந்து வந்து என் கண்களைப் பார்த்தார். ஒருவேளை, என் அடையாளத்தைப் பார்ப்பதற்காக இருக்கலாம். என்னைக் கட்டிப்போட்டிருந்த இலைகள், கிளைகளைக்கூட அவர் கண்டிப்பு வாடி வதங்கச் செய்தது. அவர் என் கைகளைப் பிடித்தார், நாங்கள் விர்ராவின் வயல்களின் வழியாக நடந்தோம். அங்கே வேறு யாருமே இல்லாததைப் போல, மற்றவர்கள் அனைவரையும் விட்டுவிட்டு வந்துவிட்டோம். எங்கள் ஒவ்வொரு அடிக்கும் வயல் பெரிதாகியது. நாங்கள் நடக்கும்போது நான் உண்டேன். அவர் அதைப் பார்த்தார்.

'நீ வேறு எதையாவது உண்டிருக்கிறாயா?'

என் வாய் நிறைந்திருக்கும்போது பதிலளிப்பது கடினமாக இருந்தது. 'உம்... மணல்... வெட்டுக்கிளிகள்.'

என் மண்டையோட்டுக்குள் ரீங்காரத்தைக் கேட்டேன். 'சிறியது, பதுங்கியிருப்பது, மறைந்திருப்பது – ஆனாலும், நாங்கள் அவற்றைக் கண்டுபிடித்தோம்.'

'நீ அந்த உணவை ஞாபகம் வைத்திருக்கிறாயா?'

நான் தலையாட்டினேன், நான் ஒரு முறை அனைத்தையும் மறந்துவிட்டிருந்தேன் என்பதை அவருக்குச் சொல்ல விரும்பவில்லை.

சீக்கிரத்தில் விர்ரா வயல்கள், கனமான பழங்களைக் கொண்ட மரங்களின் தோப்பாக மாறியது. நீர் குளங்கள் எல்லா வண்ணங்களையும் பிரதிபலித்தன, கூச்ச சுபாவமுள்ள விலங்குகள் புற்களுக்குப்பின்னால் மறைந்திருந்தன. அது திடீரென்று எனக்கு உறைத்தது. அதீதமான செழுமை, ஆனால், அதில் விருந்துண்பதற்கு யாருமே இல்லை.'

'எல்லோரும் எங்கே?'

மதிப்புக்குரிய தலைவர் தனக்குள் புன்னகைத்துக் கொண்டார். அவர்கள் அமைதியைப் பாதுகாக்கிறார்கள், அவர்கள் வீட்டில் தங்களைப் பாதுகாத்துக்கொள்கிறார்கள். அதன் மூலம் அவர்கள் பூமியைப் பாதுகாக்கிறார்கள்.'

'ஆனால், என்னால் வீடுகள் எதையும் பார்க்க முடியவில்லை.'

'அவை மறைந்திருக்கின்றன, விழாவுக்குப் பிறகு அவை தொந்தரவு செய்யப்படுவதை விரும்பவில்லை. ஆண்டுதோறும் நாங்கள் மரங்களுக்கு வழிபாடு செய்வோம். பிறகு ஓய்வெடுப்போம். மரங்களையும் ஓய்வெடுக்கவிடுவோம். நாம் போய்க் கொண்டும் வந்துகொண்டும் இருப்பதற்காக இயற்கையைக் கவலைப்படவைக்கக் கூடாது. இப்படித்தான் இதைப் பாதுகாக்க வேண்டும். நம் தேவைக்காக அதை ஒவ்வொரு நாளும் மாசுபடுத்தக் கூடாது. அதன் புனிதத்தன்மையை அதற்கு நாம் திருப்பித்தந்தாக வேண்டும். அப்போதுதான் நாமும் நம்மிடம் திரும்பிவர முடியும்.'

அவரின் ஊதாநிற உடைகள் எதிலும் மாட்டிக்கொண் டிருப்பதைப்போலவே தெரியவில்லை. தலையைத் தவிர அவரின் உடல் என்பது அரிதாகவே இருந்தது. அவர் மிகவும் சுருங்கிப்போயிருந்தார். ஏதோ அவரின் சதை நொறுங்கி,

எலும்புகளின் வரிசையாகியிருப்பதைப் போல இருந்தது. ஆனால், அவரது சொற்கள் வயல்களை, ஏன் சிறிய இலையைக்கூட நிறைத்தன.

'விருந்துண்பதற்கு ஒரு காலம் இருக்கிறது.'

அவரது பார்வையிலேயே அதைத் தெரிந்துகொண்டேன். தானியங்களை விருந்தாக்கியதற்கு என்னைக் கண்டித்துக் கொண்டிருந்தார்.

'ஆனால், வீணாக்குவதற்குக் காலமில்லை. நீண்ட காலத்துக்கு முன்னிருந்த உன்னுடைய மூதாதையர்கள் பற்றி நான் உனக்குச் சொல்கிறேன். அவர்கள் எல்லாக் காலங்களிலும் விருந்துண்டுகொண்டும் சண்டையிட்டுக்கொண்டும் வாழ்ந்து வந்தனர். அவர்கள் பூமியை, ஒருவருக்கொருவரை, தங்களை வீணாக்கிக்கொண்டனர். அவர்கள் கட்டுப்பாடின்றி இனவிருத்தி செய்தனர்.'

அவர்கள் உங்களுக்கும் மூதாதையர்கள் இல்லையா என்று கேட்க விரும்பினேன். ஆனால், அதற்குப் பதிலாக, 'என்னை மன்னித்துவிடுங்கள், எனக்குத் தெரியாது' என்று சொல்லிக்கொண்டிருந்தேன்.

'இப்போது உனக்குத் தெரியும். அவர்களின் வெறித்தனம் கட்டுப்பாட்டிற்கு அப்பாற்பட்டு இருந்தது. இந்தக் கடைசி பசுமை புகலிடத்தைப் பாதுகாப்பதற்கு ஒரு வழியை நான் யோசிக்க வேண்டியிருந்தது. வீணாக்குபவர்களுக்கும், பேணிக் காப்பவர்களுக்கும் இடையில், எல்லையைப் பற்றி யோசித்தேன்.'

'அவர்கள் யார் என்று நான் தெரிந்துகொள்ளலாமா?'

'இதற்கான பதில் தெரிந்ததுதானே, பெண்ணே?'

ஆனால், பேணிக்காப்பவர்களுக்கும் வீணாக்குபவர்களுக்கும் இடையில் எப்படி வித்தியாசம் சொல்வீர்கள் – எப்படி உங்களால் உறுதியாக இருக்க முடியும்?'

'நான் எப்போதும் உறுதியாக இருக்கிறேன்.' அவர் அழுத்தமாகப் பேசிய விதம், அவர் நெற்றியின் நரம்புகளைப் புடைக்கச்செய்தது, அவர் கன்னங்களை நடுங்கச்செய்தது. நெருப்பு அவர் கண்களில் இருந்தது. பிறகு அவை இருண்டுபோக ஆரம்பித்தன.

அவரது உறுதித்தன்மை எனக்குள் பயங்கரத்தை உருவாக்கியது.

'நான் எப்போதும், எப்போதும் உறுதியாக இருக்கிறேன்.'

என் கன்னங்கள் முதலில் எரிந்தன, பிறகு குளுமையாயின.

அவர் கை நிலப்பரப்பைத் தூய்மையாக்கியது. அவர் குரலில் பெருமிதம் இருந்தது. இந்த பூமியை மறுசிந்தனைக்கு உட்படுத்தினேன். அது நன்மைக்கு என்று கண்டுபிடித்தேன். முதலில், நான் வீணான சண்டையை நிறுத்தினேன். போர்களை நிறுத்தினேன். அமைதியின்பாற்பட்டு எல்லா எல்லைகளுக்கும் நீதி வாங்கிக்கொடுத்தேன். இந்தத் தேடல், கடினமானதாக, ரத்தம் தோய்ந்த பணியாகவும் இருந்தது. ஆனால், நான் வெற்றிபெற்றேன். பிறகு வந்தது புனிதம். அதுதான் சிறந்த பகுதி. நான் பூமியைப் புனிதமாக்கினேன், நமக்கான அதன் தேவையையும். எல்லா காலங்களையும் கட்டுப்படுத்தினேன். இப்போது விருந்துண்பதற்கு ஒருகாலம், ஓய்வெடுப்பதற்கு ஒரு காலம், வெறுமெனே பார்ப்பதற்கு ஒருகாலம் என்றிருக்கிறது.' ஒரு புல், ஓர் அடிமரம், ஓர் இலை ஆகியவற்றைத் தன் விரல்களால் தடவினார். புல்லுக்குப் பின்னால் நகர்ந்த ஏதோவொன்றை அடைவதற்கு முயன்றார். அது ஒரு விலங்கு என்றார். ஆனால், அது கூச்சப்படுகிறது. நான் கருப்பு, பழுப்பு நிறத்தின் ஒரு தெறிப்பை மட்டுமே பார்த்தேன்.

'ராஜ்ஜியங்களின் பரிசுகள்,' நான் முணுமுணுத்தேன். எப்படி அவற்றைப் பற்றிய கதைகளை பீனேப் கூறினாள் என்று நினைவுகூர்ந்தேன். அவளுக்கு நான் எங்கிருக்கிறேன் என்று தெரியுமா என்று வியந்தேன். அத்துடன் அவளுக்கு அதில் அக்கறை இருக்கிறதா என்றும் நினைத்தேன்.

'மகத்தான பரிசுகள், ஆம். இயற்கை எப்படி வடிவமைப்பில் தன்னை திரும்ப வெளிப்படுத்திக்கொள்கிறது என்பதைப் பார். இயற்கையின் விதியை மட்டும்தான் நம்மால் ராஜ்ஜியங்களின் அன்றாட வாழ்க்கையில் திரும்பப் பின்பற்ற முடியும். இது எல்லாவற்றையும் நான் சிந்தித்திருக்கிறேன். எஃகுக் கட்டிடங்கள், சாலைகள், செயற்கையான ஒழுங்கமைத்தல்கள் அனைத்தும் நீர், எண்ணெய், தானியங்கள், மரங்கள், புல் ஆகியவற்றில் மீதமிருப்பதற்கு வழிவிட வேண்டும். அத்துடன், கண்களுக்கும் வயிற்றுக்கும் மீதமிருக்கும் வெகு சில விலங்குகள், அனைவருக்குமான பரிசுகளை முழுமையாக்கும். சீர்மைக்காக. சமத்துவத்திற்காக. நீதிக்காக. அதனால், ராஜ்ஜியங்கள் இப்போது இன்னும் கூடுதல் சமத்துவத்துடன் இருக்கின்றன. ஆனால், இந்தப் பரிசுகளின் மீது யார் அக்கறை கொண்டிருக்கிறார்களோ, அவர்கள் மட்டும்தான் சமத்துவத்திற்குத் தகுதியுடையவர்களாய் இருக்கின்றனர்.

நான் இந்த எல்லாச் சிந்தனைகளையும் இதற்கு முன் கேட்டிருக்கிறேன் என்று என்னால் உறுதியாகச் சொல்ல முடியும். ஆனால், அவற்றுடன் வந்த மற்ற நினைவுகளைக் கேட்பதை நான் மறுத்தேன். நான் வெறித்தனமாக அவர் சொல்வதை நம்ப வேண்டுமென்று நினைத்தேன். என் மண்டையோட்டுக்குள்ளிருந்த ரீங்காரம் என்னை எச்சரித்து, இதைக் கேட்கக் கட்டாயப்படுத்தினாலும்கூட, ‘தயவுசெய்து, சொல்லுங்கள், எங்களை மாதிரி சுற்றித் திரிபவர்களும் ஏன் உங்களுடன் சமமாக இருக்கக் கூடாது?’ என்றேன். என் கடைசிச் சொற்களை நெருக்கினேன், அவற்றைச் சொன்னால் அவர் என்னை அடிக்கக்கூடும் என்று பயந்தேன்.

தலைவர் என்னை நோக்கி மெதுவாகத் திரும்பினார், ஒருவருக்குத் தெரிந்திருக்கக்கூடிய அனைத்து விஷயங்களின் எடையுடன் திரும்புவதைப்போல அது இருந்தது. ‘எல்லையின் உன் பக்கத்தில், நீ சமமாக இருக்கிறாய் – நாங்கள் உனக்குப் பங்கீடுகளைச் சமமாகக் கொடுக்கவில்லையா? இயற்கையான உலகிற்கு நீங்கள் என்ன செய்திருக்கிறீர்களோ, அதைப் பொறுத்து மட்டும்தான் நீங்கள் சமமாக இருக்கிறீர்கள். ஒவ்வொருவருக்கும் அவரவருடைய தகுதிக்கு ஏற்றாற்போல் வெகுமதி அளிக்கப்படுகிறது. அது நீதி.’

‘எங்களுக்கு என்ன தகுதியிருக்கிறது?’

அந்த மெல்லிய உதடுகள் அவர் புன்னகைக்கும்போது இன்னும் மெல்லியதாய் மாறின. ‘ஆ, அப்படியென்றால் உனக்கு முழுக் கதையும் தெரியாது.’

‘எங்களுக்குப் பசி வந்தால் என்ன செய்வது?’

அவர் அந்தக் கண்களால் என்னை மீண்டும் கண்டித்தார். ‘இது வெறும் பார்ப்பதற்கு மட்டுமான காலம்.’

‘விலங்குகள் ஏன் கூச்சப்படுகின்றன?’

அவரது மெல்லிய உதடுகள் கிட்டத்தட்ட காணாமல்போய் விட்டன, ஆனால், அவர் புன்னகைக்கவில்லை. ‘கூச்சமா? விலங்குகள் கூச்சப்படவில்லை, ஆனால், அவை நம் தேவையால் மரண பயத்துடன் இருக்கின்றன – உனக்கு என்ன தெரியும்?’

எனக்குத் தேவை தெரியும், பாலைவனத்திற்குத் தெரியும்.

‘சுற்றித் திரிபவர்களுடன் எந்த விலங்குகளும் பாதுகாப்பாக இருப்பதில்லை.’ அவர் உதடுகள் வெறுப்பால் சுருண்டன.

நான் குரி விலங்குகளை உண்ணும் தாய்மார்களைப் பற்றி நினைத்தேன், பசியைப் பற்றி நினைத்தேன், எனக்குச் சொல்வதற்கு நிறைய இருக்கிறது, ஆனால், எங்கிருந்து தொடங்குவது, எங்கே முடிப்பது என்று தெரியவில்லை.

'நான் உனக்கு சிலவற்றைக் காட்டுகிறேன்.' தலைவர், ஒரு மரத்தின் அடித்தண்டைத் தன் நெற்றியால் தட்டினார். அது திடீரென்று ஓர் அறையாகத் திறந்தது, அதில் எல்லா வடிவங்களாலான பெட்டிகள், அளவுகள், அவற்றின் சுவர்கள் எல்லாம் இருந்தன. நான் அப்படியே நின்றுவிட்டேன். ஆனால், முன்னால் இருந்த பெட்டிகளைப்போல இல்லை. இவை பெரிதாக, தடியாக இருந்தன. அவை ராஜ்ஜியங்களின் பாடல்களைப் பாடுவதற்காக நான் காத்திருந்ததேன். இவற்றில் ஏற்ற இறக்கங்களுடன் நிறைய குரல்கள் இருக்கும் என்று என்னால் உறுதியாக நம்ப முடிந்தது, அது அவர்களின் மிகப்பெரிய எண்.

தலைவர் என்னை ஆராய்ந்துகொண்டிருந்தார். 'உள்ளே வந்து எனக்குச் சொல் – நீ என்ன பார்க்கிறாய்?'

எனக்கு மிக அருகில் இருந்தவை தடியான பெட்டிகள். அவற்றின் ஓரங்களில் அடர்த்தியான கீறல்கள் இருந்தன. இவை எனக்குத் தெரிந்த பெட்டிகளைப்போல இல்லை. இவை பழமையின் வாசம் வீசின. அத்துடன், எல்லா நிறங்களிலும் இருந்தன. பீனேப் இங்கே இருந்து, அவள் தொலைத்த ஆரஞ்சுப் பெட்டி, இங்கிருக்கும் ஏதாவது ஒன்று மாதிரி இருக்குமா என்று சொன்னால் நன்றாக இருக்கும் என்று ஆசைப்பட்டேன். ஆரஞ்சு என்னவென்று அவளால் எனக்குச் சொல்ல முடியலாம்.

'இவை எல்லாமே வீணாக்குபவர்களின் எல்லாக் கதைகளையும் சொல்லும். நீ சொல்வதுபோல் எப்படி விலங்கு களைக் கூச்ச சுபாவமாக மாற்றியது என்றும் சொல்லும்.' அவர் பெட்டிகளிலிருந்து ஒன்றை எடுத்தார், அதை எனக்கு முன்னால் அசைத்தார். அது தன் முகத்தில்கூடக் கீறல்களுடன் பார்க்க மிகவும் கனமாக இருந்தது. 'இது ஒரு புத்தகம், இவை எல்லாம் புத்தகங்களின் சுவர்கள், கதைகள், அவற்றின்மீது எங்களுக்கு இருக்கும் ஈடுபாடு –' அத்துடன், அவர் ஒவ்வொரு புத்தகமாக அடுத்தடுத்து எடுத்தபடி, தன் கொள்கைகள் எதிரொலித்தார். 'நாங்கள் உன்னைப் பாதுகாப்போம் – எல்லைகளைப் பற்றிய புத்தகம். நாங்கள் உன்மீது அக்கறையுடன் இருப்போம் – பங்கீடுகள் பற்றிய புத்தகம். உனக்காக நாங்கள் செயல்படுவோம் – நெருப்புகளைப் பற்றிய புத்தகம். நாங்கள் உனக்காக யோசிப்போம் – பாடல்கள் பற்றிய புத்தகம். எல்லாமே இங்கே இருக்கின்றன,

நாங்கள் அவற்றை மறந்துவிட மாட்டோம், குறிப்பாக நெருப்புகளைப் பற்றி'.

புத்தகம்? பெட்டி? நெருப்புகளுக்குச் சொல்வதற்கும் பாடுவதற்கும் அனுமதியிருக்கிறதா? அங்கே கதைகளைக் கேட்பதற்காக நான் அச்சத்துடன் நின்றிருந்தேன். நான் சரியாக ஞாபகம் வைத்திருக்கிறேனா என்பது இப்போது எனக்குத் தெரியவரும். அங்கிருந்தவை ஐந்நூறு கூடாரங்களா? அவை உண்மையில் நீல நிறத்தில் இருந்தனவா? அவை நீண்ட நேரமாக எரிந்தனவா, நட்சத்திரங்களைப்போல? ஆனால், பெட்டிகள் அமைதியாக இருந்தன. அவர் என்னை அங்கிருந்து என்னால் பார்க்கக்கூடிய பெரிய பெட்டிகளை நோக்கி அழைத்துச் சென்றார். அவற்றை உட்புறங்களிலிருந்து தொடங்கினேன். இவற்றை எனக்கு நன்றாகத் தெரியும். ஒருகாலத்தில், அவை குச்சிகளாவும் பந்துகளாகவும் அமைதியாக வாயைத் திறந்தபடி பாலைவனச் சூரியனைப் பார்த்துகொண்டிருந்ததாக நான் நினைத்திருந்தேன். இப்போது – அவை பாடுமா? இவ்வளவு காலமாக இவை இந்த மற்ற பெட்டிகளின் உள்ளே இருந்தனவா? பாலைவனத்தில்,இடிபாடுகளில்? அதிர்ச்சிக்கான சாத்தியத்தால் திணறிக்கொண்டிருந்ததால் நான் அவரை நோக்கித் திரும்பினேன். அவைதான் பாடுகின்றனவா?'

'நிச்சயமாக,' என்று அவர் சொன்னார், மண்டையோடும் எலும்புகளும் நிறைந்த ஒரு பெட்டியைத் தடவியபடி. 'அவற்றின் அமைதியில், அவை பாடும். அவை நமக்கு வரலாற்றை நினைவுபடுத்துகிறது, நம்மை விழிப்புடன் வைத்திருக்கிறது.'

நான் ஒரு மண்டையோட்டை எதிர்கொண்டேன். எப்படி நான் என் நெடிய தூக்கத்திலிருந்து எழுந்த அன்று காத்திருந்தேனோ, அதேபோல, அது பாடுவதற்காக நான் காத்திருந்தேன். ஆனால், அதன் திறந்திருந்த வாயில் எதுவுமில்லை. நான் தலைவரைத் திரும்பிப் பார்த்தேன். ஆனால், அவருக்கு என்னைப் போன்ற குழப்பம் எதுவும் இல்லை. அவர் என்னை நீண்ட வரிசையில் வைக்கப்பட்டிருந்த பெட்டிகள், அதன் மண்டையோடுகள், எலும்புகள் வழியாக அழைத்துச்சென்றுகொண்டிருந்தார். நான் காத்திருந்தேன், பாடல்களுக்காகக் காத்திருந்தேன்.

நாங்கள் கடைசிப் பெட்டிக்கு வந்த பிறகு நடப்பதை நிறுத்தினோம். நாங்கள் எங்கிருந்து தொடங்கினோமோ அதை நோக்கி என்னை நிற்க வைத்தார். நான் அவரின் குரலில் கோபத்தைவிட, அதிகமான சோகத்தையே உணர்ந்தேன்.

‘அனைத்து நல்ல ராஜ்ஜியக் கட்டமைப்பாளர்கள்,’ என்று சொன்னார். ‘நம் எல்லையைத் தாண்டிசென்று, சுற்றித்திரியும் நெருப்பால் பாதிக்கப்பட்டவர்கள் – ஆனால், மீண்டும் இல்லை, மீண்டும் ஒருபோதும் இல்லை.’

ௐ

‘உனக்கு நம்முடைய கதைகள் தெரியுமா? அவற்றைத் தெரிந்து கொள்ள ஆசைப்படுகிறாயா?’

மதிப்புக்குரிய ஸாக்ரேம் எனக்கு பதிலளிப்பதற்கான வாய்ப்பு அளிக்கவில்லை. அவர் என்னைப் பார்க்கக்கூட இல்லை. அவர் புத்தகங்களின் சுவரைத் தள்ளிக்கொண்டிருந்தார். பிறகு, அவர் என்னை முழங்காலிடும்படி தள்ளினார். நான் பயந்து விட்டேன். அறையில் இருள் சூழ்ந்தது. இல்லை, எல்லாமே கறுப்பாக மாறியது.

‘நீ கண்களை மூட வேண்டாம், நீ சாட்சியாக இருப்பாய்,’ என்று அவர் சொல்வதைக் கேட்டேன்.

நான் எப்படிப் பார்க்க முடியும்? என்னைச் சுற்றியிருந்த சுவர்கள் கருப்பாகிவிட்டன. கருப்பு நகரத் தொடங்கியது. அந்தக் கருமையிலிருந்து ஏதோவொன்று தோன்றுவதைப் பார்த்தேன். கருப்பு உடைகிறதா? அந்த நகர்வு ஒரு புஜம், ஒரு தலை, ஒரு முண்டமாக மாறியது. பிறகு, அது என்னை அடித்தது! எரிந்துபோன ஓர் உடல், கரும்புகை, சிதைக்கூளத்திலிருந்து எழுந்தது, அதற்குப் பிறகு, மற்றொன்று, பிறகு, மற்றொன்று. அமைதியாக அவை நகரத் தொடங்கின, என்னை நோக்கி நடந்து வந்தன. நான் என் கைகளைத் திறந்தேன். ‘நீங்கள் எண் 425–ஆ? அல்லது 500–ஆ?’ ஆனால், அவை வெறுமென நடந்து கொண்டிருந்தன, கருமையிலிருந்து வெளியே வரவேயில்லை, என்னையும் அடையவில்லை. அவை வரலாற்றின் நகரும் படங்கள் என்று எனக்கு எப்படித் தெரியும்?

நான் ஸாக்ரேமை நோக்கித் திரும்பினேன். ‘மதிப்புக்குரிய தலைவரே, நாங்கள் ஐந்நூறு குடும்பங்கள். எங்கள் மேல் நீல எண்கள் இருந்தன. எல்லைக்கு நாங்கள் வருவதையும் போவதையும் கண்காணிக்க, – ஆமாம், 1 முதல் 500வரை, ஐயா – இவையெல்லாம் அவர்களா, ஐயா – என்னைப் போன்று யாராவது காப்பாற்றப்பட்டார்களா?’

‘அந்தக் கருமையைப் பார், பெண்ணே. உன் மூதாதையர்கள் எங்கள் பெரிய வீடுகளில் ஒன்றை இப்படி ஆக்கிவிட்டார்கள். அந்த முதியவர்கள் ஒரே நொடியில் தின்னப்பட்டார்கள். சிறுகட்டையைப்போலத் தீக்கரையானார்கள்.’

என் தொண்டையில் ஒருபோதும் அப்படியொரு வறட்சியை நான் உணர்ந்ததில்லை. நான் மீண்டும் என் குரலைக் கண்டுபிடித்தபோது, என் சொற்களும் வறண்டிருந்தன. 'எனக்குத் தெரியாது. என்னை மன்னித்துவிடுங்கள்.'

'ஆமாம் . . . மன்னிப்பு . . .' அவர் கிசுகிசுத்தார்.

சிறிது நேரத்திற்கு அவரது குரலிலிருந்த வருத்தத்தால் கட்டப்பட்டிருந்தோம். பிறகு அவரது குரல் கோபமாக மீட்டமைக்கப்பட்டது. 'எங்களை வெறுப்பதைத்தான் நீ விரும்புகிறாய். ஏனென்றால், நாங்கள் வென்றுவிட்டோம். நாங்கள் நன்மையை அடைந்திருக்கிறோம்.'

ஃ

'யாருடைய எலும்புகள் தூங்கவில்லையோ, அவர்கள்
ஆசீர்வதிக்கப்பட்டவர்கள்
அவர்கள் வாழ்தலைப் பாதுகாக்கிறார்கள்'

மேலேயும் கீழேயும் பெட்டிகளின் வரிசை. என் குரல் திடீரென்று எழும்பி யாரோ ஒருவரது காலடிகளைப்போலக் கீழே விழுந்தது. என்னால் பாடாமல் இருக்க முடியவில்லை. என் மண்டையோட்டுக்குள்ளிருந்து அந்த உந்துதல் வந்தது: இறந்துபோனவர்கள் அனைவரையும் நீங்கள் ஆசீர்வதிக்க வேண்டும், யாராக இருந்தாலும், அவர்கள் உங்களுக்குச் சொந்தமாக இல்லாவிட்டாலும்கூட.

மதிப்புக்குரிய ஸாக்ரேம் என் பாடலால் நெகிழ்ந்து போயிருப்பது தெரிந்தது. அவர் தனக்குத்தானே முணுமுணுத்துக் கொண்டிருந்தார், 'நான் இந்த உலகத்தைச் சீராக்குவது மிகவும் கடினம் என்று நினைத்திருந்தேன்... ஆனால், இருக்கலாம் –' அவர் தொலைவில் பார்த்தார். 'நான் தவறாக அதைக் கணித்திருக்கி லாம்.' அதன் பிறகு, அவர் அமைதியாகிவிட்டார், அவர் உடல் தளர்ந்தது, பாடலை ரசித்துக்கொண்டிருந்தார்.

'அவர் சொன்னதைச் சரியாகத்தான் கேட்டனா?'

என் பாடலால் அமைதியடைந்து, மதிப்புக்குரிய தலைவரின் கண்கள் மூடப்பட்டன. நான் இறந்துபோனவர்களை ஆசீர்வதிக்கச் சொல்லிப் பாடினேன். வாழ்ந்துகொண்டிருந்தவர்கள் அந்த ஸ்ருதிகளால் மூச்சுவிட்டனர். பல நூறு ஆண்டுகள் வாழ்ந்த மனிதர், அமைதியான உறக்கத்தில் இப்போது கிட்டத்தட்டக் குழந்தையைப் போல ஆகியிருந்தார். சிறிது நேரத்திற்குப் பிறகு அவர் கண் இமைகள் ஈரமாகியிருந்தன. நான் அவற்றைத் துடைப்பதற்குச் சென்றேன். ஆனால், அதற்குள் என் பாடல் ரீங்காரமாக மாறிவிட்டிருந்தது. அவர் உடனடியாக உறக்கத்திலிருந்து எழுந்து

கொண்டார். அவர் நம்பிக்கையின்மையுடன் தனக்குத்தானே முணுமுணுத்தபடி சுற்றிப் பார்த்தார், 'ஆனால், அந்தக் குரல் – அது வேறு ஏதாவதாக இருக்கும். அது வேறு ஏதாவதாக இருக்க வேண்டும்.'

ரீங்காரம் தவறாகக் கருத முடியாததாக இருந்தது. அவர் தன் கைகளைத் தட்டினார். அந்த இடம் வெளிச்சமானது. அவர் என்னை இழுத்து என் நெற்றியைச் சோதித்தார். 'என்ன பாடுகிறது?' அவர் தலையிலிருந்த நரம்புகள் ஊதாநிற வரைபடம்போல பெருத்திருந்தன. 'யார் பாடுகிறார்?'

பாடல் இன்னும் வீரியத்துடன் பாடப்பட்டது. ஆனால், இப்போது என் வாயிலிருந்து இல்லை. அது ரீங்காரத்திற்கு இடையில் தன்னைத் திரும்ப வெளிப்படுத்திக்கொண்டது. பிறகு, தொலைவிலிருந்து பல குரல்களில் எதிரொலித்தது. மதிப்புக்குரிய தலைவர் என்னை அறைக்குள் இழுத்துச்சென்றார், அவர் இப்போது கத்திக்கொண்டிருந்தார். 'நான் அந்த வதந்தியை நம்பியிருக்க வேண்டும் – பெண்ணே, இப்போது, அது எங்கே இருக்கிறது? அவர்கள் எங்கே இருக்கிறார்கள்?' அவர் கைகள் என் கைகளை நசுக்கின. 'அது வெளியே வந்துவிட்டது, அவர்கள் வெளியே வந்துவிட்டார்கள்தானே? ராஜ்ஜியங்களைக் கொள்ளை நோயால் பீடிக்கத்தானே நீ தப்பினாய் – நீ நெருப்பு களைப் பார்த்துவிட்டாய், இப்போது வெட்டுக்கிளிகளா? என் அமைச்சர்கள் இதற்காகத் தூக்கிலிடப்படுவார்கள். அவர்கள் உன்னை உள்ளேயே விட்டிருக்கக் கூடாது!'

'அது நான் இல்லை, அது நான் இல்லை' என்று நான் தொடர்ந்து சொல்லிக்கொண்டிருந்தேன்.

அவர் தன் கைகளை மீண்டும் தட்டினார், மீண்டும் சுவர்கள் உயிருடன் வந்தன, சோர்வு அறைகள், பயங்கரமான அறைகள், கோப அறை, பிறகு ராஜ்ஜியங்கள் என அனைத்தின் அசையும் படங்களும் அவர் ஓதும்போது வந்தன. 'அவர்கள் எங்கே?' அவர் கைகளைத் தட்டிக்கொண்டேயிருந்தார், படங்கள் மாறிக்கொண்டேயிருந்தன. அவர் பரந்து விரிந்த தானிய வயல்கள், மரங்கள், மலர்கள், நீர்நிலைகள், வானம், எல்லை என அனைத்தையும் சோதனைசெய்தார். அங்கே ஆர்வமூட்டும் விதமாக மக்கள் வசிக்கவில்லை. அவற்றைப் பேணிக் காப்பவர்கள் எங்கே? அவரின் புதிய படத்தை நான் உன்னிப்பாகப் பார்த்தேன். மரங்களின் சுவருக்கு வெளியே, தந்தைமார்கள் ஒரு பெண் அளிக்கும் நீரைப் பருகிக்கொண்டிருந்தார்கள். தாய்மார்கள் தானியப் பைகளையும் எண்ணெய்யையும் விளக்குகளால் மின்னிக்கொண்டிருக்கும்

மெர்லிண்டா பாபிஸ்

மற்றொரு பெண்ணின் முன்னால் வைத்துக்கொண்டிருந்தார்கள். அவள் மார்பில் ஒரு மண்டையோடு பாடிக்கொண்டிருந்தது. நம் கேட்டது இந்த மண்டையோட்டைத்தானா? மின்னும் பெண் அதை வளர்த்துவந்தாள். அது பல குரல்களில் பாடிக்கொண்டிருந்தது. அது பாடலை முடித்தது:

'யாருடைய வீடுகள் தூங்கவில்லையோ, அவர்கள்
ஆசீர்வதிக்கப்பட்டவர்கள்
அவர்கள் இறந்தவர்களைப் பாதுகாக்கிறார்கள்'

என் தோழிகள் எல்லையை அடைந்துவிட்டார்கள்! என்னைப் பிடித்துவைத்திருந்தவரிடமிருந்து என்னை விடுவித்துக் கொண்டு அவர்கள் கைகளில் தாவிச் சென்றேன்.

ஜ

மின்னும் லூமியும் கரிடேஸும், எல்லையைப் பேணிக் காப்பவர்களும் எங்கே? நான் எங்கே இருக்கிறேன்? நான் என் தோழிகளைத் தேடிப் பதற்றத்துடன் ஓடினேன். என் தலை குழப்பத்தால் சுற்றியது. நான் மீண்டும் அறைகளுக்கே வந்திருந்தேன். நான் சொட்டிக்கொண்டிருந்த மரம், நீளமான நீல அங்கிகளில் சோர்வான ஆண்கள், பெண்களை அடையாளம் கண்டுகொண்டேன். அவர்கள் ஒவ்வொருவருக்குப் பின்னாலும் பங்கீடுகளில் அளிக்கப்படுவதைப் போன்ற விதைகளின் குவியல் இருந்தது. பலர் உண்டுகொண்டிருந்தனர். மற்றவர்கள் தங்கள் மார்பில் எண்ணெய் தேய்த்துக்கொண்டிருந்தனர். அவர்கள் கைகள் அம்பரின் மென்மயிர்க் கையுறைகளை அணிந்திருந்தன. கண்களை மூடிக்கொண்டிருந்தவர்கள் தங்கள் புருவத்தின் முடியை இழந்திருந்தார்கள். அவர்கள் நன்றாக ஓய்வெடுத்ததுபோல இருந்தார்கள். நான் நடப்பதையே அவர்கள் உணரவில்லை. சிலர் இன்னும் பயத்துடன் குனிந்திருந்தனர், அப்படியில்லாவிட்டால் தங்கள் கை முஷ்டிகளைக் கோபத்தில் தூக்கிக் காட்டிக்கொண்டிருந்தனர், ஆனால், பெரும்பாலானவர்கள் இதயத்தைக் கையில் பிடித்திருந்த சைகையுடன் அமைதியடைந்திருந்தனர். முன்பைப்போல, வெறித்தனமாக உடல்கள் குவியாமல், அவர்கள் தங்கள் தோல்களின் நிறத்தின்படி ஒன்றாக அமர்ந்திருந்தனர். கலந்திருக்க வில்லை.

யாரோ என் கையைப் பிடித்தார். பீனேப்! அவளும் நீல அங்கி அணிந்திருந்தாள். அவள் தன் உதடுகளில் விரலை வைத்து, ஓர் ஓரத்திற்கு என்னை அழைத்துச்சென்றாள். அங்கே இன்னும் மூன்று ஆண்கள் பயம் கலந்த வாய்க்கும் காதுக்குமான

சங்கிலியால் இன்னும் பிணைக்கப்பட்டிருந்தார்கள். நான் கடைசி நபருக்கு அருகில் அமர்வதற்குக் கட்டாயப்படுத்தப்பட்டேன். கிசுகிசுப்பவரைக் கேட்க வேண்டியிருந்தது, 'அது நெருப்பு, அது நெருப்பு.' பிறகு அவள் என்னை மற்ற அறைகளுக்கு அழைத்துச்சென்றாள், அங்கே கை முஷ்டிகளில் அவ்வளவு கோபம் இல்லை. அவர்கள் இன்னும் விளையாட்டுத்தனமாக இருந்தனர். எல்லையை ஒருபோதும் அடைய முடியாமல் நடந்து கொண்டிருந்த சுற்றித் திரிபவர்களின் நகரும் படங்களின் மீது அவர்கள் மீதமிருந்த விதைகளைத் தூக்கி வீசிக்கொண்டிருந்தனர். ஏனென்றால், அவர்கள் மணலில் முளைத்த நெருப்புகளால் தடுக்கி விழுந்தனர். ஒவ்வொரு வெடிப்பின்போதும் ஒரு நிம்மதிப் பெருமூச்சு அறையைச் சுற்றி வந்தது—அவை எல்லைக்கு வெளியே இருக்கும் நம் நெருப்புகள். நம் நெருப்புகள் எல்லையைப் பாதுகாக்கின்றன. அதற்குப் பிறகு சுவர்களிலிருந்து பரிச்சயமான எச்சரிக்கைப் பாடல் எழுந்தது, ஆனால், இப்போது அதில் எச்சரிக்கைக்கான எந்தச் சுவடும் இல்லை. அது ஒரு தாலாட்டாக மாறியிருந்தது.

> 'யாரும் பார்க்கக் கூடாது
> யாரும் அடிவானத்தைத் தாண்டிச் செல்லக் கூடாது'

ஐ

நாங்கள் கடைசி அறையை விட்டு வெளியே வந்திருந்தோம். நாங்கள் புற்களின் வழியாகச் சென்றுகொண்டிருந்தோம். இறுதியாக, எங்களால் பேச முடிந்தது, ஆனால், வெறும் கிசுகிசுப்புகளாக மட்டும்தான்.

'நீ என்னைக் கண்டுபிடித்துவிட்டாய்,' என்று நான் சொன்னேன். என்னால் என்னுடைய மகிழ்ச்சியை மறைக்க முடியவில்லை. அவள் என்னைத் தேடியிருந்திருப்பாள் என்பது என் இதயத்திற்குள், எனக்குத் தெரிந்திருந்தது. 'நீ பாலைவனத்தி லிருந்தைப் போலவே என்னை விட்டுக்கொடுக்கவில்லை.'

இந்த முறை அவள் என் கையைப் பிடித்தாள். நாங்கள் இருவரும் ஒருவர் முகத்தை இன்னொருவர் ஏந்தியபடி ஒன்றாக அமர்ந்துகொண்டோம். அவள் முதன்முறையாக என்னைக் கண்டுபிடித்ததைப்போல அது இருந்தது. 'அவையெல்லாம் என்ன?' என்று நான் கேட்டேன்.

'எல்லையைத் தாண்டிய நெருப்பின் பாதிப்பிலிருந்து மீள முடியாதவர்களுக்கான அறைகள் அவை,' பிறகு, மறு எண்ணத்தோடு, 'யாருமே உண்மையில் அதிலிருந்து மீள்வதில்லை,' என்றாள் அவள்.

என் கிராமம் எப்படி எரிந்தது என்று எனக்கு ஞாபகம் இருக்கிறது.

என் தோழி என் ஞாபகத்தை எதிரொலித்தாள். 'நான் எங்களுடைய பழைய குடிசையைக் கண்டுபிடிக்கவே இல்லை. எந்தச் சுவடும் இல்லை.'

'நான் ஸாக்ரேமின் கருப்புச் சுவரைப் பார்த்தேன், பீனேப், நான் எரிந்துபோயிருந்த அனைத்து உடல்களையும் பார்த்தேன் –'

'ஹா, மதிப்புக்குரிய தலைவர் அதை நன்றாகச் சொல்வார். அந்தச் சிறிய ஆறுதல்படுத்தும் பயிற்சி.'

'அந்த அறைகளில் அவர்கள் மிகவும் களைப்புடன் இருக்கிறார்கள்.'

'எவ்வளவு பயங்கரம், எவ்வளவு கோபம், எப்படி அவர்களால் களைப்பில்லாமல் இருக்க முடியும். ஆனால், ஒவ்வொரு ஆண்டும் மரங்களின் வழிபாட்டுக்குப் பிறகு அவர்கள் ஓய்வெடுப்பார்கள். மறப்பதற்கான விதைகள் அவர்கள் உண்பதற்கு அளிக்கப்படும்.'

'நமது பாலைவனப் பங்கீடுகளைப்போலவா?'

'இல்லை, நம் பங்கீடுகள் மிகவும் ஆற்றல் மிக்கவை பீனா. சுற்றித் திரிபவர்கள், தங்கள் நன்மைக்காக, தங்களுக்கு ஒரு காலத்தில் நடந்த தங்கள் சொந்தக் கதைகளை மறந்துவிட வேண்டும். அப்போது அவர்கள் எல்லைக்கு நடந்துவர முயற்சிக்க மாட்டார்கள். அய்யோ, இதை விளக்குவது கடினம், ஆனால், இப்போது அது சரியாக இருக்கிறது. நான் நன்றாக இருக்கிறேன், பார்க்கிறாயா?' அவள் தன் கூந்தலைக் கோதினாள்.

சோ–சோளி ஒருபோதும் மறக்கவே மாட்டாள் என்று அவளிடம் விவாதிக்க நினைத்தேன். ஆனால், நிச்சயமாக, அவள் பங்கீடுகளை உண்டிருக்கவே முடியாது. ஏனென்றால், அவள் ஒருபோதும் தன் குகையை விட்டு வெளியே வரவேபோவதில்லை. அத்துடன், டேனினென், எஸ்ப்ராவின் விதைகள் பழையதாக, காய்ந்துபோய், ஆற்றலற்று இருந்தன, அதனால் அவர்கள் மரங்களை இன்னமும் நினைவுவைத்திருந்தார்கள். என் தந்தையைப்போலவே, ஏனென்றால், எங்கள் பங்கீடுகள் வருவது நின்றுபோனது. ஆனால், மின்னும் லூமியின் கூடாரத்தில், அனைவரும் ஞாபகம் வைத்திருந்தார்கள் இல்லையா? அனைவருமே பாடினார்கள், இல்லையா? ஒருவேளை நாம் ஒருபோதும் மறக்கவே போவதில்லை. நாம் முன்பு வாழாமல்

இப்போதில் எப்படி நம்மால் வாழ முடியும்? பிறகு என்ற ஒன்று இல்லாமல் எப்படி நம்மால் முன்பு வாழ்ந்திருக்க முடியும்? ஆனால், யாருடைய முன்பும் பின்பும் சொல்லப்படுகிறது, பாடப்படு கிறது? யாரெல்லாம் பாடுவதற்கு அனுமதிக்கப்படுகிறார்கள் – அதுவும் எப்போது? பாடுவதற்கு என்றும் எல்லை இருக்கிறதா என்ன? இந்தக் கேள்விகள் எல்லாம் என் மண்டைக்குள் ரீங்காரமிட்டுக்கொண்டிருந்தன. ஆனால், நான் மட்டும்தான் அவற்றைக் கேட்க முடிந்தது.

கொஞ்ச நேரம் கழித்து, என்னை மிகவும் குழப்பிக்கொண் டிருந்த ஒன்றைப் பற்றி அவளிடம் கேட்டேன். 'ஏன் நம்மைப் போன்றவர்கள் மறக்க வேண்டும்?'

'ராஜ்ஜியங்களுக்கு அதுதான் பாதுகாப்பு.'

'ஆனால், பழைய கதைகளை மறக்க முடியாது. நான் அவற்றின் சுவர்களைப் பார்த்தேன், பீனேப். மதிப்புக்குரிய தலைவர் எனக்குக் காண்பித்தார்'.

பீனேப் பெருமூச்சுவிட்டாள். அவளுக்குள் நடந்து கொண்டிருந்த போராட்டத்தை நான் உணர்ந்தேன் – அவள் ஆசைகளுக்கும், விசுவாசங்களுக்கும் இடையில், அவளின் முன்பிற்கும் பின்பிற்கும் இடையில் அது நடந்துகொண்டிருந்தது. அவள் விளக்கும்போது, அவளால் என் கண்களைப் பார்க்க முடியவில்லை.

'அது அவர்களின் கதைகள், அவர்களின் சொந்த அழிவு. மற்ற எல்லாரின் கதைகளும் அழிவுகளும், அவை நடக்காத மாதிரி மறக்கப்பட்டாக வேண்டும். ஆனால், அவர்களுடையது அப்படியில்லை. இல்லை, அவர்கள் தங்கள் சொந்தங்களை அவர்கள் நன்மைக்காக ஒருபோதும் மறக்கவே மாட்டார்கள், அது ஏதோ ஒரு காலத்தில் நடந்திருந்தாலும்கூட. இங்கே, மற்றவர்களுக்கு கணநேர மறத்தல் மட்டும் வேண்டும் என்கிறார்கள். ஏனென்றால், அவர்கள் மறந்துவிடுவார்கள் என்ற பயத்துடன் இருக்கிறார்கள், அதன் பிறகு ஒருபோதும் நினைவுகூர மாட்டார்கள். அதனால் அவர்கள் எல்லையைக் காவல் காக்க மறந்துவிடுவார்கள். அவர்கள் மீண்டும் பாதுகாப்பற்றவர்களாகிவிடுவார்கள். இது பைத்தியக்காரத்தனம். அவர்களுக்கு இங்கே நீண்ட நினைவுகள் இருக்கின்றன, பீனா. அந்த நெருப்புகள் பல நூறு ஆண்டுகளுக்கு முன் எல்லையைக் கடந்தன. ஆனால், அமைச்சர்கள் அவற்றை இன்னும் தங்கள் இதயங்களில் வைத்துக்கொண்டிருக்கிறார்கள், அதனால், அவை வறண்டுபோய், முறிந்துபோன வெறுப்புடன் வளர்ந்துகொண்டிருக்கின்றன. எண்ணெய்களோ, புதிய இதயங்களோ அவர்களுக்கு உதவும் என்று நினைக்கிறார்கள்.'

மெர்லிண்டா பாபிஸ்

'புதிய இதயங்கள்?'

'எதிர்ப் பக்கத்திலிருந்து, பீனா.'

'நீ என்ன சொல்கிறாய்?'

'பங்கீடு வரிசையிலிருந்து.'

நாங்கள் கொஞ்ச நேரம் அமைதியாக இருந்தோம். நாங்கள் அதை நன்றாக நினைவுவைத்திருந்தோம்: போர்வைகளுக்கு அடியில் நடந்த உடற்பாகங்களின் அறுவடை. சுற்றித் திரிந்தவர்கள் கொடுத்த விலை.

ை

'இங்கே பைத்தியக்காரத்தனமாக இருக்கிறது பீனா. அழகாகவும் இருக்கிறது, பைத்தியக்காரத்தனமாகவும் இருக்கிறது. ஆனால், எனக்கு என் ஆறுதல் தேவை, ராஜ்ஜியங்களின் பரிசுகள். அவற்றுக்கு நான் தகுதியுடையவள்' என்றபடி, அவள் தன் கூந்தலையும் மார்பகங்களுக்கு இடையில் மின்னிக்கொண்டிருந்த நட்சத்திரத்தையும் தடவினாள். பிறகு, அமைதி. அவள் மீண்டும் பேசியபோது, நிம்மதிக்கான அவளின் வெறியைக் கேட்டேன். 'இதை நீ நம்ப மாட்டாய், எப்படி அந்தப் பாடல் முடியும் என்று இப்போது எனக்குத் தெரியும். டேனினென், எஸ்ப்ராவின் குடிசையில் கேட்ட பாடல் நினைவிருக்கிறது, இல்லையா? அது இப்போது எனக்கு சொந்தம்.'

எங்கள் முகங்கள் மிகவும் அருகருகே இருந்தன. பாலைவனத்தில் ஒன்றாகத் தூங்கியதைப் போலவே அது இருந்தது.

'கேள்' என்று அவள் எனக்குப் பாடிக்காட்டினாள். 'ஞாபகம் இருக்கிறதா?'

நான் தலையை ஆட்டினேன், கறுப்பான, உருண்டையான விலங்கு சுழன்றுகொண்டே இருந்தது. சுழன்றுகொண்டே இருந்தது.

'அந்த இசைத்தட்டு இப்போது எனக்குச் சொந்தம் – அத்துடன், எனக்குப் புரிகிறது, அன்பைப் பெறுவது என்றால் என்ன என்பது இப்போது எனக்குப் புரிகிறது பீனா. அந்தப் பாடல் எப்படி முடிகிறது, என்பதுகூட இப்போது எனக்குப் புரிகிறது – பேசி முடித்ததும் அவள் முகம் ஒளிவீசியது, அவள் குரல் காற்றின் ஆனந்தத்தைச் சுழற்றிவிட்டது. அந்த ஆனந்தம் என் இதயத்தில் வலியை உருவாக்கியது.

அவள் பாடல் முடிந்து நீண்ட நேரத்திற்குப் பிறகும் நான் கேட்டுக்கொண்டேயிருந்தேன்.

‘அப்படியென்றால், இப்படித்தான் நீ அன்பைப் பார்க்கிறாயா பீனா?’ எடுத்துக்கொள்ளும் அன்பிற்கு, செய்யும் அன்பு இணையா? ஆனால், அன்பு அன்பாக இருக்க வேண்டுமென்றால் அது பரஸ்பரமாக இருக்க வேண்டும் இல்லையா? உன்னால் உருவாக்க முடியாததை உன்னால் எடுத்துக்கொள்ள முடியாது இல்லையா?’ அன்பு, சந்தையின் விதியைப் பின்பற்ற வேண்டுமா என்ன? பங்கீடு வரிசைகளைப்போல? ஒரு கைநிறைய விதைக்கு உன் கடைசிப் பாத்திரத்தைக் கொடுப்பதைப்போல? ஒரு ஜாடி நீருக்கு உன் இதயத்தைக் கொடுப்பதைப்போல? ஒரு குப்பி எண்ணெய்க்கு உன் சிறுநீரகத்தைக் கொடுப்பதைப்போல? ஆனால், நான் அமைதிகாத்தேன். அவள் ஆனந்தத்தைக் குத்தி உடைக்க எனக்கு மனம்வரவில்லை.

‘ஆ, பீனா, இந்தப் பாடல், மிக – மிக அற்புதமாக இல்லை? இது ராஜ்ஜியம் சொல்வதைப்போலவே இருக்கிறது. நீதி. நீ பரிசுகளை அனுபவிப்பதில் அக்கறை கொள்ள வேண்டும். நான் செய்கிறேன், எப்போதும் நான் செய்கிறேன், அறைகளில், ஓ, நான் அவர்கள் அனைவரையும் எவ்வளவு நேசிக்கிறேன், அந்நியர்களைக்கூட நான் நேசிக்கிறேன். அவர்கள் அனைவரும் ஒவ்வொரு முறையும் எனக்கு எண்ணெய்யைப் பரிசாகக் கொடுத்துவிட்டுச் செல்கிறார்கள், அவர்களும் என்னை நேசிக்கிறார்கள், சொல்லப்போனால் அவர்களுக்குத் தெரிந்த வழியில்… அதனால் என் கூந்தல் வளர்கிறது. அத்துடன், நான் என் கூந்தலை நேசிக்கிறேன்’ என்று தன்னுடைய மகத்தான சொத்தை மீண்டும் கோதினாள்.

இப்படிப்பட்டதோர் உள்ளார்ந்த அன்புக்கான பிரகடனம். அன்பே பீனேப், நீ வழுக்கையாக இருந்தபோதும் நான் உன்னை நேசித்தேன், இப்போது முடியுடன் இருக்கும்போதும் உன்னை நேசிக்கிறேன், உனக்கு என் பெயரே தெரியவில்லை என்றாலும்கூட நான் உன்னை நேசிக்கிறேன்.

‘நீ அந்த அனைத்தையும் கேள், முழுப்பாடலையும் கேட்கலாம். பீனா, நாம் வீட்டுக்குச் சென்றவுடன் முழுப்பாடலையும் இசைக்கவிடலாம் –’ பிறகு அவள் நிறுத்திவிட்டாள். அவள் பெருமூச்சுவிட்டாள். ‘இல்லை, இப்போது உன்னால் என்னுடன் வீட்டுக்கு வர முடியாது.’

‘வீடு,’ நான் எதிரொலித்தேன்.

அவள் கண்களின் கருவிழி மிகவும் பெரிதாக இருந்தது.

‘நீ இந்த இடத்தை நேசிக்கிறாயா?’ நான் கேட்டேன்.

‘நான் உயிரோடிருக்க வேண்டும் பீனா. அதனால் நாம் உன்னை என் அறையில் இல்லாமல், வேறு எங்காவது மறைத்து வைக்க வேண்டும். அங்கே நீ இதற்கு மேல் பார்க்கப்பட்டுவிடக் கூடாது, நானும் உன்னுடன் பார்க்கப்பட்டுவிடக் கூடாது. அது ஆபத்தானது. இது எப்படியிருக்கும் என்று புரிகிறது –’

‘எனக்குப் புரிகிறது . . . நான் அழகாக இல்லை.’ அத்துடன், நான் பீனா இல்லை, எனக்கு இதைச் சொல்ல வேண்டும், ஆனால், இப்போது இதெல்லாம் ஒரு பொருட்டா?

அவள் என் கன்னத்தைத் தோராயமாகத் தொட்டாள். ‘நீ பார்க்க நன்றாகத்தான் இருக்கிறாய்.’

அன்பு அலங்கோலமானது, ஏனென்றால், அதற்கு நிறைய கைகள் இருக்கின்றன – இதை அவளுக்குப் பாட வேண்டுமென்று நினைத்தேன், ஆனால், இப்போது அது ஒரு பொருட்டாக ஆகியிருக்காது.

அவள் திரும்பிகொண்டாள். அவள் என் முகத்தைப் போதுமான அளவுக்குப் பார்த்திருந்தாள், அது ஏதோ கருணையால், சபிக்கப்பட்ட அடையாளத்தை இப்போது அணிந்திருக்க வில்லை. அப்படியில்லாவிட்டால், அவள் இதயத்தில் இந்த வீட்டைத் தாங்கிக்கொண்டிருந்ததால், அவள் தன் முகத்தை மறைத்துக்கொண்டிருக்கலாம். அவள் மீண்டும் அமைதியானாள். பிறகு அவள் பேசியவுடன் அவள் குரலில் வேறு ஏதொவொன்று வெளியே வந்தது.

ஆ, அன்பு. அதற்குப் பல கைகள் இருக்கின்றன.

‘ஆனால், இங்கே, அவர்கள் பழி சுமத்துகிறார்கள் – அவர்கள் அனைவர்மீதும் பழி சுமத்துகிறார்கள், எல்லைக்கு வெளியிலிருக்கும் அத்தனையின் மீதும். அவர்கள் நினைவுகள் – அவர்கள் எதைப் போல – அவர்கள் மகிழ்ச்சியற்று இருக்கிறார்கள்.’ அவள் தன் முகத்தைப் புறங்களுக்குள் புதைத்துக்கொண்டாள். ஏதோ, அவள் சொல்வதை நான் கேட்கக் கூடாது என்பதைப்போல, ஏதோ அவள் நிலத்துடன் பேசுவதைப்போல இருந்தது. ‘அவர்களின் நினைவுகள் மகிழ்ச்சியற்றவை, மன்னிக்கமுடியாதவை, பீனா. என் கைகளில் அவர்கள் கனவுகண்டுகொண்டிருந்தாலும்கூட, ஓர் இரவிற்கு அவர்கள் என்னை நேசித்தாலும் அவர்கள் என்னை கொள்ளை நோயாக்கிவிடுவார்கள். அவர்களது வெறுப்பின், பயங்கரத்தின் அலறல்கள் என் உடலில் அடையாளத்தை ஏற்படுத்தும். இது மிகவும் குழப்பாக இருக்கிறது’ என்றாள். பிறகு, அவள் எழுந்து என்னைப் பார்த்தபடி மீண்டும் அமர்ந்தாள். ‘ஆனால், எல்லையைப் பாதுகாப்பாக வைத்திருக்க நிச்சயமாக

அவர்கள் தங்கள் நினைவுகளை விழிப்புடன் வைத்திருக்க வேண்டியருக்கிறது. என்னைப் போன்ற சிலரை விட்டுவிட்டு, ஏனைய சுற்றித் திரிபவர்களைத் தள்ளிவைக்க வேண்டியிருக்கிறது, தேவையற்ற சுற்றித் திரிபவர்களை. ஓ, பீனா, அதை அவர்கள் உனக்குச் செய்ய என்னால் அனுமதிக்க முடியாது. அதனால் நாம் உன்னை மறைத்துவைக்க வேண்டும். ஆமாம், அதைத்தான் நான் சொல்கிறேன். அதைத்தான் நான் சொல்லவருகிறேன்.'

'எனக்குப் புரியவில்லை.'

'இங்கே பார், யாருக்கும் புரியாது!'

தொலைவில் நெருப்பை உமிழ்ந்துகொண்டிருக்கும் கோபுரங்கள். ஒளிவீசும் மரங்கள்.

ஜ

நெருப்பு மேலே எழும்பியவுடன் காற்று விசித்திரமான வாசம் வீசியது. அது என் வயிற்றைப் புரட்டியது. எனக்கு சாப்பிட வேண்டுமா, இல்லை வாந்தி எடுக்க வேண்டுமா என்று சொல்ல முடியவில்லை.

'இது மோசமான நேரம்.' பீனேப் தன் மூக்கை மூடிக்கொண்டாள், என்னை அடர்த்தியான புற்கள் நிறைந்த ஆழத்திற்குத் தன்னைப் பின்தொடர்ந்து வரச் சொன்னாள். 'இப்போது நான் உன்னை மறைத்துவைக்க வேண்டும்.'

ஆனால், என் மீதான உன் பிரியங்களை எங்கே மறைத்து வைப்பாய்?

தொலைவிலிருந்த வீடுகளின் வரிசையில் திடீரென்று விளக்குகள் எரிந்தன. காற்று இன்னும் அதிகமாக வாசம் வீசியது. நாங்கள் சிரிப்பொலியைக் கேட்டோம். நான் குழப்பத்துடன் அவளைப் பார்த்தேன். பயங்கரத்திற்கும் கோபத்திற்கும் என்ன ஆனது? இப்போது அவர்கள் தேறியிருக்கிறார்களா?

பீனேப் இன்னும் பரபரப்பானாள். 'ஓய்வுக்குப் பிறகு அவர்கள் மீண்டும் விருந்துண்பார்கள். இப்போது அவர்கள் விதைகளைவிட அதிகமானதை உண்பார்கள். அவர்கள் மாமிசத்தை உண்பார்கள். ஆண்டுக்கு ஒரே ஒருமுறை மட்டுமான ஓர் அரிய விருந்து. இந்த வாசம் விலங்குகளையும் அத்துடன் மனிதர்களையும் வதக்குவதிலிருந்து வருகிறது.'

'என்ன?'

'அத்துடன், காலங்களுக்குக் கீழ்ப்படிய முடியாத தங்கள் சொந்தங்களைக்கூட அவர்கள் அங்கே எரிக்கிறார்கள்,' என்று அவள் கிசுகிசுத்தாள்.

கோபுரங்கள் காற்றை வெப்பமாக்கிக்கொண்டிருந்தபோதும் நான் குளிரை உணர்ந்தேன்.

'இந்த வாசம், இது மாமிசம்,' அவள் கிட்டத்தட்ட வாந்தி எடுத்தாள்.'அந்த நெருப்புகள் இந்த விலங்குகளைச் சமைக்கின்றன, தண்டனை விதிக்கப்பட்ட உடல்களையும் எரிக்கின்றன. அதுவும் ஒரே நேரத்தில். அவை குறிப்பாக நெருப்பில் வீணாகிவிடக் கூடாது. இந்த இறத்தலும், உண்ணுதலும் ஒரு திறமையான ஏற்பாடு.'

'ஆனால், நீ கல்லறையிலிருந்து உண்ண மாட்டாயே.'

'நான் இல்லை, இது அவர்கள்!'

நாங்கள் அமைதியானோம். ஒருமுறை நான் மண்டையோடு களும் எலும்புகளும் இருந்த இடத்திலிருந்து உண்டேன். அதற்கு அவள் என்னை அடித்தாள். 'நீ கல்லறையிலிருந்து சாப்பிடக் கூடாது என்று சொன்னாய். இதை நீ பாலைவனத்திலிருந்த போது சொன்னாய்.'

'நான் ஒருபோதும் உண்டதில்லை, நான் ஒருபோதும் உண்டதில்லை – அத்துடன், அவர்கள் விலங்குகளைச் சாப்பிடுகிறார்கள். அந்த உடல்களை அல்ல. அந்த உடல்களை இல்லை என்று என்னால் உறுதியாகச் சொல்ல முடியும்!' மின்னும் நட்சத்திரம் மேலெழுந்து, அவளது சீரற்ற சுவாசத்துடன் கீழே விழுந்தது. 'இதுதான் மோசமான காலம், இதுதான் மோசமான காலம்.'

நேரத்திலோ, காலங்களிலோ, இல்லை நினைவுகளிலோ என்ன புனிதம் இருக்கிறது? இந்த மோசமான காலம் இன்னொன்றை, அத்துடன் மேலும் இன்னொன்றைத் தூண்டியது. பாலைவனத்தில் ஒன்றாகத் தூங்கிக்கொண்டிருந்தபோது என் தோழி, ஒரு சமயம், எரிந்துபோன இடிபாடுகளில் தேடுவதற்காக அவள் தன் கடமைகளுக்கு மட்டம்போட்டுவிட்டதைப் பற்றி தூக்கத்தில் முணுமுணுத்திருக்கிறாள். ஆனால், அவள் குடும்பம் அவளை மன்னித்துவிட்டது. அவள் எப்போதும் பார்லியை இன்னும் சுவையாக்கும் சுவையூட்டிகளை வீட்டுக்கு எடுத்து வந்துகொண்டிருந்தாள். ஒருமுறை, ஒரு சிறுவனின் மிச்சம். ஆனால், அவள் அதை அவர்களிடம் ஒருபோதும் சொல்லவில்லை.

கொடிய நேரம். ஆனால், மனநிலை விழாக்கோலம் பூண்டிருந்தது. கோபுரங்களிலிருந்து வந்த நெருப்பாலும், அறைகளிலிருந்து வந்த ஒளியாலும் வானம் பகல்போல இருந்தது.

ஃ

தண்டிப்பதற்கான ஒரு காலம் இருந்தது. நாங்கள் இதை மறக்காமல் குக்ஸிக் பார்த்துக்கொண்டான். ஒவ்வொரு இலையின் முறிவும் அவனுக்குத் தெரிந்திருந்தது. அத்துடன், ஒவ்வொரு புல்லின் இதயத்தையும் அவன் அறிந்திருந்தான். அவன் ஒவ்வொரு கிசுகிசுப்பையும் கேட்டான். அவன் முழுக் கவனத்துடன் செயல்பட்டான். எங்களை அறைகளிலிருந்து பின்தொடர்ந்து வந்தான். எங்கள் துன்பத்தை அவன் ஒட்டுக்கேட்டான். அவன் சுறுசுறுப்பாக வேலை செய்தான். பீனேப்பின் கன்னத்தில் உடனடியாகக் காயம் பரவியவுடன், இடிபாடுகளிலிருந்த கிசுகிசுப்பாளர்களை நான் நினைவுகூர்ந்தேன். ஆனால், அவன் என்னைத் தொடவில்லை. என்னைக் கவனிக்க வேண்டியது அவனுடைய அப்பாவின் வேலை. என்னைப் போன்றவர்களுக்குத் தீர்ப்பு வழங்க வேறொரு காலம் இருந்தது.

ஃ

'குற்றங்களைப் பட்டியிலிடுங்கள்,' புஜங்களின் அமைச்சர் கோரினார்.

வாய்களின் அமைச்சர் எதிர்பார்த்ததைவிட விருப்பத்துடன் பட்டியிலிட்டார். 'ஒன்று, எல்லைக்கு நடந்துசென்றது. இரண்டு, பாடியது. மூன்று, தவறான காலத்தில் விருந்துண்டது. நான்கு, அவள் எங்கே பார்க்கக் கூடாதோ, அங்கே பார்த்தது. ஐந்து, அறைகளைத் தொந்தரவுக்குள்ளாக்கியது. ஆறு, மோசமான வதந்திகளைப் பரப்பியது. ஏழு, எல்லையின் காப்பாளர்களைக் கிளர்ச்சி செய்ய ஊக்கப்படுத்தியது, எட்டு, புனிதமற்ற அறைகளில் தூங்கியது. ஒன்பது, கொள்ளைநோயைக் கொண்டுவந்தது. பத்து, ராஜ்ஜியத்தை மாசுபடுத்தியது.'

இரண்டு அமைச்சர்களும் இப்போது விவாதித்துக்கொள்ளவில்லை. கால்களின் அமைச்சர் இப்போது சிரிக்கவில்லை. மதிப்புக்குரிய தலைவர் பெருமையுடன் வீற்றிருந்தார். நான் பார்த்ததிலேயே மிக உயரமான மேசையில் அவர்கள் அமர்ந்திருந்தனர். அது ஒரு பழமையான மரம் உயர்ந்திருந்தால் எப்படியிருக்குமோ, அப்படியோரு கோபுரம்போல இருந்தது. அவர்களுக்கு மேலே, வானம் தெளிவான நீலநிறத்திலும், சூரியன் கதகதப்பாகவும் இருந்தது.

என்னைச் சுற்றியிருந்தவர்களின் கைத்தட்டல் மீண்டும் எதிரொலித்தது. அனைவரும் இன்னும் நீளமான நீலநிற அங்கிகளையே அணிந்திருந்தனர். ஆனால், இப்போது யாரும் களைப்பாகவோ, பயத்தோடோ, கோபத்தோடோ இல்லை. அவர்கள் முணுமுணுக்கும்போது, அவர்களின் முகங்கள் சிவந்திருந்தன:

'நாம் எதற்கு வேலை செய்கிறோமோ, அது நம்முடையது
நாம் எதற்கு அக்கறை காட்டுகிறோமோ, அது நம்முடையது
நாம் எதைப் பாதுகாக்கிறோமோ, அது நம்முடையது
மகிழ்ந்திருங்கள், மகிழ்ந்திருங்கள்!'

இங்கிருந்த ஆனந்தம், சூரியன், வானம், மரங்கள், நீர்நிலைகள், நான் நின்றிருந்த நிலத்தைக்கூட உரிமைகோரியது. 'ஆனால், நாங்கள் எங்களுடையது இல்லாததை எதுவும் எடுக்கவில்லை' என்று நான் சொன்னேன்.

'யாரும் பார்க்கக் கூடாது
யாரும் அடிவானத்தை தாண்டிச் செல்லக் கூடாது'

மதிப்புக்குரிய தலைவர், ஒரு கையை உயர்த்திக் கூட்டத்தை அமைதிபடுத்தினார், அதன் பிறகு, என்னிடம் கேட்டார், 'வெட்டுக்கிளிப் பெண் எப்படி வாதிடப்போகிறாள்?'

'நான் நடந்து செல்லவில்லை, எனக்கு வேறு வழியில்லை, நான் எல்லைக்கு அழைத்துச்செல்லப்பட்டேன் –'

'எல்லை. சரி, அப்படியென்றால், எல்லையைப் பற்றிப் பேசுவோம்.' கால்களின் அமைச்சர் மகிழ்ச்சியாக இருந்தார். 'அது ஒரு பாதுகாப்புக் கோடு, உயிர் வாழ்வதற்கான கோடு. அது பூமியிலிருக்கும் ஒரு கடைசிப் பசுமைப் புகலிடத்தைப் பாதுகாக்கிறது, ஏனென்றால், அது வீணாக்குபவர்களை வெளியே தள்ளிவைத்திருக்கிறது. அது நாம் உயிர் வாழ்வதற்கான கடைசி நீர்நிலைகள், கடைசி மரங்கள், கடைசி விதைகள், கடைசி விலங்குகள், கடைசி எண்ணெய்கள் ஆகியவற்றின் நுகர்தலைக் கட்டுப்படுத்துகிறது. மனித இனம் அழிந்துபோவதிலிருந்து பாதுகாப்பதற்கான நம் கடைசி வாய்ப்பு. இந்த எல்லை நமது மகத்தான கண்டுபிடிப்பு.'

பின்தொடர்ந்த கைத்தட்டல், என் மண்டைக்குள் இருந்த ரீங்காரத்தைக் கிளறிவிட்டது. ஆனால், என்னால் மட்டுமே அதை கேட்க முடிந்தது. அது அவர்களின் மகிழ்ச்சி ஆரவாரத்தோடு போட்டிபோட முடியவில்லை.

'கேள்விக்குப் பதில் சொல். பெண்ணே, நீ எப்படி வாதிடப்போகிறாய்?' மதிப்புக்குரிய தலைவர் தொடர்ந்து மீண்டும் கேட்டார்.

'பசி – எனக்குப் பசியாக இருந்தது. அத்துடன்,–'

அவர்களின் எதிர்ப்புகளால், கூட்டத்தினர் என் குரலை மூழ்கடிக்கச்செய்தனர்.

'பசி. பசியை நம்மால் தீர்க்க முடியும். அந்தப் பொருள் என் அதிகார வரம்புக்குள் இருப்பதாக நம்புகிறேன்.' வாய்களின் அமைச்சர் பாடுவதற்கு முன் தன் உதடுகளைப் பல முறை சுருக்கி நீட்டினார் –

'நாங்கள் உங்களின் காப்பாளர்கள்
நாங்கள் உங்களைப் பாதுகாப்போம்
நாங்கள் உங்கள் மீது அக்கறை காட்டுவோம்'

பிறகு, அவர் தன் வாதத்தை வைத்தார். 'ராஜ்ஜியங்கள் பசியைக் கவனித்துக்கொண்டிருக்கின்றன. பல நூற்றாண்டுகளாகப் பங்கீடு வரிசைகளை நாம் கையாண்டுகொண்டிருக்கிறோம். நாம் விருந்துக்கான காலத்தையும் ஏற்பாடு செய்திருக்கிறோம். நுகர்வுக்கும் கட்டுப்பாட்டிற்கும் நமக்கு வழிமுறைகள் இருக்கின்றன. பசி என்பது இப்போது ஒரு சொல்லே இல்லை. தங்கள் சொந்த நலன்களுக்காக வன்மங்களைத் தூண்டிவிட ஆசைப்படுபவர்களைத் தவிர –'

வாய்களின் அமைச்சர் அதீத வேகத்தில் இன்னொரு பாடலுக்குச் செல்வதற்கு முன், மதிப்புக்குரிய தலைவர் தன் கைகளை உயர்த்தி அதைத் தடுத்து நிறுத்தினார். அதன் பிறகு பொறுமையின்றி அவர் மீண்டும் கேட்டார், 'வெட்டுக்கிளிப் பெண்ணே, – எப்படி நீ வாதிடப் போகிறாய் என்ற கேள்விக்கு ஒரேயொரு பதில்தான் இருக்கிறது என்று உனக்குத் தெரியுமா?'

'நான் வதந்திகளைப் பரப்பவில்லை, நெருப்புகள் வதந்திகள் இல்லை.' நான் என் முகத்தை நெட்டித்தள்ளிக் கூட்டத்தினரிடம் காட்டினேன். என் கைகளை நீட்டினேன். பாதங்களை வெளிப்படுத்தினேன். 'என்னைப் பாருங்கள், நான்தான் பெருந்தீக்கான சாட்சி – இரண்டு முறை அவற்றை நான் எதிர்கொண்டுள்ளேன்.'

கூட்டம் அமைதியானது. களைப்பு, பயம், கோபம் மீண்டும் அவர்களின் முகத்தில் திரும்பி வந்தன. உடனடியாக, புஜங்களின் அமைச்சர் தன் ஆறுதல்படுத்தும் குரலில் பேச ஆரம்பித்தார். 'ஒரு காலத்தில், நெருப்புகள் எதுவும்

மெர்லிண்டா பாபிஸ்

இல்லை, அத்துடன் நம் முன்னோர்கள் குளிரோடும் தாக்குதலுக்குள்ளாகும்படியும் இருந்தனர். பிறகு, ஒரு தனிமை யான இரவின் இருளில் முதல் தீப்பொறி ஏற்றப்பட்டது. நம் முன்னோர்கள் அதன் நன்மையைப் பார்த்தனர். நல்ல தீ, கெட்ட தீ என்ற இரண்டும் இருந்ததை நினைவுகூருங்கள். அதனால், நம் முன்னோர்கள் முதல் தீயைச் சுற்றி அமர்ந்தனர். அது நெருப்பாக வளரும்வரை பராமரித்தனர். அது இது நாள்வரை அவர்களுக்குக் கதகதப்பையும் பாதுகாப்பையும் வழங்கிவருகிறது.'

கூட்டத்தினர் எழுந்து நின்றனர். அவர்களின் கைகள் மார்புகளை நோக்கி நகர்ந்தன. நெருப்பு பேசப்பட்டுள்ளது. எந்தக் கதையின் ஆறுதலாலும் அந்தச் சொல்லைக் காற்றிலிருந்து அழிக்க முடியாது.

ௐ

புஜங்களின் அமைச்சர், கால்களின் அமைச்சரிடம் எதையோ கிசுகிசுத்தார். அதை அவர் மதிப்புக்குரிய தலைவரிடம் சொன்னார். அதை அவர் வாய்களின் அமைச்சரிடம் சொன்னவுடன், அவர் தன் தலையை எதிர்ப்புத் தெரிவிக்கும் விதமாக ஆட்டினார். கூட்டத்தினர் மேலும் அமைதியிழந்தனர். இந்தப் பரபரப்பான செய்திப் பரிமாற்றம், அவர்களைப் பயமுறுத்தியது. அவர்களின் பாதுகாவலர்களைப் பாதிக்கப் படத்தக்க வாய்க்கும் – காதுக்குமான சைகையில் ஒருபோதும் அவர்கள் பார்த்ததில்லை.

மதிப்புக்குரிய தலைவர் தன் தொண்டையைச் செருமினார். 'சட்டத்தைப் பின்பற்றுவதற்கு நமக்கு சாட்சி தேவை.'

அமைச்சர்கள் ஆமோதிக்கும்படி, தங்கள் தொண்டையைச் செருமிக்கொண்டனர், விலிடிமுஸ்ஸைத் தவிர, அவர் தன் தொண்டையை வெளிப்படையான அசௌகரியத்துடன் தேய்த்துக்கொண்டிருந்தார்.

மரங்களுக்குப் பின்னாலிருந்து குக்ஸிக் வெளிப்பட்டான். அவனுக்குப் பின்னால் எல்லையில் தாய்மார்கள் அணிந்திருக்கும் பிரகாசமான ஆடைகளை அணிந்தபடி இப்போது பீனேப் நடந்து வந்துகொண்டிருந்தாள். பல மொழிகளில் நடந்த விவாதங்கள் கூட்டத்தில் வன்முறையை வெடிக்கச்செய்தன. இவள் மற்றொரு சுற்றித் திரிபவளா? இல்லை, இவள் 'பச்சை மரங்களில்' ஒருத்தி. நிச்சயமாகவா?

ராஜ்ஜியங்களின் பழமையான காப்பாளர்கள் அமைதியாக இருக்கும்படி, தங்கள் கைகளை உயர்த்தினார்கள். அத்துடன்,

மதிப்புக்குரிய தலைவர் சொன்னார், 'சரியான காரணங்களுக்காக நாம் எதை செய்வோமோ, அதை கட்டாயமாகச் செய்ய வேண்டும்: அமைதி. புனிதம். கடமை. பாதுகாப்பு.' இது கூட்டத்தை அமைதியாக்கியது. ஆனால், கொஞ்ச நேரத்துக்குத்தான்.

பீனேப் எனக்குப் பின்னால் நிற்கவைக்கப்பட்டாள். அவளை நோக்கிச் சென்றேன். ஆனால், அவள் பின்னுக்குச் சென்றாள். அவள் என்னைப் பார்க்க மறுத்தாள். அவள் ஆடைகள் சோகமாக்கும் வகையில் அலங்கோலமாக இருந்தன. அவள் முடி திருத்தப்படாமல் இருந்தது. என்னைப்போலவே, விசாரணைக்கு மூன்று நாட்களுக்கு முன் தனிமைச் சிறைவாசத்தில் அவளும் அடைக்கப்பட்டிருந்தாள்.

கேள்விகள் வேகமாக அடுத்தடுத்து கொட்டத் தொடங்கின. யார் அதை கேட்கிறார்கள் என்பதை என்னால் பின்தொடர முடியவில்லை.

'உன் பெயர் என்ன?'

'பீனேப்.'

'நீ எங்கிருந்து வருகிறாய்?'

'. . . அறை'

'சத்தமாக.'

'புனிதமற்ற அறை'

'குற்றம் சாட்டப்பட்டிருப்பவரை உனக்குத் தெரியுமா?'

அமைதி, பிறகு, 'உண்மையைச் சொல்ல வேண்டுமென்றால் இல்லை.'

'அப்படியென்றால் என்ன அர்த்தம்?'

'எனக்கு அவளைப் பற்றித் தெரியும்.'

'நிச்சயமாக – அத்துடன், இது எப்போது?'

'ஒருகாலத்தில்.'

'எங்கே?'

அமைதி.

'எங்கே, பெண்ணே?'

'எனக்கு ஞாபகம் இல்லை.'

'உனக்குத் தெரியும். குற்றம் சாட்டப்பட்டிருப்பவரை நீ எங்கே தெரிந்துகொண்டாய்?'

'பாலைவனத்தில்.'

'உண்மையில் நீ எங்கிருந்து வந்திருக்கிறாய்?'

அமைதி, பிறகு, 'பாலைவனத்திலிருந்து.'

'ஏன் இங்கே இருக்கிறாய்?'

'ராஜ்ஜியக் கட்டமைப்பிற்காக.'

'சத்தமாக – ஏன் இங்கே இருக்கிறாய்?'

'ராஜ்ஜியக் கட்டமைப்பாளர்கள் கனவு காண உதவுவதற்கு.'

'குற்றம் சாட்டப்பட்டிருப்பவரின் பெயர் என்ன?'

'எனக்குத் தெரியாது.'

'அப்படியென்றால், உனக்கு அவளைப் பற்றித் தெரியாதா?'

'எனக்கு அவளைத்.... தெரியும்.'

'அவள் பாலைவனத்தில் நடந்தது உனக்குத் தெரியுமா?'

'எனக்கு ஞாபகம் இல்லை.'

'அவள் பாலைவனத்திலிருந்து எல்லைக்கு நடந்து வந்தாளா?'

'எனக்குத் தெரியாது.'

'அவள் ஏன் எல்லைக்கு நடந்து வந்தாள்?'

'ஏனென்றால்.... எனக்குத் தெரியாது.'

'நீ எல்லைக்கு நடந்து வந்தாயா?'

'இல்லை – நான் அழைத்துவர–'

'அவள் எல்லைக்கு நடந்து வந்தாளா?'

'இருக்கலாம்.'

'ராஜ்ஜியங்களுக்கு ஊறு விளைவிப்பதற்கு?'

'இல்லை!'

'எப்படி உனக்குத் தெரியும்? ஏன் உனக்குத் தெரியும்? இதில் நீயும் அவளுடன் இருக்கிறாயா?'

'இல்லை, இல்லை!'

'ராஜ்ஜியங்கள் உன்னைப் பார்த்துக்கொள்ளவில்லையா? உனக்கு எல்லைமீது அக்கறை இல்லையா? ராஜ்ஜியங்களின் பாதுகாப்புமீது அக்கறை இல்லையா? ராஜ்ஜியக் கட்டமைப்பில் உனக்குப் பங்கு இல்லையா? நீ யாருடைய பக்கம்?'

'நான் ராஜ்ஜியக் கட்டமைப்பாளர்!'

கூட்டத்தினர் சீற்றமடைந்தனர். எந்த ராஜ்ஜியக் கட்டமைப்பாளரும் புனிதமற்றவராக இருக்க முடியாது.

'உனக்குக் குற்றம் சாட்டப்பட்டவரைத் தெரியுமா?'

'ஆமாம்.'

'யார் அவள்?'

அமைதி. பிறகு மென்மையாக, 'வெட்டுக்கிளிப் பெண்.'

'கொள்ளை நோயா?'

அமைதி.

'எல்லையைத் தாண்டிய கெட்ட தீயிலிருந்தா?'

அமைதி.

'உன்னைப் போலவே, நிச்சயமாக –'

'இல்லை!'

கெட்ட தீ. காற்று அதனுடன் வெடித்தது. கூட்டத்தினரின் சீற்றம் இன்னும் ஆழமான வேறு ஏதோவொன்றானது, அது என்னை மூச்சுவிட முடியாமல் செய்தது. அது எங்களை நோக்கி நகர்ந்தது, அது அவளை நோக்கி நகர்ந்தது.

'நீ கெட்ட தீயைச் சேர்ந்த பக்கத்திலிருந்து வந்தவள் –'

'இல்லை, நானில்லை. நான் உங்களில் ஒருத்தி –'

'நீ எங்களை உளவுபார்க்க வந்திருக்கிறாய். நாங்கள் உனக்கு உடைகள் அளித்தோம், உணவளித்தோம், அடைக்கலம் அளித்தோம்!'

'இல்லை, இல்லை! நான் உங்கள் பக்கத்தைச் சேர்ந்தவள். நான் உங்களுக்காகப் பணியாற்றுகிறேன்!'

அவளுக்கும் கூட்டத்திற்கும் இடையில் என்னை வைத்துக்கொள்ள முயன்றேன், ஆனால், அவர்கள் அவளைத் தள்ளிக்கொண்டு சென்றுவிட்டார்கள். அவளது கதறல்

என் மண்டையோட்டின் தொலைதூரத்தில் தொடர்ந்து ரீங்காரமிட்டுக்கொண்டே இருந்தது.

ஞ

அவளை நான் உற்று நோக்கினேன். அவளது பிரகாசத்தை உற்று நோக்கினேன். ஆனால், அதற்கு நீண்டகாலத்துக்குப் பிறகுதான், ஆரஞ்சு என்றால் என்ன என்பதைப் புரிந்து கொண்டேன். அந்தச் சொல்லுக்கும் நிறத்துக்கும் இருக்கும் இணைப்பு. என் கல்லறையின் எலும்புகளில் அவள் தொலைத்த அந்த ஆரஞ்சுப் பெட்டி. எல்லையில் தாய்மார்கள் அணிந்திருந்த ஆரஞ்சு ஆடைகள். சிவப்பு அளவுக்குப் பிரகாசமாக இல்லை. ஆனால், அது என் கண்களை எரித்தது. பீனேப்பின் ஆடைகள் ஆரஞ்சு நிறத்தில் இருந்தன, இப்போது சிவப்பாக மாறிக் கிழிக்கப்பட்டிருந்தன. கூட்டத்தினர் நகர்ந்தபோது என்னால் அவளின் மார்பகங்களை மட்டுமே அடையாளம் காண முடிந்தது. காரணம் மின்னும் நட்சத்திரம்.

'என் மீதிருந்து உங்கள் கண்களை எடுங்கள்
நான் அழகாக இல்லை!'

யார் பாடுவது? இறந்துபோனவளா? ஆனால், என்னால் மட்டும்தான் அதைக் கேட்க முடிகிறது.

நீல நிற ஆண்களும் பெண்களும் தங்கள் கைகளை அதிர்ச்சியில் உற்றுப் பார்த்துக்கொண்டிருந்தனர். அவர்களுக்குக் கருகிய உடல்களைத் தெரியும். ஆனால், ரத்தம் தெரியாது. தங்கள் கைகளில் ரத்தம் இல்லை என்பதை நம்பிவிட்டனர். பின்னால் தொலைவிலிருந்து, யாரோ ஒருவர் கூட்டத்தைத் தள்ளிக்கொண்டிருந்தார். நான் முணுமுணுப்பைக் கேட்டேன். நான் ஒரு நீலத் துணியின் விளிம்பைப் பார்த்தேன். என் தோளில் ஒரு கையை உணர்ந்தேன். நான் மேலே பார்த்தேன். அவரின் முகம் மங்கலாக இருந்தது. பீனேப்பை அவரால் எடுத்துசெல்ல முடிந்த அளவுக்குக் கையில் எடுத்துக்கொண்டார். அவர் பழமையான மரத்தை நோக்கி நடந்தார். புற்களின் சிவப்பு, ஆரஞ்சுப் பாதையில் நான் அவரைப் பின்தொடர்ந்தேன். பிறகு அவர் பேசுவதைக் கேட்டேன். எப்போதும் பேசுவதற்கு முன்னால் தொண்டையைச் செருமிக்கொள்ளும் அதே குரல். ஆனால், இப்போது அதனால் அப்படிச் செய்ய முடியவில்லை.

'நாங்கள் எப்படி முறையிட வேண்டும்?'

அவரது கேள்வி காற்றில் தொங்கிக்கொண்டிருந்தது.

‘அந்தக் கேள்வியைக் கேட்கும் நிலையில் நீ இல்லை.’ மதிப்புக்குரிய தலைவர் தடுமாறியது தெரிந்தது. ஆனால், ஒழுங்கை மீட்டமைக்கும் கட்டளையைப் பிறப்பித்தார்.

‘நாங்கள் எல்லாம் எப்படி முறையிட வேண்டும்?’

‘நீ என்னிடம் இப்படிப் பேச முடியாது.’

‘நான் என் தந்தையிடம் பேசுகிறேன்.’

வாய்களின் அமைச்சர் தொடர்ந்து தன் தொண்டையைச் செருமிக்கொண்டேயிருந்தார், அங்கே என்ன தேங்கியிருக்கிறதோ, அது போகவே போகாத மாதிரி; ‘முட்டாளே, அதைக் கீழே போடு! நீ போதுமான அளவுக்குப் பிரச்சினை செய்துவிட்டாய்.’

‘என் வாழ்க்கை முழுக்க நீங்கள் என்னிடம் கேட்டது அனைத்தையும் செய்தேன், என்னை இனிமேல் பார்க்க மாட்டேன் என்று நீங்கள் மறுத்தபோதுகூட அவற்றைச் செய்தேன். ராஜ்ஜியங்கள் என்னிடம் கேட்டது அனைத்தையும் செய்தேன். நான் புனிதமற்றவன் என்று நான் தங்குவதற்கு மறுத்தபோதும்கூட அவற்றைச் செய்தேன். நான் எல்லையைத் தாண்டினேன், மறுபடியும் தாண்டினேன். என் ரத்தம் இரண்டு பக்கங்களிலும் ஓடுகிறது. நான் மாசடைந்திருக்கிறேன். நான் சுற்றித் திரிபவர்களுக்கு உணவளித்திருக்கிறேன், அவர்களைக் கட்டுப்படுத்தியிருக்கிறேன். அவர்களைப் பயன்படுத்தியிருக்கிறேன். ஏமாற்றியிருக்கிறேன். அவர்களின் குழந்தைகளை வெளியேற்றியிருக்கிறேன். தவறான முறையில் பயன்படுத்தியிருக்கிறேன். நானும் நீண்டகாலத்திற்கு முன் அப்படி வெளியேற்றப்பட்டிருக்கிறேன். தந்தையே, நான் உங்களிடம்தான் வர்த்தகம் கற்றுக்கொண்டேன்: நம்மை மாதிரி இல்லாதவர்களை வெளியே அனுப்பு. ஏனென்றால், அவர்கள் நம் அக்கறையுள்ள விழுமியங்களையும் நம் வாழ்க்கை முறையையும் அச்சுறுத்துகிறார்கள். நம் அமைதியைப் பாதுகாக்க அவர்களை வேரறுத்துவிடுவது இன்னும் சிறந்தது. மற்றொரு பக்கத்திற்கு அமைதிக்கான உரிமை இல்லையா? இல்லை. ஏனென்றால், அவர்களின் அமைதி நம் சொந்த அமைதியை, இன்னும் சட்டப்படியான அமைதியை அச்சுறுத்துகிறது இல்லையா?’

‘வாயை மூடு!’ வாய்களின் அமைச்சர் பெருங்கோபத்தில் திணறிக்கொண்டிருந்தார்.

‘என்னை மன்னித்துவிடுங்கள். நான் நம்முடைய, நாம் என்ற பதங்களில் பேசிவிட்டேன் – நான் எப்போதும் உங்களுக்குச் சொந்தமானவனாக இல்லை. நீங்கள் இந்த ராஜ்ஜியங்களுக்குப் பிறந்தவர், நீங்கள் புனிதமானவர், கம்பீரமானவர், வீரர், சோகம்

என்னவென்றால், உங்களுக்கு மரண பயம் உண்டு. அந்த மற்றொரு பக்கத்தின் மீதான உங்கள் பயம்தான் உங்களை வீரச் செயல்கள் செய்யத் தூண்டுகிறது – உங்கள் கருணையற்றப் பாடல்கள், உங்கள் பயங்கரமான பெருந்தீ.'

'தீ என் துறை இல்லை என்பது உனக்குத் தெரியும்தானே, முட்டாளே, அடி முட்டாளே!' அமைச்சரின் சீற்றம் துன்பமாகக் கொட்டிக்கொண்டிருந்தது.

அந்த மகன் திரும்பி, பீனேப்பின் உடலைக் கையில் ஏந்தியபடி, கூட்டத்தை நோக்கி நடக்க ஆரம்பித்தான். அனைவரும் அதனால் அச்சத்தில் பின்வாங்கியிருந்தனர். அமைதியாக இருந்தனர்.

'என் தாயின் பாலைவனத்தில், கிராமங்கள் எரிவதைப் பார்த்திருக்கிறேன். என் தந்தையின் ராஜ்ஜியங்களில் சுற்றித் திரிபவர்கள் தங்களைத் தாங்களே வெடித்துச் சிதறவைத்துக் கொண்டதைப் பார்த்திருக்கிறேன். அழிவைப் பற்றிய புத்தங்கள் அனைத்தையும் படித்திருக்கிறேன், அந்த மறைத்துவைக்கப்பட்ட அறைகளில் இருக்கும் பயங்கரமும் களைப்பும் எனக்குத் தெரியும். பாலைவனத்தில் நம்மால் நடப்பட்ட நெருப்பின் முளையைப் பார்த்திருக்கிறேன். உடல் உறுப்புகளை இழந்த குழந்தைகளைப் பார்த்திருக்கிறேன், அவர்கள் மிகவும் குறைவாகவே மீதமுள்ளனர், அவர்களையும் நான் எப்படி நன்றாகப் பயன்படுத்திக்கொண்டேன். அப்படியென்றால், யார் முதல் தீயைத் தொடங்கியது? அத்துடன், அழிவு யாருடையது? பயங்கரம் யாருடையது? வெறுப்பு யாருடையது? அது எல்லாம் இப்போது ஒரு பொருட்டா? எரிந்தது எரிந்ததுதான். கருகிய உடலுக்கு முகம் இல்லை. அத்துடன், ரத்தம்? ரத்தம் எல்லையின் இரண்டு புறங்களிலும் சிவப்புதான். நானே சாட்சி, நானே பாதிக்கப்பட்டவன், நானே குற்றவாளி. அதனால் நான் கேட்கிறேன், நாம் எல்லோரும் எப்படி முறையிடப்போகிறோம்?'

'நாம் முறையிட வேண்டாம் என்று நினைக்கிறேன், வெரோம்ப். நாம் கொடுப்போம். நாம் நேசிப்போம்.'

நான் அதைச் சொல்லியிருக்க வேண்டும். நாம் ஒன்றைச் சொல்லும்போது நமக்கேகூட புரியாத விஷயங்களை எப்படிச் சொல்கிறோம் என்பது விசித்திரம்தான்.

ഏ

விசாரணை தொடர்ந்தாக வேண்டும். வழக்குரைஞர்கள் தங்கள் உண்மையான குற்றவாளியை நோக்கித் திரும்ப வேண்டும்.

இறுதியாக, வாய்களின் அமைச்சர் அமைதியடைந்தார். 'முட்டாளே, வழக்கு நடவடிக்கைகளைத் தாமதப்படுத்தாதே! உன்னை உன்னிடமிருந்து காப்பாற்றுவதற்காக நான் நிறைய பிரச்சினைகளை எதிர்கொண்டிருக்கிறேன்.'

புஜங்களின் அமைச்சர் நகைத்தார். 'உண்மையிலேயே பெரிய பிரச்சினைதான். நீங்கள் உங்கள் கடமையை ஆபத்துக்குள்ளாக்கி யிருக்கிறீர்கள், அமைச்சர் விலிடிமுஸ். உங்கள் மகன் எல்லை வழியாகச் சுற்றித் திரிபவர்களைக் கடத்துவது உங்களுக்குத் தெரியும். ராஜ்ஜியங்களின் பாதுகாப்பை நீங்கள் சமரசம் செய்திருக்கிறீர்கள்.' அவரால் தன் மனநிறைவை மறைக்க முடியவில்லை. தந்தையும் மகனும் ஊழலைப் பொதுவில் ஒப்புக்கொண்டிருக்கிறீர்கள். 'நீங்கள் எப்படி முறையிடப்போகிறீர்கள்?'

'எரியும் நெருப்பில் எண்ணெய் ஊற்றாதீர்கள், என் அன்புக்குரிய மனிதரே. வெட்டுக்கிளிப் பெண்தான் நம்முடைய வழக்கு. அதை நீங்கள் மறந்துவிட்டீர்களா? அவளை நாம் அழைத்துவர ஒப்புக்கொண்டோம், ஏன் உங்கள் சிறிய விதைகள் வீரியத்தை இழந்துவிட்டன – ஏன் இந்தப் பெண் ஒரு காலத்தில் நடந்த கதைகளைக்கூட ஞாபகம் வைத்திருக்கிறாள் – அத்துடன், அவள் ஏன் இந்தக் கிளர்ச்சிப் பாடல்களைப் பாடுகிறாள் – முதலில், அவள் ஏன் நெருப்புகளிலிருந்து தப்பித்தாள்.'

'கவனியுங்கள், அமைச்சர்களே, இது எல்லாவற்றுக்கும் ஒரு நேரம் இருக்கிறது,' தலைவர் வாதிட்டார்.

'அவளால் பாட முடியும். அவளால் ஞாபகம் வைத்திருக்க முடியும்,' வாய்களின் அமைச்சர் குற்றம்சாட்டினார். 'உங்கள் மறக்கடிக்கும் விதைகள், உங்கள் நெருப்புகள் எதுவும் இப்போது வேலை செய்யவில்லை, அமைச்சர் ஸுக்கிக். உங்கள் புஜங்கள் பயனற்றுப்போய்விட்டன! நீங்கள் உங்களை எப்படி முறையிட்டுக்கொள்ளப் போகிறீர்கள்? யார் கடமையில் குளறுபடி செய்தது?'

'இதற்கு வேறொரு நேரம் இருக்கிறது என்று நான் சொன்னேன்,' தலைவர் தன் அமைச்சர்களிடம் கோபப்பட்டார். ஆனால், புஜங்களின் அமைச்சர் ஏற்கெனவே தன் மேசையைத் தாண்டி, தன் எதிரியின் கழுத்தைப் பிடித்திருந்தார். 'என் கருவிகளைப் பற்றியோ, என் கடமையைப் பற்றியோ உங்களால் கேள்வி கேட்க முடியாது, உரத்த வாய் அமைச்சரே.'

'முட்டாள்கள், முட்டாள்கள்!' என்று கத்தினார் கால்களின் அமைச்சர். அவர்கள் இருவரும் இப்போது முழுமையாக

வெடித்துச் சண்டையிட்டுக்கொண்டிருந்தனர். அவரால், இருவரையும் நெம்பிப் பிரிக்க முடியவில்லை.

வெரோம்ப் என் காலடியில் பீனேப்பைப் போட்டார். கூட்டம் குழப்பத்துடன் நகர்ந்துகொண்டிருந்தது. பலர் எங்களிடமிருந்து பின்வாங்கிக்கொண்டிருந்தனர். அவர்கள் தங்கள் அறைகளின் வசதிக்குத் திரும்ப நினைத்தனர். பலர் மோசமான களைப்பால் தங்கள் முழங்கால்களில் கீழே விழுந்தனர். அனைவரும் தங்கள் கைகளை இதயத்தில் வைத்திருந்தனர்.

திடீரென்று ஒரு முறிவு. இல்லை கிசுகிசுப்பா? இது இலைகளுடன் தொடங்கியதா, இல்லை புற்களுடன் மட்டுமா? எதுவாக இருந்தாலும், அது சண்டையை நிறுத்தியது. அது மென்மையான காற்றால் கொண்டுசெல்லப்பட்டது. சொற்கள், அவை பாடப்பட்ட சொற்கள்.

'தயவுசெய்து ... பயம் ... கை ...'

ஒரேயொரு முறை, கேட்பதில் அனைவரும் ஒன்றாக இருந்தோம். சொற்கள் எல்லையிலிருந்து வந்துகொண்டிருந்தன. தலைவரும் அமைச்சர்களும் குதித்து எழுந்துகொண்டனர். ஸுக்கிக்கிற்கு ஒரேயொரு எண்ணம்தான் – எல்லைக் காப்பாளர்கள்! அவர்கள் பாடுகிறார்களா? அதை கண்டு பிடிப்பதற்காக அவரது மகன் ஏற்கெனவே கிளம்பியிருந்தான்.

'விதை ... பாடல் ... எண்ணெய் ...'

பிறகு நிறைய சொற்கள், நிறைய குரல்களில் ஒன்றாகப் பாடின.

'தயவுசெய்து பயம் வேண்டாம்
கொடுக்கப்படும் கையை எடுத்துக்கொள்ளுங்கள்'

என்னால் அதை அடையாளம் கண்டுகொள்ள முடிந்தது – கரிடேஸைப் பற்றியும் அவளது ஒரு ஜாடி நீரைப் பற்றியுமான பாடல்! என் தலைக்குள் அசைவை உணர்ந்தேன். எதுவும் இல்லை. யார் பாடுகிறார்?

'ஒரு பாடலுக்கு ஒரு விதை, என் அன்பே
தொண்டையை நனைத்துக்கொள்ள எண்ணெய்'

மின்னும் லூமியின் வர்த்தகத்தை வெளிப்படுத்தும் இன்னொரு பாடல்! எங்கிருந்து இது வருகிறது? அனைவரும் பக்கத்திலிருப்பவரின் வாயைப் பார்த்தனர். எல்லோருமே சந்தேகத்துக்குள்ளானார்கள். இதற்கிடையில், இரண்டு பாடல்களும் விவாதத்துக்குள்ளாகின. ஒவ்வொரு வரியும் இன்னொரு வரிக்கு பதிலடி கொடுத்தது.

'தயவுசெய்து பயம் வேண்டாம் –
ஒரு பாடலுக்கு ஒரு விதை, என் அன்பே –
கொடுக்கப்படும் கையை எடுத்துக்கொள்ளுங்கள் –
தொண்டையை நனைத்துக்கொள்ள எண்ணெய் –'

இந்த விவாதம் சென்றுகொண்டேயிருந்தது, கூட்டத்தினரும் இப்போது ஒருவருடன் ஒருவர் விவாதித்துக்கொண்டிருந்தனர். குற்றச்சாட்டுகளை அள்ளி வீசிக்கொண்டிருந்தனர். நீ பாடுகிறாய்! இல்லை, நான் இல்லை! நீ வேறொரு பக்கத்திலிருந்து வந்திருக்கிறாய்! இல்லை, நான் உங்களுடன்தான் இருக்கிறேன்! அப்பாவித்தனத்தை உறுதிசெய்யும்படி கைகள் இதயங்களையும் தொண்டைகளையும் இறுக்கமாகப் பிடித்திருந்தன. எல்லாம் இங்கே அமைதியாக இருந்தன, அவர்கள் நுரையீரல்களில் பரிச்சயமான சுருதிகளில் பாடல்கள் எழுந்தபோதும்கூட அவர்கள் தங்களுக்குத் தாங்களே எதிர்ப்புத்தெரிவித்துக் கொண்டனர்.

என்னால் கட்டுப்படுத்த முடியவில்லை. நான் பாட வேண்டியிருந்தது. நான் எல்லா விவாதங்களையும் முடிக்க வேண்டியிருந்தது.

கூட்டத்தினர் நிம்மதியடைந்தபடி என்னை நோக்கி திரும்பினர். அவர்கள் குற்றவாளியைக் கண்டுபிடித்துவிட்டனர். கேட்கப்படாத பாடல்கள் ஓர் உடலை, குடியிருக்க ஒருவரைக் கண்டுபிடித்துவிட்டன.

ஞ

கேட்கப்படாத எல்லாக் குரல்களையும் என் தொண்டையில் ஒன்றுதிரட்டினேன். அது இன்னும் பல குரல்களுடன் வீங்கியிருந்தது. என் கண்கள், கன்னங்கள், மார்பு, வயிறு எல்லாம் வீங்கின, எல்லா இடங்களிலிருந்தும், எல்லா மொழிகளிலும் எல்லாருடைய குரல்களையும் உடையவளானேன். நான் ஒரு திரளாகப் பாடினேன்.

'தயவுசெய்து பயம் வேண்டாம்
கொடுக்கப்படும் கையை எடுத்துக்கொள்ளுங்கள்
உங்கள் தாகம், உங்கள் தாகம்
அதுதான் என் ஒரே துயரம்'

நிறுத்தப்படாத அந்தப் பாடலால் நான் துன்பத்திலிருந்தேன்.

'ஒரு பாடலுக்கு ஒரு விதை, என் அன்பே
தொண்டையை நனைத்துக்கொள்ள எண்ணெய்
எங்கே நான் உன்னைப் பாதுகாப்பாகக் கண்டுபிடிப்பேன்
இன்னும் சுவாசிக்கிறேன், இன்னும் சுவாசிக்கிறேன்'

என் உடல் வளர்ந்தது. பாலைவனம், பசுமைப் புகலிடம் என எல்லைகளில் எல்லாப் பக்கங்களிலும் இருந்த குரல்களுக்கும் இடமளிப்பதற்காகத் தள்ளப்பட்டேன். எனக்குள்ளே அவற்றை வைத்துக்கொள்ள முடியவில்லை. நான் வெடித்து, தீ பிடித்து எரிந்தேன்.

ஞ

அவர்கள் என் கருகிய உடலின் மீதியைப் பார்ப்பதைப் பார்த்தேன். அவர்களின் பயங்கரத்தையும் ஆர்வத்தையும் பார்த்தேன். அவர்கள் தங்கள் உடலை உணர்ந்து பார்த்துக் கொண்டார்கள். பாதுகாப்பாக இருக்கிறோம். அவர்கள் தங்களுக்கு அருகிலிருந்தவர்களை விசாரித்தார்கள். அவர்களும் பாதுகாப்பாக இருக்கிறார்கள். பிறகு, மரங்கள். அவையும் பாதுகாப்பாக இருக்கின்றன. அவர்களின் நிம்மதியைப் பார்த்தேன். தீ ஒரேயொரு உடலைத்தான் கோரியிருந்தது. அவர்கள் தங்கள் அறைகளுக்கும் ஓய்வுக்கும் கனவுகளுக்கும் திரும்பிச் செல்வதைப் பார்த்தேன்.

ஆனால், நான் இல்லாவிட்டால் என்னால் எப்படிப் பார்க்க முடியும்?

அனைவரும் சென்ற பிறகு, என் மிச்சத் துளிகளைக் காற்று வந்து எடுக்கத் தொடங்கியிருந்தது. அப்போதுதான், நான் மந்தமான ரீங்காரத்தைக் கேட்டேன். காற்று, அது ஏதோ தோண்டி எடுத்துக்கொண்டிருப்பதைப்போல எரிந்திருந்த இடத்தில் சுழன்றுகொண்டிருந்தது. அது என்னைக் குளிர்ச்சியாக்கியது. என் முதுகுப்புறம் நடுங்கியது. அதிர்ந்தது. பிறகு, மெதுவாகத் திறந்தது, தன்னைப் பரப்பிக்கொண்டது, திடீரென்று நான் என் கருகிய சதை, எலும்புகளிலிருந்து எழுந்திருந்தேன், நான் காற்றில் பறந்துகொண்டிருந்தேன்.

சிறகுகளா? எனக்குச் சிறகுகள் இருந்தன!

அப்படியென்றால், இப்போது நான் யார்?

நான் யார்?

நான் பதிலளிக்கத் தொடங்கினேன், எனக்கு நானே உறுதியளித்துக்கொண்டேன், ஆனால், எல்லாமே என் வாயிலிருந்து ரீங்காரமாக வெளியே கொட்டின. பிறகு சொற்கள், முதலில் நிறுத்தியது, பிறகு ரீங்காரத்திற்கு பதிலடி கொடுக்கும்படி ஒரு பாடல், அதன் பிறகு காற்று, இதற்கு முன் கேட்டிராத ஒரு மெல்லிசையாக மேலே எழுந்துகொண்டிருந்தது.

'நான் அமிதேயா, அல்கெஸ்டா, அபராமாவின் மகள்
நான் பீனா, பீனேப்பின் அன்புக்குரியவள்
நான் வெட்டுக்கிளிப் பெண், சோ–சோளி, டேனினென், எஸ்ப்ரா
ஃபா–அஸ், குரிமா, ஹர–ஹாரன், இனிகே, நான்–மட்டும்–உம்
கரிடேஸ், லுமி, மாரட்டிரஸஸ், நாரட்டிரஸஸ், ஓபி, படுமனா,
குக்ஸிக், ரிரென், சிலம், ட்ரப்ஸ்டா, அன்ரே, வெரோம்ப்,
விலிடிமுஸ், ஸுக்கிக், யகஸா, ஸாக்ரேம் ஆகியோரின்
உறவுக்காரி'

இது எவ்வளவு இனிமையாக இருக்கிறது – நம்மிடம் பழகியவர்களை நினைவுகூர்வதில் எவ்வளவு இனிமை!

செல்வது கடினமாக இருந்தது. நான் ஒரு மரத்திலிருந்து இன்னொரு மரத்திற்குத் தாவினேன். பழம், மலர்கள், மாபெரும் நீர்நிலை அனைத்தையும் பார்த்தேன். தானிய வயல்களில் வட்டமிட்டேன், தரையிறங்குவதற்குப் பயந்தேன். எல்லா நிறங்களையும் ஞாபகப்படுத்திக்கொண்டேன், அவற்றை மறந்துவிடுவேன் என்று பயந்தேன்.

முன்னர், என் உயிர்த்தெழலுக்குப் பின், என் வரலாற்றின் இனிமையான பாடலில் திளைத்துக்கொண்டிருந்தேன். பீதியுடன்கூட, பிறகு, அது பயத்துக்கு நகர்ந்தது. அப்படியென்றால், இப்போது நான் யார்? ஒரு பெண்ணின் இதயத்தையும் குரலை யும் கொண்ட ஒரு வெட்டுக்கிளியா? இந்தத் தானியங்களில் விருந்துண்டு அவற்றை நிலத்தில் தரைமட்டமாக்கலாமா?

நான் ஒவ்வொரு ராஜ்ஜியத்துக்கும் ஒவ்வொரு கோபுரத்துக்கும் பறந்துசென்றேன். நான் எக்கச்சக்கமான நீர்நிலை, எண்ணெய்கள், தானியங்களைப் பார்த்தேன். நான் நெருப்புகளையும் அவை என்ன செய்தன என்பதையும் பார்த்தேன். நான் அவர்களின் மீதமிருந்த சொந்த விருந்துகளையும் பார்த்தேன். அந்த மண்டையோடுகளும் எலும்புகளும் எவ்வளவு வெள்ளையாக இருந்தன. 'ஆசிர்வதிக்கப்பட்டது' என்று குறிப்பிட்டு பீப்பாய்களில் கொட்டப்பட்டிருந்த தூள் எவ்வளவு வெள்ளையாக இருந்தது.

இரவு ஆனவுடன் இறுதியாக ஒருமுறை அவர்களை அறை களில் சென்று பார்த்தேன். அவர்களுக்கு ஒரு ஜாடி தண்ணீர் வழங்கிக்கொண்டிருந்த ஒரு கையைத் தங்கள் கனவுகளில் திருப்பி அனுப்பிக்கொண்டிருந்தனர். அவர்களின் தொண்டைகள் எவ்வளவு காய்ந்துபோயிருந்தன. ஆனால், அந்தக் கை, புண்களால் பாதிக்கப்பட்டிருந்ததால் அவர்களால் குடிக்க முடியவில்லை. அவை எரியும் மரத்தைப்போலக் காய்ந்து அப்படியே இருந்து வெடிக்கலாம்.

அவர்களில் ஒவ்வொருவரிடமும் நான் பறந்துசென்றேன், லேசாக அவர்கள் ஓய்வில் நானும் தூங்கினேன், அவர்கள் கனவுகளில் நானும் கனவுகண்டேன்.

திடீரென்று ஒரு ரீங்காரம் தொடங்கியது, அது ஒவ்வொருவரின் நொறுங்கியிருந்த இதயங்கள், எலும்புகளில் எழுந்துகொண்டது. அது அவர்களின் கண்கள், காதுகள், நாக்குகள், மூக்குகள், அவர்களின் தோல் ஆகியவற்றைப் பாதித்தது. அது மெல்லிசையாகப் படபடத்தது. அது பாதுகாப்பானதாக, பதுங்கியோ, மறைந்தோ இல்லை.

'என்ன பெரிய கொள்ளைநோய் இருந்துவிடப்போகிறது
நாம் ஒருவருக்கொருவர் என்ன செய்துகொள்கிறோம் என்பதைவிட
என்ன பெரிய அன்பு இருந்துவிடப்போகிறது
நாம் ஒருவருக்கொருவர் என்ன செய்துகொள்கிறோம் என்பதைவிட'

ஜ

அந்த மெல்லிசை மென்மையாக இருந்தது, அதன் அமைப்பு எண்ணெய்யைப் போன்று இருந்தது, ஆனால், சொற்கள் உருவாக நீண்ட நேரமானது. விரைவில் அந்தப் பாடல் அவர்களின் ரகசிய இடங்களில் எல்லாம் கசிந்து, எப்படி அதன் சிறகுகளை விரிக்கலாம் என்பதைக் கற்றுக்கொண்டிருந்தது. அது அறியப்பட வேண்டுமென்று ஆசைப்பட்டது. அத்துடன், அது அதனுடைய தூங்கும் விருந்தாளியை அறிந்துகொள்ள ஆசைப்பட்டது. அதற்குக் காலம் தொடங்கியதிலிருந்து அது எதை வழங்கிவருகிறது என்பது தெரியாது. ஆனால், அறிந்துகொள்வது மெதுவாக இருக்கிறது, அது உனக்குள் வளர வேண்டும்.

'அப்படியென்றால், உனக்கு இப்போது தெரியுமா?'

யார் கேட்பது?

'அத்துடன், தெரிந்துகொள்வது என்னவாக இருக்கும். எளிமையாகச் சொல்வதென்றால் எப்படிப் பாடுவதென்று கற்றுக்கொள்வதாகும்.'

யார் பேசுவது?

காற்றாக இருக்கலாம்.

அறிந்துகொள்வதில் இருக்கும் சாத்தியத்துடன் அவர்கள் எப்படி தூக்கத்தில் திரும்பி திரும்பி படுத்துக்கொண்டிருந்தார்கள், ஆனால், அவர்களின் கனவுகளில் மட்டும் – அவர்கள் எழுந்தவுடன் அவர்களுக்கு அது நினைவிருக்குமா? யார் அவர்கள், அவர்கள் என்னவாக இருக்கிறார்கள்?

இறுதியாக, எண்ணெய்களின் ராஜ்ஜியத்தை ஒருமுறை சென்று பார்த்தேன். அவள் தன் அறையில் எனக்கு அடைக்கலம் கொடுப்பதற்குமுன், பீனேப் எங்கே அழுதுகொண்டிருந்தாளோ, எங்கே பாடிக்கொண்டிருந்தாளோ அங்கே சென்றேன். எனக்கு நினைவுகூர வேண்டுமென்று இருந்தது, அவள் பாடலைச் சேர்ப்பிக்க வேண்டியிருந்தது, அவள் கண்ணீரை நினைவுபடுத்த வேண்டியிருந்தது.

இன்றிரவு ராஜ்ஜியங்களும் அதன் தோட்டமும் அனைத்து வண்ணங்களாலான மலர்களால் ஒளிவீச இருந்தது. அந்த மூன்று கால்களில் உலாவிக்கொண்டும் எண்ணெய்களைக் கண்ணீராகச் சொரிந்துகொண்டுமிருந்த நீல நிற மென்மயிர் உயிரினங்களை மீண்டும் பார்த்தேன். எல்லாரும் வரிசையாக நின்றிருந்தனர், நீலநிறப் படைப்பிரிவு தோட்டத்தின் ஆழம்வரை சென்றது, அதற்குள்ளே இருந்த உட்புறக் கூடம் நீளமான புற்களாலும் தலைசிறந்த மலர்களின் நறுமணங்களாலும் மறைத்துவைக்கப்பட்டிருந்தது. ஆனால், ஒரேயொரு நறுமணம் அனைத்தையும்விட ஆதிக்கம் செலுத்தியது. நறுமணத் துகள்கள் மிகவும் கடுமையாக இருந்தன. அது கிட்டத்தட்ட என்னை நோய்வாய்பட வைத்தது. நான் பறந்து சென்றபோது, அது ஏன் என்று புரிந்துகொண்டேன்.

அந்தக் கூடத்திற்கு நடுவில் இதுவரை நான் பார்த்தேயிராத மிகப்பெரிய வெள்ளைநிறக் கிண்ணம் இருந்தது, அது விளிம்புவரை எண்ணெய்யால் நிரப்பப்பட்டிருந்தது. அது பளபளக்கும் நீல நிறத்தால் சூழப்பட்டிருந்தது. அதன்மீது மிதந்துகொண்டிருந்தவர் ஸாக்ரேம்.

எண்ணெய்க் கிண்ணத்தில் தூங்கிக்கொண்டிருக்கும் மதிப்புக்குரிய தலைவர்.

நான் ஒரே இடத்தில் தாழப் பறந்துகொண்டிருந்தேன்.

மதிப்புக்குரிய தலைவர் மிகவும் சோகமாகக் காட்சியளித்தார்.

எவ்வளவு மிகுதியான எண்ணெயிலும் அவர் ஓய்வெடுத்து குணமாக முடியாது என்ற அதீத சோகமான கனவைக் கண்டுகொண்டிருக்கிறாரா என்ன?

பிறகு, அந்த வட்டம் ஏன் நீலநிறத்தில் பிரகாசித்துக் கொண்டிருந்தது என்று பார்த்தேன். கிண்ணத்தின் விளிம்பில் அமர்ந்திருந்த நீலநிற உயிரினங்கள் அமைதியாகக் கண்ணீரைச் சொரிந்தபடி, அந்தக் கிண்ணத்தை நிரப்பிக்கொண்டிருந்தன. இந்தச் சோகமான அமைதியை ஆய்வு செய்ததால் என் மார்பு இறுக்கமானது, திணறியது.

நான் மிகவும் அருகில் வந்தேன், ஸாக்ரேமின் மார்பு மேலெலும்பி, கீழுலெலும்புவதைப் பார்க்கும் அளவுக்கு மிக அருகில் வந்தேன். அது வெளிறிய குழந்தையின் மார்பைப்போலக் காட்சியளித்தது. விரிந்திருந்த ஒரு மலர், அதற்குக் கீழே விலா எலும்புகள் இதழ்களாக அவருக்குள் வளைந்திருந்ததைப்போல இருந்தது.

நான் தரையிறங்கினேன். அத்துடன் அழத் தொடங்கினேன். சிறகுகளை அடித்தேன். என் உடலின் மீதும் அவரின் உடலின் மீதும் படபடத்தேன். பிறகு, அவர் இதயத்துக்குள்ளிருந்து பதிலுக்கு ஏதோவொன்று படபடத்தது. என்னைப்போலவே, அதுவும் ரீங்காரமிட்டது. அது இப்போது பதுங்கியோ, மறைந்தோ இல்லை.

தலைவர் அதிர்ந்தார், தன் கண்களைத் திறந்தார், என்னை அவர் கையில் எடுத்தார்.

பயங்கரம் நிறைந்த அவரின் கண்களில், நான் என்னவாக மாறியிருக்கிறேன் என்பதைப் பார்த்தேன். சிறிய சிறகுகளுடன் வெட்டுக்கிளி வாய். ஆனால், அமிதேயா, அபராமா, அல்கெஸ்டாவின் கண்களுடன், ஒரு பெண்ணின் உடலுடன் அவரின் மார்பில், கைகளில், அவரின் கண்களுக்குள் அழுதுகொண்டிருந்தேன். நாங்கள் இருவரும் உற்றுப் பார்த்தபடி இருந்தோம்.

அவரின் கனவுக்குள் அழுதேன்.

பிறகு, திடீரென்று அவர் கண்களைத் திறந்தார். மீண்டும் கண்களை மூடினார், நான் பறந்து சென்றுவிட்டேன்.

ও

நான் மரங்களின் சுவர்கள் வழியாகப் பறந்துகொண்டிருந்த போது நல்ல காற்று வீசிக்கொண்டிருந்தது. அதற்குச் சற்று வெளியில், அப்போதுதான் தங்கள் பணியைவிட்டு வந்திருந்த எல்லைக் காப்பாளர்கள் இருந்தார்கள். அவர்கள் பார்க்க அமைதியாக இருந்தார்கள். அவர்கள் விதைகளையும் நீரையும் உண்டுகொண்டிருந்தனர், ஒருவருக்கொருவர் எண்ணெய் தேய்த்துவிட்டுக்கொண்டிருந்தனர். மறக்கடிக்கும் விதைகள் மீண்டும் வீரியத்துடன் மாறியிருக்கலாம். ஏனென்றால், அந்தக் கூட்டம் பாடிக்கொண்டிருந்தது, அவர்கள் பார்க்க மகிழ்ச்சியாக இருந்தனர். ஒருகாலத்தில் வந்த பெருந்தீயின் நினைவு இல்லாமல் போயிருக்கலாம். வரலாறை இழப்பதில் அவ்வளவு ஆறுதல். நான் சோகம், நிம்மதி இரண்டையும்

உணர்ந்தேன். ஆனால், என் தோழிகள் அவர்களின் பணிகளிலிருந்து நிம்மதியடையவில்லை. கரிடேஸ் இன்னமும் தண்ணீர் வழங்கிக்கொண்டிருந்தாள். மின்னும் லூமி இன்னமும் தன் மண்டையோட்டைக் காட்டிக்கொண்டிருந்தாள். நான் அவர்களின் நிழலையும் ஒளியையும் சுற்றி வட்டமிட்டுக் கொண்டிருந்தேன். அப்படி வட்டமிடும்போது, ஆரஞ்சு, சிவப்பின் துகள்களுடன் மின்னும் நட்சத்திரம் தெரிந்தது. கரிடேஸ் அவற்றைத் தண்ணீரில் சுத்தம் செய்துகொண்டிருந்தாள், மின்னும் லூமி அவற்றை எண்ணெய்யால் ஆறுதல்படுத்திக்கொண்டிருந்தாள். அந்த மண்டையோடு பார்த்தது, என் அன்புக்குரிய பீனேப்பின் மிச்சங்களை அது காவல்காத்துக்கொண்டிருந்தது.

மின்னும் நட்சத்திரத்தில் நான் தரையிறங்கியதை யாரும் பார்க்கவில்லை. எங்கே அவள் மார்பு இருந்ததோ, எங்கே அவள் இதயம் இருந்ததோ, அங்கே. நான் அவளுக்குப் பிடித்த பாடலைப் பாடினேன். ஆனால், இப்போது அது எங்களுடைய சொந்தப் பாடலாக மாறியிருந்தது.

ஞ

இப்போது அன்பின் பாடல் பாடப்பட்டுவிட்டது, அதனால் தொண்டை சிந்தனையைப்போல தெளிவாக இருந்தது. ஆனால், நீங்கள் எங்கிருந்தாலும், உங்கள் சொந்த அறையில், உங்கள் சொந்த விலா எலும்புக்குள் இருந்தாலும், நீங்கள் இன்னும் கேட்டுக்கொண்டிருக்கிறீர்களா?

உங்களால் அந்தச் சிறிய படபடத்தலைக் கேட்க முடிகிறதா?

அது ஒரு பூச்சியின் இதயம்.

உங்களுக்கு மிகவும் நெருக்கமாக இருக்கிறதா?

ஓ, உங்களுக்குள்ளேயே இருக்கிறதா?

இப்போது உங்களுக்குத் தெரியும், நாம் எதை எப்போதும் பகிர்ந்துகொண்டோமென்று.

எந்த எல்லையாலும் அதை மறுக்க முடியாது.

அது சிறியதாகப் பதுங்கியிருந்தது. ஆனால், முழுவதும் மறைந்திருக்கவில்லை.

நம்பிக்கை இழக்கவேண்டாம், அது சரியாகிவிடும். உங்களுக்குள்.

அது சரியாகிவிடும். காற்றைப்போல.

காற்று கருணை நிறைந்தது. அது என்னை வீட்டுக்கு இட்டுச்செல்லும்.

பார், ஒரு விசித்திரமான நிலப்பரப்பு. பீனேப் அடிவானத்தைத் தாண்டி உளவுபார்த்தபோது இருந்த மாதிரி அது கருப்பு வெள்ளையில் இல்லை. எலும்புகளும் மண்டையோடுகளும் போய்விட்டன. நான் இழுத்தலுக்கும் தள்ளுதலுக்கும் இடையிலிருப்பதைப்போல, கண்டுபிடித்தலுக்கும் காணாமல்போவதற்கும் இடையிலிருப்பதை உணர்ந்தேன். அது என்னை வலுக்கட்டாயமாகப் பிரித்துப்போட்டது. மண்டையோடு வெள்ளைத் தூளாக மாறியதை நான் நினைவுகூர்ந்தேன். மரங்களை வளரவைக்கும் வெள்ளைப் பீப்பாய்களை நினைத்து கொண்டேன்.

வீடு இப்போது கண்ணுக்கெட்டியவரை பசுமை வயலாக இருந்தது. மூன்று ஆண்டுகளுக்கு முன்பான அன்பு பீனேப்பின் பார்லி விதையே. இவை இன்னும் ஆரம்ப நாட்கள்தாம், ஆனால், நான் ஏற்கெனவே உண்பதற்கான தூண்டுதலை உணர்ந்தேன். எனக்கு நம் இயற்கையைத் தெரியும். நம் வரலாறைத் தெரியும். நாம் எப்படிக் கொள்ளை நோயாவோம், எப்படி நேசிப்போம், இதயம் எவ்வளவு பலவீனமானது, இருந்தாலும் எவ்வளவு தாங்கிக்கொள்கிறது என்பதெல்லாம் தெரியும். ஏனென்றால், அவள் இதயம் இருந்த மின்னும் நட்சத்திரத்தில் நான் தரையிறங்கியதால் எனக்குத் தெரியும். அது என்னைப் புதிய பாடலைப் பாட வைத்தது.

நான் இப்போது அதை உனக்குப் பாடுகிறேன். ஏனென்றால், இது எல்லையைக் கடக்கும் நீண்ட பறத்தல் பயணம்.

‘நீ வீட்டுக்கு எடுத்துச்செல்லும் அன்பு
எல்லாமே என் அன்புதான், என் அன்பே’